खांडेकर रजत स्मृती पुष्प

ऋतू न्याहाळणारं पान

वि. स. खांडेकर

संपादक
डॉ. सुनीलकुमार लवटे

मेहता पब्लिशिंग हाऊस

Please contact us at **Mehta Publishing House,** 1941, Madiwale Colony, Sadashiv Peth, Pune 411030. ✆ +91 020-24476924 / 24460313
Email : info@mehtapublishinghouse.com
production@mehtapublishinghouse.com
sales@mehtapublishinghouse.com
Website : www.mehtapublishinghouse.com

RUTU NYAHALANARE PAN by V. S. KHANDEKAR

ऋतू न्याहाळणारं पान / (मुलाखत संग्रह)
वि. स. खांडेकर

संपादक : डॉ. सुनीलकुमार लवटे
'निशांकुर', रणनवरे वसाहत, राजीव गांधी रिंग रस्ता, सुर्वेनगरजवळ, कोल्हापूर -४१६००७. ✆ ०२३१ - २३२४४०५ / २६८०११२

© सुरक्षित
मराठी पुस्तक प्रकाशनाचे हक्क मेहता पब्लिशिंग हाऊस, पुणे.

प्रकाशक : सुनील अनिल मेहता, मेहता पब्लिशिंग हाऊस, १९४१, सदाशिव पेठ, माडीवाले कॉलनी, पुणे – ४११०३०.

मुखपृष्ठ : चंद्रमोहन कुलकर्णी

प्रथमावृत्ती : ऑगस्ट, २००८ / पुनर्मुद्रण : फेब्रुवारी, २०१५

P Book ISBN 9788177669886
E Book ISBN 9788184985801
E Books available on : play.google.com/store/books
m.dailyhunt.in/Ebooks/marathi
www.amazon.in

साक्षात्कारी अंतःसृष्टी

वि. स. खांडेकर हे मराठीतील चतुरस्र लेखक होते. साहित्यप्रकारांच्या दृष्टीने पाहायचं झालं तर त्यांनी सर्व प्रकारचं लेखन केलं. त्यांच्या लेखनाची शैली वैविध्यपूर्ण होती. कोटीबाज भाषेने ती कधी उपहासगर्भ व्हायची, तर कधी अलंकार, सुभाषितांनी लालित्यपूर्ण! ते जेव्हा लघुनिबंध, वैचारिक लेख लिहीत, तेव्हा तर ती विश्लेषक होऊन जायची. गद्य-पद्य, हलकं-फुलकं नि गंभीर, काव्य नि नाटक, कादंबरीची प्रकरणं शोभावी अशा दीर्घकथा एकीकडे, तर दुसरीकडे रूपककथेचा सारसंक्षेपी घाट, कथ्य असं परस्परटोकाचं लेखन खांडेकरच करू जाणे. साहित्यात भाषा, शैली, कथा, शिल्प अशा अनेकांगी कलांनी विकसित साहित्यछटा आशय खांडेकरांइतक्या वैविध्याने अन्य मराठी साहित्यिकांत अपवादाने दिसतात. साहित्यकाराचं कार्य, कर्तृत्व, प्रेरणा, प्रभाव, लेखनप्रक्रिया, विचारधारा समजून घ्यायची तर लेखकाशी थेट संवाद करण्याइतकं दुसरं प्रभावी साधन नसतं. तशी खांडेकरांची अनेक चरित्रं उपलब्ध आहेत; पण त्यांच्या मर्यादा आहेत. व्यक्तीला समजून घ्यायचं खरं सशक्त साधन म्हणजे आत्मचरित्र. खांडेकरांचं आत्मचरित्र 'एका पानाची कहाणी' एक तर अपूर्ण आहे नि दुसरं, लेखक समजून घ्यायला त्याच्या कालगत मर्यादा आहेत. अठ्ठ्याहत्तर वर्षांचं (१८९८-१९७६) आयुष्य लाभलेल्या खांडेकरांनी प्रारंभीच्या तीस वर्षांचेच जीवन आपल्या आत्मकथेत वर्णिले आहे. आपली आत्मकथा चार खंडात प्रकाशित करायचा खांडेकरांचा विचार होता. पैकी चौथा खंड मरणोत्तर प्रकाशित केला जावा, अशी त्यांची इच्छा होती. पण, पहिल्या खंडालाच थांबलेल्या आत्मकथेमुळे खांडेकर समजून घ्यायचे तर स्वसाहित्य व स्वजीवनविषयक त्यांचे लेख, मुलाखती, [१]साहित्यभर विखुरलेले त्यांचे आत्मपर उल्लेख इत्यादी स्वरूपात साधने आपल्या हाती राहतात.

यापूर्वी मी 'पहिली पावलं'च्या माध्यमातून त्यांची साहित्यिक आत्मकथा

संपादित केली आहे, तर 'सशाचे सिंहावलोकन'मध्ये जीवनदृष्टी स्पष्ट करणारे लेख संपादिले आहेत. 'ऋतू न्याहाळणारं पान' हा तसा मुलाखतसंग्रह; पण तोही आत्मकथनाचा खंडच मानावा लागेल. प्रश्नोत्तरांच्या माध्यमातून आपणास या पुस्तकाद्वारे जे खांडेकर समजतात, ते इतरेजनांच्या विविध प्रकारच्या जिज्ञासा, शंका, प्रश्नांमुळे. 'व्यक्ती तितक्या प्रकृती' या न्यायाने वि. स. खांडेकरांचं जीवन, साहित्य, दृष्टी, रचनांची जन्मकथा, रचना व विचारप्रक्रिया, प्रभाव, वाचन, अनुभव, समकालीन व्यक्ती अशा कितीतरी प्रकारची माहिती देणाऱ्या या मुलाखतींतून समग्र खांडेकर वाचकांपुढे उभे राहतील, असा मला विश्वास वाटतो.

'मुलाखत' हा आधुनिक काळातील सर्वाधिक जिवंत अंतर्संवाद होय; असे असले तरी या साहित्यप्रकाराची परंपरा मात्र प्राचीन काळापासून दिसून येते. सर्व भाषिक साहित्यात संवादाची ही परंपरा दिसून येते. संस्कृत साहित्यात खंडन-मंडन चालायचे. त्यातून एका विशिष्ट विषयासंदर्भात संबंधित कवी, पंडिताचा दृष्टिकोन समजून घ्यायला मदत व्हायची. मुलाखत हा साहित्यप्रकार संस्कृत भाषेत 'दर्शनम्' नावाने परिचित आहे. संस्कृतमध्ये दर्शनम्चा अर्थ भेंट, पाहणे जसा आहे, तसा ज्ञान, तत्त्वज्ञानही आहे. एखाद्याचे विचार, दृष्टिकोन समजून घेण्याचे माध्यम म्हणून मुलाखतीकडे पूर्वापार पाहिले जाते. हिंदीमध्ये यास 'भेंट-वार्ता', 'साक्षात्कार'सारखे अधिक सार्थक, पर्यायवाची शब्द आढळतात. भेटून केलेली चर्चा, संवाद, प्रश्नोत्तर म्हणजे भेंटवार्ता. साक्षात्कार शब्दात व्यक्तीस सरळ भिडणे, भेटणे, प्रत्यक्ष समजून घेण्याचा, तादात्म्य होण्याचा भाव दिसतो. इंग्रजीमध्ये `Interview'सारखा अधिक प्रगल्भ शब्द प्रचलित आहे. यात अंतर्संवाद, आंतरिक दृष्टिकोन समजून घेणे असा गहन आशय या ²शब्दात भरलेला दिसतो. या नि अशा ³विविध शब्दकळा मुलाखतीचे स्वरूप स्पष्ट करतात. मराठीतील मुलाखत शब्द हिंदी, उर्दूतील 'मुलाक़ात'वरून रूढ झालाय, हे सांगायची गरज नाही.

मुलाखतीचा प्रारंभ 'मौखिक' परंपरेपासून झाला. पुढे ती 'लिखित' झाली. रेडिओ, टेपरेकॉर्डरच्या जमान्यात ती 'श्राव्य' झाली. फिल्म, स्लाईड्स, दूरदर्शनसारखी साधनं विकसित झाली अन् तिला 'दृक्-श्राव्य' रूप आलं. मुलाखतीची माध्यमं बदलली तशी ती अधिक सजीव (Live), रोचक, संवादी नि प्रभावी झाली. सजीव मुलाखतीमुळे तर लेखक, कलाकारांना मूळ रूपात, वारंवार, हवे तेव्हा कॅसेट, सीडीज्मुळे समजून घेणे सुलभ झाले. दृक्-श्राव्य साधनातील संवाद, दृश्य मागे-पुढे, हळू, गतिमान करण्याच्या दूरनियंत्रकाच्या (Remote Control) सोयीमुळे मुलाखती व्यक्तीच्या शब्द, उच्चार, हेल, देहबोली व अवकाश (Pose and Pause) इतक्या सूक्ष्म अंगांनी जाणून घेणे शक्य झाले. वॉकमन, हेडफोन, इत्यादी सुविधांमुळे मुलाखत देणारी व्यक्ती व श्रोता, प्रेक्षक यातील अंतर नष्ट

होऊन साक्षात्कार शब्द अक्षरश: सार्थ ठरला. या सर्व प्रवास नि विकासामुळे मुलाखत हा साहित्यप्रकार आधुनिक काळातील सर्वाधिक प्रभावी असे संवाद व अभ्याससाधन म्हणून विकसित झाला आहे.

'ऋतू न्याहाळणारं पान' या मुलाखत संग्रहातील मुलाखतींचा काळ १९३५ ते १९७६ असा सुमारे चार दशकांचा आहे. हा कालखंड स्थूलपणे खांडेकरांचा लेखनकालही होतो. वि. स. खांडेकरांना 'विहंगम' मासिकाने प्रश्न विचारून उत्तरे घेतली होती. पुढे ती मुलाखतीच्या रूपात छापली होती. ती त्यांची पहिली प्रकाशित मुलाखत. शेवटची श्रीमती यमुनाबाई शेवडे यांनी घेतली होती. ती दैनिक 'तरुण भारत' (नागपूर) मध्ये १८ एप्रिल, १९७६ रोजी प्रकाशित झाली होती. त्यांच्या मृत्यूपूर्वी एक महिना अगोदर प्रा. मधुकर हसमनीस यांनी घेतलेली काळाच्या अंगाने शेवटची ठरलेली मुलाखत. 'समर्थ' साप्ताहिकाच्या सन १९७७च्या दिवाळी अंकात ती सापडते; पण ती लेख रूपात. या सर्व मुलाखती हाती असूनही त्यातील निवडकच मुलाखती या पुस्तकात संग्रहित करण्यात आल्या आहेत. द्विरुक्ती टाळण्याचा हेतू त्यामागे आहे. काही प्रकाशित मुलाखती संक्षिप्त रूपाने इथे देण्यात आल्या आहेत. त्यामागेही वि. स. खांडेकरांच्या जीवन व साहित्यविषयक सामग्रीसच केंद्रीभूत ठेवण्याचा हेतू आहे. मो. ग. रांगणेकरांनी प्रश्न पाठवून घेतलेली आणि 'मी व माझे लेखन' या ग्रंथात संग्रहित मुलाखतीचे यात पुनर्मुद्रण करण्यात येत आहे. या समावेशामागे खांडेकरांचा साकल्याने अभ्यास व्हावा, हा हेतू आहे.

'ऋतू न्याहाळणारं पान'मधून मी जे खांडेकर न्याहाळले, त्यातून खांडेकरांच्या जीवन, साहित्य, दृष्टिकोन इत्यादींसंबंधाने, त्यांच्या लेखकीय व्यक्तिमत्त्वाच्या विकासाच्या आलेखाच्या अनुषंगाने जे हाती आलं, ते एक अभ्यासक, संशोधक म्हणून अधिक महत्त्वाचं वाटतं. लेखकाच्या संपूर्ण आकलनासाठी साहित्याइतकेच महत्त्व त्याच्या जीवनाचे आणि जीवनदृष्टीचे आहे. खांडेकर प्रारंभी विनोद, समीक्षा, कविता लिहीत. त्यांच्या लेखनाचा प्रवास लघुकथेकडून कादंबरीकडे झाला. खांडेकरांना समीक्षक कल्पनाप्रचुर लेखक मानत; पण, मुलाखतीतून लक्षात येतं की, त्यांच्या कल्पना या सत्यावर आधारित असायच्या. 'सत्याच्या पायावर उभारलेली कल्पनेची इमारत म्हणजे ललित साहित्य' अशी खांडेकरांची मुलाखतीतून स्पष्ट होणारी धारणा साहित्याच्या अभ्यासकांना ललितलेखनाची एक नवी कसोटी देऊन जाते. आपले साहित्य हे आभासी वास्तववादी (Romantic Realistic) आहे, असे खांडेकर मानत. खांडेकरांचं वाचन बहुभाषी होतं, तसं बहुआयामी पण; टार्जिनिव्ह, स्टाईन बेक हे त्यांच्या कथात्मक साहित्याचे आदर्श होते. हरिभाऊ आपट्यांचे आणि श्रीपाद कृष्ण कोल्हटकरांचे ऋण त्यांनी कितीदा तरी आपल्या मुलाखतीतून

व्यक्त केले आहेत. वि. स. खांडेकरांचं साहित्य म्हणजे कला आणि नीतीचा सुरेख संगम! खांडेकर कला आणि नीतीस सवती न मानता बहिणी मानत. ते स्वत:ला पांढरपेशा समाजाचा प्रतिनिधी लेखक मानत. आपण बहुजनांचे लेखक होऊ शकत नाही, आपण स्टाईन बेक होऊ शकत नसल्याचं त्यांचं शल्य त्यांच्यातील प्रांजळपणाच स्पष्ट करतं. टीकाकार मर्मग्राही व मूलग्राही असावा, असं त्यांच मत होतं. ललित लेखक टीकाकार झाल्यास ती टीका अधिक मर्मग्राही होऊ शकते, असं खांडेकरांना वाटायचं. प्राध्यापकी टीका, ठरवून केलेली टीका (Set ideas) त्यांना मान्य नव्हती. टीकाकाराच्या अज्ञानाचा तोटा सर्जनशील लेखकास भोगावा लागतो, याबाबतची त्यांची खंतही आपणास या मुलाखतीतून समजून येते. खांडेकर सिद्धान्ती, प्रचारक साहित्याच्या विरोधी होते. साहित्यातून विचारधारा स्पष्ट व्हावी, असं त्यांना वाटायचं. लेखकांनी सामान्य जीवनातील उदात्तपण टिपण्याचं सामर्थ्य जोपासावं, उत्कट तेच लिहावं. साहित्यात शरीरापेक्षा मनास, शृंगारापेक्षा संस्कारास महत्त्व आहे असं ते मानत. आपल्या साहित्यावरील गांधीवाद नि समाजवादाचा प्रभाव नि त्या विचारधारांशी आपली असलेली बांधिलकीही ते नि:संकोचपणे कबूल करतात.

वि. स. खांडेकरांनी आपल्या मुलाखत-प्रवासात विशिष्ट विषय, व्यक्तींवर केंद्रित अशा मुलाखती जशा दिल्या आहेत तशा समग्रही! पण खांडेकरांच्या जवळजवळ सर्वच मुलाखतींना मनमोकळ्या गप्पांचं रूप येतं नि त्यामुळे त्या अधिक संवादी, सहवासी बनतात. त्यांच्या मुलाखतींत औपचारिक, त्रोटक उत्तरं अभावानं असतात. जे सांगायचं ते समरसून! त्यामुळे सर्व मुलाखतीत जिव्हाळ्याचा झरा पाझरताना दिसून येतो. त्यांच्या अधिकतर मुलाखती पत्रकार, लेखक, संपादकादींनी ठरवून, पूर्वतयारी करून घेतल्या आहेत; त्यामुळे त्यांना आपसूकच एक दर्जा प्राप्त झाला आहे. चारूशीला गुप्ते, गिरीजा कीर, यमुनाबाई शेवडे यांच्याबरोबर जयवंत दळवी, विद्याधर पुंडलिक, रमेश मंत्री, रवींद्र पिंगे प्रभृतींच्या खांडेकरांविषयीच्या व्यासंगी, अभ्यासू चिकित्सेमुळे खांडेकरांच्या जीवन व साहित्याचे अनेक झाकलेले पैलू उलगडतात. वक्तृत्व, लेखन, तरुण अशा विषयांवर त्यांच्या स्वतंत्र मुलाखती आढळतात, तशा आपले लेखनगुरू श्रीपाद कृष्ण कोल्हटकर व शिष्य कुसुमाग्रज यांच्यावरही! काही मुलाखती वर्तमानपत्रे, मासिके यांसाठीच्या आहेत तर काही आकाशवाणीसाठी. वि. द. घाटे यांनी 'हृदययात्रा' शीर्षकाने घेतलेली व साप्ताहिक 'स्वराज्य'मध्ये प्रकाशित झालेली मुलाखत अनेक कारणांनी व्यवच्छेदक बनते. एक तर ती प्रकट होती. तिचं औचित्यही आगळं होतं. साहित्य अकादमीच्या महदत्तर सदस्यत्व (फेलेशीप) प्रदान सोहळ्यात ती शिवाजी विद्यापीठाच्या सिनेट हॉलमध्ये घेण्यात आली होती. अशाच काही मुलाखती षष्ट्यब्दी सोहळा,

अमृतमहोत्सव, पद्मभूषण प्राप्ती, ज्ञानपीठ पुरस्कार, साहित्य संमेलन, जन्मशताब्दी, इत्यादी प्रसंगांनी घेतलेल्या. त्यामुळे प्रसंगानुरूप विचार समजून घ्यायला या मुलाखतींचे मोठे साहाय्य होते. मुलाखतकारांनी त्या कधी लेखरूपात तर कधी प्रश्नोत्तरांनी रेखाटल्या नि रंगवल्या आहेत.

पूर्वार्धातील मुलाखती त्रोटक असल्या तरी त्यांत विचारांची स्फटिक, सदृश्य, स्पष्टता चपखलपणे दिसून येते. उत्तरार्धातील मुलाखती दीर्घ, जीवन व साहित्याचे विहंगमावलोकन नि सिंहावलोकनही करताना दिसतात. त्यातून लेखकाचं प्रौढत्व प्रकट होतं. साहित्यात लेखकांनी अंत्यापेक्षा (Ultimate) उपांत्य (Peltimate) महत्त्वाचे मानून लिहायची शिफारस करणारे खांडेकर वाचकास, नव्या पिढीच्या लेखकांना अंतर्मुख होण्यास भाग पाडतील, असा मला विश्वास आहे. भारतीय नि पाश्चात्त्य साहित्यकारांतील प्रवृत्तीगत भेद खांडेकर मार्मिकतेने नोंदवताना म्हणतात, 'They write by glands, not by heart.' असं म्हणत असताना अप्रत्यक्षपणे आपल्या लक्षात येतंच की, खांडेकरांनी जे लिहिलं ते हृदयानं. हार्दिकता हा त्यांच्या साहित्याचा स्थायीभाव होय. 'हे हृदयेचि ते हृदयी' असा परस्पर सहसंवादी भाव, जो आपणास खांडेकरांच्या साहित्यात दिसतो, तो अन्य समकालीनांत तुम्हास अपवादाने आढळेल. द्विरुक्तीचा दोष मुलाखतीत आहे; पण तो प्रश्नकर्त्यांमुळे, प्रश्नांमुळे अटळपणे येतो. त्यांच्या विवेचनातील सातत्य नि संगती हा त्यांच्या पारदर्शी व्यक्तिमत्त्वाचा पुरावा म्हणून नोंदविला जाईल. सन १९३५ ते १९७६ अशा दीर्घ प्रवासात ऋण, प्रभाव, विचारधारा यांत बदल झाला नाही. बदल आहे तो विचारांच्या खोलीत नि प्रगल्भतेत. मला वाटतं यासच लेखकाचं वाढणं, विकसित होणं मानलं जातं. खांडेकर मुलाखतीत आपले दोष, मर्यादा स्पष्ट करतात. त्यामुळे या मुलाखती आत्मपर असूनही वास्तववादी होतात. त्यांचं ऐतिहासिक मूल्य यामुळे वाढतं. त्यांच्या मुलाखतीतून त्यांचे लेखन-संकल्प स्पष्ट होतात. खांडेकर सतत नवसंकल्पामागे धावणारे लेखक होते. त्यांच्यातील लेखकापेक्षा वाचक प्रबळ होता. आड जितका खोल, तितकं पाणी निर्मळ नि क्षारयुक्त! खांडेकरांच्या जीवनाचा अभ्यास करताना लक्षात येतं की, त्यांच्या लेखनकाळापेक्षा 'वाचनकाळ' कितीतरी दीर्घ नि बहुआयामी होता. आपल्या मुलाखतीतून ते विखार टाळतात; पण एखाद्याची विसंगती ते तितक्याच निकराने मांडण्याचं धाडसही करतात. आचार्य अत्रे, प्रा. ना. सी. फडके, विश्राम बेडेकर यांच्याविषयीची त्यांची असहमती या संदर्भात लक्षात घेण्यासारखी आहे.

अंत:सृष्टी फुलत राहील तोवर लिहिण्याचा ध्यास घेतलेले वि. स. खांडेकर सन १९३५ ते १९७६ या काळात सर्ववेळ लेखक होते. लेखन हीच त्यांची जीविका होती. वाचन, लेखन, व्याख्यान, नवलेखकांना प्रोत्साहन, नवनव्या

साहित्याचा अभ्यास, विचार, चिंतन हेच जीवन होऊन बसलेल्या खांडेकरांना मुलाखतीतून अभ्यासणं एकविसाव्या शतकात अधिक महत्त्वाचं. आजच्या लेखकांचं वाचन, चिंतन, व्यासंग कमी होत असतानाच्या काळात या मुलाखती नवलेखकांत अध्यवसायितेचा नंदादीप तेवत ठेवतील. खांडेकरांची स्वत:ची अशी धारणा होती; ती त्यांनी चारूशीला गुप्ते यांना दिलेल्या मुलाखतीत व्यक्तही केली आहे. 'वरवर वाचून मत व्यक्त करणं चुकीचं. माझ्या साहित्याचं खरं मूल्यांकन दोन-तीन पिढ्यांनंतर होईल.' आज ती वेळ येऊन ठेपली आहे. अशा वेळी गतकाळच्या ऋतूचं हे पान न्याहाळणं अधिक औचित्यपूर्ण नव्हे का?

'ऋतू न्याहाळणारं पान'मध्ये संग्रहित मुलाखती घेणारे लेखक, पत्रकार साऱ्यांच्या कष्टांचं हे फळ. त्यांचे ऋण मानणे हे मी माझे कर्तव्य समजतो. या मुलाखती ज्या वृत्तपत्रे, मासिके, साप्ताहिके, आकाशवाणी केंद्रांवरून प्रकाशित व प्रक्षेपित झाल्या त्या संपादक, केंद्र संचालकांचेही आभार. त्यांचे सौजन्य हाच या संग्रहाचा मूलाधार. मराठी सारस्वतात इतक्या मुलाखती देण्याचा सन्मान, गौरव फारच कमी साहित्यकारांना प्राप्त झाला. हा एका अर्थाने वि.स.खांडेकरांच्या साहित्याच्या व्यापक प्रचार, प्रसार, चर्चा, वादविवादाचाच मी परिपाक मानतो.

– डॉ. सुनीलकुमार लवटे

अनुक्रमणिका

माझे कादंबरी लेखन

'विहंगम' मासिकाने वि. स. खांडेकरांना त्यांच्या कादंबरी-लेखनासंबंधी
प्रश्न विचारले होते. त्यांची उत्तरं खांडेकरांनी तत्परतेने धाडली होती. पहिली
प्रकाशित मुलाखत म्हणून या प्रश्नोत्तरांचे ऐतिहासिक महत्त्व आहे.

प्रश्न : कादंबरीलेखनाकडे वळण्यास आपणास कोणते कारण घडले?

उत्तर : ऐतिहासिक दृष्टीने कादंबरी ही लघुकथेची आई आहे; पण माझ्या बाबतीत लघुकथा ही कादंबरीची आई ठरली. प्रकाशकांच्या प्रोत्साहनाबरोबरच कादंबरी- लेखनाकडे वळण्याला आणखी एक कारण झाले. लघुकथा लिहिताना नेहमी असा अनुभव येई की, काही प्रसंग आणि काही स्वभावचित्रे लघुकथेच्या क्षेत्रात बसूच शकत नाहीत. नाटकातले पद आणि गाण्याच्या बैठकीतली चीज एकाच तऱ्हेने आळवणे शक्य नसते. तशातलाच हा प्रकार. शिवाय क्षणचित्रे (Snap-shots) काढून कधी चित्रकारांचे समाधान होते का? तैलचित्रे काढण्याची आपली इच्छा त्याला कधी ना कधी तृप्त करून घ्यावीच लागते.

प्रश्न : सत्यसृष्टीच्या आधारे आपण आपल्या कादंबऱ्यांची उभारणी करता की केवळ कल्पनेच्या साम्राज्यात विहार करण्याकडे आपल्या मनाचा कल आहे?

उत्तर : सत्याच्या पायावर उभारलेली कल्पनेची इमारत असेच सामान्यतः ललित वाङ्मयाचे वर्णन करता येईल. सत्यसृष्टीतील जशाच्या तशा गोष्टी माझ्या कादंबऱ्यांत मुळीच आल्या नाहीत असे नाही; पण सत्यावर कलेचे संपूर्ण संस्कार करून मगच त्याचा कथेत उपयोग करणे अधिक इष्ट, असे मला वाटते. मात्र सामाजिक कादंबरीला केवळ कल्पनेच्या साम्राज्यात विहार करून चालणार नाही.

प्रश्न : कथालेखनात आपण तत्त्वास प्राधान्य देता की कलेस?

उत्तर : तत्त्व व कला यांचा संगम कित्येकांना अर्धनारीनटेश्वरासारखा वाटतो.

माझे मत तसे नाही. लेखकाची कलासक्ती व तत्त्वप्रतिपादनशक्ती यांचा सुंदर मेळ पडणे अशक्य नाही. तत्त्व हा प्राण व कला ही शरीर मानण्यापर्यंत माझी मजल जाईल; पण शरीरविरहित स्थितीत या प्राणाचे अस्तित्व कथा वाङ्मयात शक्य नाही, असं मला वाटतं.

प्रश्न : एखादा विख्यात पाश्चात्त्य कादंबरीकार आदर्श म्हणून आपण आपल्यापुढे ठेवला आहे काय?

उत्तर : आदर्श पुढे ठेवायला आपले रूप आधी चांगले असावे लागते. विशिष्ट आदर्श मी आपल्यापुढे ठेवलेला नसला तरी पाश्चात्त्य कादंबरीकारांत टार्जिनिव्ह मला विशेष आवडतो.

प्रश्न : इंग्रजी वा इतर प्रमुख भाषांत आपल्या कादंबरीची रूपांतरे झाली तर जगाचे लक्ष अल्प प्रमाणात तरी महाराष्ट्र-साहित्याकडे वळेल असा आपणास विश्वास वाटतो का?

उत्तर : मराठीतल्या सुमारे २०-२५ चांगल्या कादंबऱ्यांची इंग्रजीत अगर इतर प्रमुख भाषात रूपांतरे होऊन जगाचे लक्ष अल्प प्रमाणात महाराष्ट्र-साहित्याकडे वळणे शक्य असल्यास या श्रेयापैकी पन्नासांश तरी भाग माझा असेल, असा विश्वास प्रगट करायला काही हरकत नाही.

प्रश्न : आपणाला आपली कोणती कादंबरी विशेष आवडते व का?

उत्तर : सध्या तरी 'उल्का'च अधिक बरी वाटते. कारण ती प्रकाशनाच्या दृष्टीने सर्वांत लहान आहे, हेही असू शकेल. कल्पनारम्यता, रंजकता, इत्यादी दृष्टीनी 'कांचनमृग' व 'दोन ध्रुव' पुष्कळांना आवडत असल्या तरी 'उल्के'इतके मनोविकसनाचे वैशिष्ट्य त्यात नाही, असं मला वाटतं. अर्थातच हे मत पुढील कादंबरी प्रसिद्ध होताच बदलण्याचा संभव आहे.

— विहंगम
(जुलै, १९३५)

कला, नीती आणि वाङ्‌मय

१९ जानेवारी, १९३८ रोजी कोल्हापूरच्या भक्ति सेवा विद्यापीठात खांडेकरांच्या चाळिशीच्या निमित्ताने केळवकर दिनाचे औचित्य साधून 'खांडेकर व विद्यार्थी' असा जाहीर प्रश्नोत्तरांचा कार्यक्रम झाला. खांडेकरांची ही पहिली प्रकट मुलाखत म्हणून तिचे असाधारण महत्त्व आहे. ती मुळात साप्ताहिक 'पुढारी'त प्रसिद्ध झाली होती. साप्ताहिक 'वैनतेय'ने दि. १ फेब्रुवारी, १९३८ च्या आपल्या अंकात तिचे पुनर्मुद्रण केले होते.

प्रश्न : वाङ्‌मय आणि जीवन यांचा संबंध काय?

उत्तर : जीवनावरच वाङ्‌मय उभारलेले असते. जीवनाशिवाय वाङ्‌मय अवतरू शकत नाही. जीवन नाही तर वाङ्‌मय नाही.

प्रश्न : आपण कादंबऱ्या कशा लिहिता?

उत्तर : या प्रश्नाचा रोख कळणे दुरापास्त आहे. कदाचित प्रो. फडके यांनी 'मी माझ्या कादंबऱ्या कशा लिहितो' या लिहिलेल्या लेखावरून हा प्रश्न सुचला असावा. परंतु तसं मला फारसं काही सांगायचं नाही. फार तर एवढे म्हणता येईल की, कादंबरी लिहावयाचीच असे ठरवून मी कादंबरी लिहीत नाही. विषय सुचला, कथानकाची कल्पना मनात आली की, त्यावर बराच वेळ मी विचार करतो व कादंबरीचा सांगाडा तयार झाला की, फुरसद काढून लिहून टाकतो.

प्रश्न : कला व नीती यांचा संबंध कोणता असावा?

उत्तर : कला व नीती या बहिणी-बहिणी आहेत. त्या सवती-सवती नव्हेत. या बहिणींचे जमायचे की त्यांचे भांडण व्हायचे हे लेखकाच्या मनोवृत्तीवर अवलंबून आहे. माझ्या तरी वाङ्‌मयात नीतीचा सासुरवास कलेला झालेला नसावा असं वाटतं. माझ्यावर अनीतीचा शिक्का 'छाया' बोलपटात मारण्यात येऊ लागला; परंतु

मी अनीतीचा पुरस्कार बिलकुल केलेला नाही. 'छाये'त मी काही स्त्रियांना शीलविक्रीला पाचारलेले नाही. समाजातील एका चित्राचे सत्यचित्र रंगविले आहे. समाजात अनीतीपर अशा कृत्यांचा जो नंगानाच चालला आहे, त्याचे एक चित्र काढून ते उघडकीस आणले तरी समाजाने रागवावे हे आश्चर्य नव्हे काय? वास्तविक 'छाये'त अनीती नसून बऱ्याच लोकांना ते पाहवत नाही. कित्येकजण तर कबूल करतात की, छाया चित्रपटातील कथानक सत्य असले तरी ते दाखविण्यास नको होते. असले लोक क्रुरातले क्रूर नव्हेत काय? शेजाऱ्यांचे घर जळत असता ते न बघण्यासारखे आहे ते! तेव्हा वास्तविक नीती व कला यांचा संबंध असू नये. नीती व कला यांचे भांडण आहे. खरी कला नीतीशी फटकून असते, वगैरे गोष्टी खोट्या आहेत. दलितांशी सहानुभूती दाखविली म्हणजे काही अनीती होत नाही. नीती या शब्दाचा व्यापक अर्थ घेतला तर कला व नीती यांचे सख्यच वाङ्मयाच्या प्रगतीला पोषक होईल. नीती न मानणारा मात्र मी नाही.

प्रश्न : आपल्या कादंबऱ्या बहुजन समाजासाठी नसतात असे काही टीकाकार म्हणतात, त्याबद्दल आपलं मत कायं आहे?

उत्तर : एका अर्थी टीकाकारांचे म्हणणे खरे आहे; कारण मी पांढरपेशा वर्गातील एक आहे. तेव्हा मी जे काही लिहितो ते त्या भूमिकेवरूनच! मी लोकप्रिय असेन तर पांढरपेशा वर्गातील खालच्या थरातील लोकांमध्ये. मी रंगविलेले जीवन त्या लोकांतील आहे. तेव्हा बहुजन असा जो सर्वांत अतिशय खालचा अशिक्षित समाज आहे, अशा समाजाला उपयोगी पडेल असे माझे वाङ्मय नाही, हे काही खोटे नव्हे.

प्रश्न : तुमच्या व प्रो. फडकेंच्या कादंबऱ्यांमध्ये महत्त्वाचा फरक कोणता आहे?

उत्तर : हे माझे मी सांगणे कठीण आहे; परंतु लोक महत्त्वाचा फरक करतात तो असा : माझ्या कादंबऱ्या हेतुप्रधान असतात व फडकेंच्या कलात्मक असतात आणि हे खरं आहे. कोणता तरी हेतू अथवा विषय प्रतिपादन करावा म्हणूनच मी कादंबऱ्या लिहिल्या म्हणून त्या हेतुप्रधान ठरल्या व फडके केवळ कलानंदासाठी कादंबऱ्या लिहीत असल्याने त्यांच्यात कलात्मकता अधिक आली. कलेला तत्त्वप्रतिपादनाचे वावडे असते अशा मताचे ते असल्याने त्यांच्या कादंबऱ्या तत्त्वकथनापासून अलिप्त राहिल्या. आता तत्त्वप्रतिपादन व कला यांचे वावडे असते असे नाही. प्रो. फडकेंची नुकतीच प्रकाशित झालेली 'प्रवासी' कादंबरी पाहा. त्यात विशिष्ट ध्येयाचे प्रतिपादन केले असून कला आहेच की नाही? इब्सेनचे एखादे नाटक घ्या! तत्त्वप्रतिपादन व कला यांचा तेथे मिलाफ आहेच ना? आता माझ्या

कादंबऱ्यांत कला आहे की नाही, हे आपणच ठरवावे.

प्रश्न : वाङ्मयात वैचारिक क्रांती घडवून आणण्याचे सामर्थ्य असते काय?

उत्तर : वैचारिक क्रांती घडविता येईल की नाही हे सांगणे कठीण आहे; पण वाङ्मयाच्या वाचनाने मनुष्य संस्कारक्षम बनतो हे खरे. 'एकच प्याला' पाहून दारूबंदी झाली नाही, याचे कारण वाङ्मयाचा हेतू क्रांती घडवून आणणे हा नव्हे; परंतु वाचकांच्या व प्रेक्षकांच्या मनावर विचारांचे आघात करून नव्या कल्पनांचा स्वीकार करण्याचे सामर्थ्य वाङ्मय निर्माण करते. नाहीतर वाङ्मयाला महत्त्व उरले नसते. कायद्याप्रमाणे वाङ्मयाचा प्रभाव चटकन दिसून येणार नाही; परंतु समाजाची वैचारिक शक्ती वाढविण्याचे कार्य वाङ्मय बजावीत असतेच. शिरोड्यासारख्या आडवळणाच्या, जुन्या कल्पनांचे वास्तव्य असलेल्या व सुधारणांमध्ये मागे पडलेल्या गावी माझे आयुष्य गेले असूनही माझे विचार इतके प्रगत कसे झाले? माझा तर विश्वास आहे की, हा हरिभाऊ आपटेंच्या साहित्याचा परिणाम आहे. त्यांच्या कादंबऱ्यांनी मलाच नव्हे, त्या वेळच्या पिढीला संस्कारक्षम बनविले; भविष्यकाळी व्हावयाच्या सुधारणांची पूर्वभूमी सज्ज केली.

साप्ताहिक पुढारी
२२ जानेवारी, १९३८

मी आणि माझे टीकाकार

मुंबई आकाशवाणीवरून वि. ह. कुलकर्णी यांनी वि. स. खांडेकरांची टीकाकारांसंबंधाने घेतलेली ही मुलाखत. खांडेकरांची आकाशवाणीवरून पहिल्यांदा प्रसारित झालेली मुलाखत म्हणून तिचं आगळे महत्त्व आहे.

'आजच्या श्रेष्ठ समजल्या जाणाऱ्या लेखकांनी टीकात्मक वाङ्मय लिहिण्यास प्रारंभ केला पाहिजे. वाङ्मयात अग्रभागी चमकणारे लेखक एकमेकांच्या वाङ्मयावर टीकात्मक वाङ्मय लिहू लागले म्हणजे साहित्यात खेळीमेळीचे वातावरण निर्माण होईल. कोल्हटकर-केळकरांनी जसे अभिजात ललितवाङ्मय निर्माण केले आहे, त्याप्रमाणे विपुल असे टीकावाङ्मयही निर्माण केले आहे. जो लेखक कलात्मक वाङ्मय निर्माण करतो, त्याला टीकेची कलात्मक व व्यापक दृष्टी असते. त्याच्या नजरेतून जसे दोष सुटत नाहीत तसे गुणही सुटत नाहीत आणि म्हणूनच ललित लेखनात यश मिळालेला लेखक-मार्गदर्शक टीकावाङ्मय करू शकेल. कोल्हटकर-केळकरांचे उदाहरण आपल्या नजरेसमोर आहे. मी गेल्या सात-आठ वर्षांत टीकालेखनाकडे दुर्लक्ष केले, याचे मला फार वाईट वाटत आहे,' असे उद्गार वि. स. खांडेकर यांनी मुलाखतीत काढले.

आतापर्यंत गेल्या दहा-बारा वर्षांत त्यांच्या वाङ्मयावर झालेल्या टीकेसंबंधी आणि एकंदरीत टीकावाङ्मयासंबंधी त्यांचे काय मत आहे, असा मी प्रश्न केला त्या वेळी खांडेकर म्हणाले, 'माझ्या वाङ्मयावर अनेक वृत्तपत्रांतून टीका आल्या आहेत; पण या टीकांचा मला विशेष उपयोग झाला नाही. त्या सर्व टीका मामुली स्वरूपाच्या होत्या. बहुतेक वृत्तपत्रलेखकांनी केलेल्या टीका प्रामाणिक स्वरूपाच्या होत्या; पण वाङ्मयीन महत्त्वाच्या नव्हत्या. त्या टीकालेखांमुळे फाजील अलंकारिक भाषेशिवाय माझे दुसरे कोणतेही दोष मला कळले नाहीत. दैनिके किंवा साप्ताहिके यांच्यापेक्षा मासिकांतील टीकात्मक लेख कित्येकदा महत्त्वाचे असतात; पण अलीकडे

मासिकांनीही टीकालेखनाकडे पूर्णपणे दुर्लक्ष केलेले दिसत आहे. मार्मिक व मूलग्राही टीका क्वचितच वाचायला मिळते.

टीकालेखनाला महत्त्व येण्यासाठी तज्ज्ञ लेखकांनी टीकालेखन केले पाहिजे. प्रो. फडके, वरेरकर, माडखोलकर व अत्रे प्रभृतींकडून संपादकांनी टीका लिहवून घेतल्या पाहिजेत. फडके-माडखोलकर यांसारख्या लेखकांच्या कलाकृतींवर अभिप्राय व्यक्त करणारा टीकाकार तितकाच रसिक, विद्वान व देशी-परदेशी वाङ्मयाचा अभ्यासक पाहिजे. तो स्वतः कलावानही असला पाहिजे. टीकाकार ललित लेखक असला म्हणजे तो बेजबाबदारपणे काहीही लिहू शकत नाही.

प्रश्न : तुमच्या वाङ्मयकृतींवर आतापर्यंत मत्सरीपणानं कुणी टीका केली आहे का?

उत्तर : मत्सरी वृत्तीने कुणीही माझ्या वाङ्मयावर टीका केलेली नाही. मात्र टीकाकारांच्या मत्सराचा नसला तरी अज्ञानाचा तोटा लेखकाला भोगावा लागतो. 'दोन मने' या माझ्या कादंबरीवर विरोधी स्वरूपाची काही परीक्षणे आली; त्यांत मत्सर नव्हता; पण पूर्वग्रह व अज्ञान यांचे मिश्रण होते. लेखकांसंबंधीचा पूर्वग्रह बाजूला सारून अभिजात रसिक दृष्टीने नव्या वाङ्मयकृतीकडे पाहण्याची वृत्ती प्रो. आंबेकर व शेषप्रभृती मोजक्या टीकाकारांतच आढळून येते.

प्रश्न : ज्या विशिष्ट हेतूंनी तुम्ही कादंबऱ्या लिहिल्या, तो हेतू समजून घेऊन तुमच्या कादंबऱ्यांवर टीकाकारांनी टीका लिहिल्या आहेत, असं आपणास वाटते का?

उत्तर : 'दोन ध्रुव' आणि 'हिरवा चाफा' या कादंबरीतील माझी भूमिका समजून घेऊन अनेक टीकाकारांनी परीक्षणे लिहिली; पण 'उल्का' व 'दोन मने' या कादंबऱ्यांवर जे टीकालेख आले, त्यांपैकी बहुतेक उथळ होते. 'उल्का' व 'दोन मने' लिहिताना मी रचनेत व शैलीत जो बदल केला होता, त्याच्याकडे पुष्कळांचे दुर्लक्ष झाले. 'हिरवा चाफा' आणि 'दोन ध्रुव' या कादंबऱ्या कथानकप्रधान कादंबऱ्या आहेत आणि 'उल्का' आणि 'दोन मने' मनोविश्लेषणप्रधान कादंबऱ्या आहेत. या महत्त्वाच्या फरकाकडे टीकाकारांनी लक्ष देण्यापूर्वी माझ्या पूर्वीच्या वाङ्मयासंबंधी जे पूर्वग्रह होते, ते कायम ठेवून त्यांनी या कादंबऱ्यांचे परीक्षण केले. लेखकाचे सर्व वाङ्मय अभ्यासपूर्वक न वाचता त्यांच्या हाती लागलेल्या कृतीवरून त्याच्या वाङ्मयासंबंधी मते व्यक्त करतील, असे टीकाकारही महाराष्ट्रात थोडेथोडके नाहीत. आजच्या बहुतेक टीकाकारांची मनोभूमिका व्यक्तिनिष्ठ आहे. याचे ठळक उदाहरण म्हणजे 'समाजस्वास्थ्या'तील शकुंतलाबाई परांजपे यांची परीक्षणे. या बाईंच्या मनाच्या रसिकतेची अनेक द्वारे बंद आहेत. त्याचे प्रायश्चित्त लेखकांना का? आजच्या टीकाकारांमध्ये ऐतिहासिक व सामाजिक दृष्टीचा अभाव आहे. 'उल्का' कादंबरीवर

शिखरे यांनी 'केसरी'त टीका केली होती. त्यांना उल्केचे प्रेमच नापसंत असावे. या कादंबरीत उल्केचा चार व्यक्तींशी प्रणयिनी म्हणून संबंध येतो असे दाखविले आहे. याचा अर्थ ती मुलगी भ्रमराच्या वृत्तीची असते असे नाही. विशिष्ट सामाजिक परिस्थितीमुळे तिला आयुष्याच्या प्रवाहाबरोबर वाहत जावे लागते. प्रेमपूर्ती झालेली कोणतीही व्यक्ती सुखासुखी दुसऱ्या प्रेमाच्या फंदात पडणार नाही; पण प्रेमभंगाचे चटके बसू लागले तर ती प्रेमाच्या वाटेला पुन्हा कधीच जाणार नाही, असे मात्र म्हणता येणार नाही. माणसाला जोपर्यंत जगावेसे वाटते तोपर्यंत तो प्रेम करीत राहणारच. प्रेमभंगाने प्रेमाविषयी उदासीनता वाटू लागली तरी ती तात्कालिक असते. एखाद्या तरुणीने प्रेमभंग झाल्यावर पुन्हा प्रेमासाठी उत्सुक होणे हा काही तिचा दोष नाही. ज्या सामाजिक परिस्थितीत प्रेमासारख्या नैसर्गिक भावनांचा कोंडमारा केला जातो, त्या परिस्थितीचा तो दोष आहे. मानसशास्त्राच्या दृष्टीने उल्केची मनोरचना जशी नैसर्गिक आहे, त्याचप्रमाणे आजच्या तरुण मुलींचे एक प्रातिनिधिक चित्र या दृष्टीनेही ती भूमिका वास्तव स्वरूपाची आहे. तरुणींच्या मनातील खळबळीचे मापन करणारी जर यंत्रे निघाली, तर आजच्या समाजात उल्केसारख्या नव्वद टक्के तरुणी असलेल्या दिसून येतील आणि म्हणूनच उल्केचे स्वभावचित्र आजच्या समाजातील तरुणींच्या परिस्थितीचे प्रातिनिधिक चित्र आहे. मी माझ्या कादंबऱ्यांतही नायकांची जी स्वभावचित्रे रेखाटली आहेत, तीही अशीच प्रातिनिधिक स्वरूपाची आहेत. 'दोन ध्रुवा'तील विद्याधर, 'उल्के'मधील चंद्रकांत, 'हिरवा चाफा'मधील मुकुंद, 'दोन मने'मधील श्री, 'पांढरा ढग'मधील अभय हे आजच्या आपल्या समाजातील तरुणांचे प्रतिनिधी आहेत. 'हिरवा चाफ्या'तील मुकुंदाच्या भूमिकेसंबंधी पां. वा. गाडगीळ यांनी एक टीका लिहिली होती. त्यांना ते स्वभावचित्र फार सदोष वाटले. मुलींना भुलविण्याखेरीज मुकुंदाने काहीच कार्य कादंबरीत केलेले नाही, असा त्यांचा आक्षेप आहे. 'पांढरे ढग'मधील अभय मात्र त्यांना आवडला. मग मुकुंद त्यांना का आवडला नाही, हे मला समजत नाही. मुकुंद हा खालच्या वर्गातून आला आहे, हे कित्येकांच्या सुप्त मनाला आवडत नसेल कदाचित. माझ्या दृष्टीने मुकुंद आणि अभय यात काही दोन ध्रुवांचे अंतर नाही. अभय वरच्या समाजातील आहे एवढेच. वरील कादंबऱ्यांतील पाचही नायक लोकप्रिय असूनही त्यांच्या टीकाकारांना काहीही कळलेले नाही. निरनिराळ्या परिस्थितीत समाजाचे प्रतिनिधी म्हणून मी त्या नायकांची स्वभावचित्रे रेखाटली आहेत. पूर्ण समाजवादी नायक निर्माण करून समाजाला त्यांच्याकडून बौद्धिक संदेश देणे फारसे कठीण आहे असे नाही; पण समाजवादी परिस्थिती निर्माण होण्याच्या मार्गात कोणत्या अडचणी आहेत आणि त्या अडचणीत सापडून किती समाजवादी मनोभूमिकेच्या बुद्धिवान तरुणांचे जीवन व्यर्थ जात आहे, याचे लेखकाने वर्णन करायला नको का? समाजातील अनिष्ट परिस्थितीविषयी समाजाच्या मनात तिरस्कार निर्माण केला जाण्यासाठी चंद्रकांत, मुकुंद, अभय असले बुद्धिमान

तरुण संक्रमणात कसे धडपडत आहेत, याचे चित्र दाखविणे माझ्यासारख्या मर्यादित अनुभवाच्या लेखकाचे कर्तव्य आहे. आयुष्यात अपयश मिळालेला तरुण दुबळा असतोच असे नाही. अपयश मिळणे हा तरुणाचा दोष नसून परिस्थितीचा आहे. या परिस्थितीचे भडक वर्णन करणे अगर दुर्दैवाने दुबळा ठरणारा नायक रेखाटणे हा मुळीच प्रतिगामीपणा होत नाही. परिस्थिती आडवी आली नाही तर प्रत्येक व्यक्ती जीवनात यशस्वी होऊ शकते; म्हणूनच परिस्थिती बदलण्याच्या हेतूने प्रचार करण्यासाठी लेखकाने कथावाङ्मयातील भूमिकांचा योग्य तो उपयोग करून घेतला पाहिजे. कोणत्याही कामगार पुढाऱ्याइतकाच मी मनाने समाजवादी आहे; पण केवळ तात्त्विक अशी स्वभावचित्रे रेखाटणे मला आवडत नाही.

प्रश्न : तुमच्या लघुकथा वाङ्मयावर तरी योग्य प्रकारे टीका झाली आहे का?

उत्तर : माझ्या लघुकथा सर्वांना - टीकाकारांनाही आवडतात; पण गेल्या पंधरा वर्षांत लघुकथेंच्या लेखनतंत्रात आणि विषयात मी जे प्रयोग करीत आलो आहे, त्यांची कुणाला फारशी जाणीव नाही. लघुकथा लिहिताना मी निरनिराळ्या पद्धतींचा उपयोग केला आहे. जीवनातील अनुभवाच्या उत्कट क्षणांवर कथा लिहिण्याचे तंत्र देशी-परदेशी कथालेखकांनी हाताळलेले आहे. मीही तसल्या गोष्टी लिहितो; पण गेल्या वीस वर्षांत माझ्या कथांना मी थोडे निराळे वळण लावले आहे. कोणत्याही व्यक्तीच्या आयुष्यातील उत्कट क्षणांवर कथेची रचना करताना त्या व्यक्तीच्या पूर्वजीवनाचाही कलात्मकतेने मी थोडक्यात आढावा घेतो आणि मध्यवर्ती प्रसंगाला अनुकूलच होईल अशा रीतीने लघुकथेतच तिच्या उभ्या आयुष्याचे चित्रण करतो.

लघुकथाचे वैपुल्य

आज लघुकथांचे वैपुल्य फार आहे; पण लघुकथा वाङ्मयाला वळण लावण्यासाठी त्या वाङ्मयप्रकारावर चर्चा केली जात नाही. लघुकथा-संग्रहांवर परीक्षणे येतात खरी; पण ती अत्यंत अपुरी असतात. गेल्या पाच वर्षांत लघुकथेच्या विकासाबद्दल अनास्था दाखविण्यात आली आहे. तेव्हा 'ज्योत्स्ना,' 'उषा,' 'सह्याद्री,' 'मनोहर' या मासिकांनी प्रत्येक अंकात एका सुंदर लघुकथेवर एखाद्या प्रसिद्ध टीकाकाराकडून टीका लिहवून घेणे जरुरीचे आहे. इतर देशी भाषांच्या मानाने लघुकथांच्या दृष्टीने मराठी वाङ्मय मागासलेले आहे असे समजण्याचे कारण नाही. 'माणूस जगतो कशासाठी?,' 'न्याय' या फडके यांच्या लघुकथा आणि 'महेश्वरी लुगडे' ही वरेरकरांची लघुकथा यांचे जर इंग्रजीत भाषांतर केले तर त्या कथा इंग्रजीच्या तोडीच्या ठरतील. आमच्या मराठी वाङ्मयात आज अशी दुर्दैवी परिस्थिती आहे. टीकावाङ्मयाला कुणीही महत्त्व देत नाही; म्हणूनच आजच्या श्रेष्ठ समजल्या जाणाऱ्या लेखकांनी टीकात्मक वाङ्मय लिहिण्यास प्रारंभ केला पाहिजे. वाङ्मयात

अग्रभागी चमकणारे लेखक एकमेकांच्या वाङ्मयावर टीकात्मक वाङ्मय लिहू लागले म्हणजे साहित्यात खेळीमेळीचे वातावरण निर्माण होईल. कोल्हटकर-केळकरांनी जसे अभिजात ललित वाङ्मय निर्माण केले आहे, त्याचप्रमाणे विपुल असे टीकात्मक वाङ्मयही निर्माण केले आहे. जो लेखक कलात्मक वाङ्मय निर्माण करतो, त्याला कलात्मक दृष्टी असते. त्याच्या नजरेतून दोषही सुटत नाहीत तसे गुणही सुटत नाहीत; आणि म्हणूनच ललितवाङ्मयात यश मिळालेला लेखक-मार्गदर्शक असे टीका-वाङ्मय निर्माण करू शकेल. कोल्हटकर-केळकरांचे उदाहरण प्रत्यक्ष आपल्या नजरेसमोर आहे. मी हल्ली टीकालेखनाकडे दुर्लक्ष केले, याबद्दल मला फार वाईट वाटत आहे!

— उषा

(नोव्हेंबर, १९३९)

मी व माझे लेखन

सन १९४३ साली मो. ग. रांगणेकरांनी महाराष्ट्रातील तत्कालीन प्रसिद्ध साहित्यकारांना एक प्रश्नावली पाठवून त्यांची उत्तरे घेतली होती. नंतर त्यांचा एक संग्रह 'मी व माझे लेखन' शीर्षकाने प्रकाशित केला होता. त्यातील वि. स. खांडेकरांची प्रश्नोत्तरे इथे उद्धृत करण्यात आली आहेत.

आपली आपण स्तुती करणारा पढतमूर्ख असतो हे तर खरेच; पण केवळ आपली इत्थंभूत माहिती सांगण्याचा आव आणणाराही त्याच कोटीत पडतो. मनुष्य जगाकडे दुर्योधनाच्या पण स्वत:कडे मात्र धर्मराजाच्या दृष्टीने पाहतो, हेच या पढतमूर्खपणाचे कारण आहे. इतके असूनही 'मी'पणाशिवाय ज्यात दुसरी गोष्ट नाही अशी खालील हकीगत, संपादकांची आज्ञा अमान्य करता येत नाही म्हणूनच, मी देत आहे.

प्रश्न : आपल्या हातून आतापर्यंत निर्माण झालेल्या वाङ्मयकृतींपैकी आपल्या विशेष आवडीची कृती कोणती?

उत्तर : शाळेच्या क्रिकेट सामन्यात सेनापती म्हणून मिरविणाऱ्या मनुष्याला इलाख्याच्या चौरंगी सामन्यात 'हातचा' **(Reserved)** सैनिक होण्याचादेखील जसा मान मिळत नाही, तसेच लेखकांचंही आहे. बीज, अंकुर व वृक्ष या तिन्ही अवस्था लेखकांनाही असतात. यांपैकी अंकुरावस्थेत असलेल्या व नुकत्याच प्रसिद्ध झालेल्या 'रंकाचे राज्य' या नाटकाशिवाय अन्य पुस्तक न लिहिलेल्या माझ्यासारख्या मनुष्याने आपल्या वाङ्मयकृतींविषयी काय व कसं लिहावयाचं हे सांगणेच कठीण आहे. कविता, विनोदी लेख, टीका, कथा, इत्यादी क्षेत्रांत मी लेखन करण्याचा प्रयत्न केला आहे. गोष्टींपैकी 'घर कोणाचे?' ही माझी पहिलीच गोष्ट मला अद्यापिही बरी वाटते. अलीकडच्या गोष्टींपैकी 'आंधळ्याच्या भाऊबीजे'वर वाचकवर्गाचा लोभ

असला तरी 'केशवसुतांची कविता' मला अधिक आवडते. टीकांपैकी 'सौभाग्यलक्ष्मी' व 'मेनका' या नाटकांवरील टीका मला त्यातल्या त्यात बऱ्या वाटतात.

प्रश्न : आपल्या आजपर्यंतच्या लेखनकृतींतील मध्यवर्ती कल्पना अगर विचार पूर्ण स्वतंत्र आहेत की प्रत्यक्ष पाहिलेल्या अगर घडलेल्या प्रसंगांमुळे आपणाला त्या कल्पना सुचल्या आहेत?

उत्तर : घडलेला, पाहिलेला, ऐकलेला, वाचलेला अगर अनुभवलेला प्रसंगच बहुधा माझ्या कथानकाच्या मुळाशी असतो. मात्र या प्रसंगांपैकी ध्येय अगर कला या दृष्टीने इष्ट भाग निवडल्यानंतर त्या भागाची वाढ नेहमी जितकी स्वाभाविक होईल तितकी करण्याचा मी प्रयत्न करतो. पुष्कळ वेळा विचारांच्या समुद्रात बुडत असलेली निराकार तत्त्वे व्यवहारात मिळणारा काडीचा आधार घेऊन साकार होतात; पण मूळची काडी व नंतरचा स्तंभ यांच्यामधील अंतर केवळ कल्पनेनेच तोडलेले असतं.

प्रश्न : आपली लिहिण्याची वेळ साधारणत: केव्हा असते?

उत्तर : बहुधा मी सकाळी लिहावयाला बसतो. लेख हातात घेतल्यानंतर मग ती एखादी लहान गोष्ट असो वा मोठे नाटक असो, तो पुरा केल्याशिवाय मला चैनच पडत नाही. तो पुरा होईपर्यंत मला नीट झोपही येत नाही अगर जेवणही जात नाही. ही स्थिती अनेकांना हास्यास्पद वाटेल हे मी जाणून आहे; पण या स्वभावामुळेच लेख हाती घेतला की तो शक्य तितक्या लवकर हातावेगळा केल्यावाचून मला राहवतच नाही. लेखनाला प्रारंभ सकाळी झाला (बहुधा रविवार अगर सुट्टी साधूनच तो करावा लागतो.) तरी तो लिहिण्याचे काम दुपारी, संध्याकाळी किंबहुना रात्रीही सुरू असते.

प्रश्न : आपण स्वत: लिहिता की तोंडी सांगून दुसऱ्याकडून लिहवून घेता?

उत्तर : तोंडी सांगून दुसऱ्याकडून लिहून घेण्याइतकी माझी स्थिती नाही हे जितके खरे, तितकेच तसे लेखन माझ्या हातून विपुल अगर एकाग्र चित्ताने होण्याचा संभव नाही, हेही खरे आहे. लेख सांगण्यापेक्षा लेखकाशी गोष्टी करणे अगर लेखाविषयाची चर्चा करणे यातच मी रमून जाण्याचा जास्त संभव आहे.

प्रश्न : लिहिताना तद्रूप होण्यासाठी आपणास पान, सुपारी, विडी, इत्यादींसारख्या एखाद्या साधनाचा अवलंब करावा लागतो काय?

उत्तर : एरवीच्या जगात मी पान, सुपारी, विडी इत्यादिकांच्या वाटेला जात नसल्यामुळे ग्रंथारंभी त्यांना नमन करण्याची जरुरी मला भासत नाही! मात्र ४-६ तास अखंड लिहीत बसावयाचे असले तर मध्यंतरी चहाच्या एखाद्या प्याल्याचे साहाय्य मात्र मी घेतो. या त्याच्या उपकाराबद्दल कृतज्ञतेने लिप्टन अगर ब्रुकबाँड साहेबांना एखादे पुस्तक अर्पण करावे, असाही विचार क्वचित मनात डोकावल्या-

वाचून राहत नाही!

प्रश्न : आपणास लिहिताना पूर्ण एकांत लागतो की आसपास गोंगाट चालू असतादेखील आपण लिहू शकता?

उत्तर : लिहिताना जितका एकांत असेल तितके मला बरे वाटते. जवळपास माणसे असली तरी फारशी अडचण वाटत नाही; पण त्यांच्यापैकी एखाद्याला देशभक्त व्याख्यात्याच्या सुरात बोलण्याची अगर मी बसलेल्या खोलीची गमतीदाखल झडती घेण्याची हुक्की आली, की माझी लेखनाची आगगाडी रुळांवरून तत्काळ खाली येते.

प्रश्न : कॉमेडी अगर ट्रॅजेडी यांपैकी आपला लिहिण्याचा कल विशेष कशाकडे आहे?

उत्तर : कथेचे पर्यावसन आनंदात व्हावे किंवा दु:खात व्हावे हे मी त्यातील मुख्य पात्रांच्या स्वभाव विकासावर व ध्येयाच्या शिकवणीवर अवलंबून ठेवतो. जिलब्या व कडबोळी ही दोन्ही सारखीच आवडणाऱ्या माणसाप्रमाणे हास्य व करुण हे दोन्ही रस मला सारखेच आवडतात. माझ्या कथांपैकी बऱ्याच कथा शोकान्त झाल्या आहेत; पण त्याला कारण वयाच्या मानाने अत्यंत कटू अनुभव आलेले माझे आयुष्यच आहे. हा कडवटपणा कलेला मारक आहे हे मलाही कबूल आहे व त्याप्रमाणे मी अलीकडे माझ्या लेखन-नौकेचे सुकाणू थोडेसे फिरविलेलेही आहे.

प्रश्न : नाटक, गोष्ट, कादंबरी अगर इतर बाबतींत आपणास कथानक आरंभीच सुचत असते, की लिहावयास सुरुवात केल्यानंतर ओघाओघाने कथानक तयार होत जाते?

उत्तर : कथानकातील एखादा उत्कट प्रसंग अगर एखादी हृदयंगम स्वभावाची छटा एवढेच माझे कथेच्या आरंभी बहुधा भांडवल असते. इतर सर्व गोष्टी लिहू लागल्यानंतर आपोआप येतात. जमाखर्चाच्या वह्यांप्रमाणे टिपण, टाचण वगैरे करून लिहिणे आपल्याला कधीच साधणार नाही, असं मला प्रांजलपणे वाटतं!

प्रश्न : आपण आपल्या लेखनास वयाच्या कुठल्या वर्षी आरंभ केला? आणि आपली पहिली कृती छापून प्रसिद्ध होण्यास काही अडचणी आल्या होत्या किंवा काय?

उत्तर : प्राथमिक शाळेतील व वाङ्मयातील या दोन्ही लेखनांना मी बरोबरच आरंभ केला असं मला वाटतं. माझ्या सुदैवाने माझे बाळपणातील लेखन कुणाही इतिहास-संशोधकांच्या हाती लागणार नाही, अशी मला आशा आहे. या लेखनाची स्थिती पॅरिसमधील हरघडी बदलणाऱ्या पोशाखाप्रमाणे असते. चालू घटकेचा पोशाख पुढील घटकेला जसा जुना व त्याज्य वाटतो त्याचप्रमाणे ते लेखनही थोडा काळ उलटताच स्वत:लाच टाकाऊ वाटू लागते. असले शुद्धलेखनाच्या तोडीचे

लेखन सोडून दिले तर मी वयाच्या १४-१५ व्या वर्षी लिहू लागलो असे म्हणता येईल. वयाच्या २१व्या वर्षी माझी पहिली कविता व पहिला लेख प्रसिद्ध झाला. त्या वेळी व नंतर बहुतेक संपादक, अनेक वाचक व परिचित आणि अपरिचित असे काही लेखक यांच्याकडून मला प्रोत्साहनच मिळाले. मात्र एक-दोन संपादकांशी जो संबंध आला, त्यात लेखक जातिवंत आहे की नाही हे पाहण्यापेक्षा तो आपल्या जातीचा आहे की नाही, हे पाहण्याकडेच त्यांचे लक्ष असते, असं मला आढळून आले; पण हा अनुभव गुढीपाडव्यादिवशी खाव्या लागणाऱ्या कडूलिंबाच्या गोळीइतकाच असल्यामुळे मी तो बहुतेक विसरून गेलो आहे!

प्रश्न : आपल्या अजूनपर्यंतच्या वाङ्मयेतिहासावरून निव्वळ लेखनकलेवर उपजीविका करणे शक्य आहे, असे आपणाला वाटते काय?

उत्तर : नाटके - सरस्वतीपेक्षा खुर्च्यांवर बसणाऱ्या लक्ष्मीपुत्रांची आराधना करण्यास समर्थ असलेली नाटके - सोडली तर निव्वळ लेखनकलेवर महाराष्ट्रात उपजीविका करणे धोक्याचे आहे, असे म्हणता येईल. चांगल्या लेखकानेदेखील निर्जळी एकादशी, कडक संकष्टी, लंघने इत्यादिकांचा अभ्यास करूनच लेखनकलेवर पोट भरावयाला निघावे हे चांगले. कित्येक चांगल्या मासिकांपाशी लेखकांना द्यावयाला पैसा नाही हे जितके खरे आहे, तितकेच कित्येकांना तो असूनही देण्याची इच्छा नाही हे खरे आहे. हिंदू स्त्रीचे लग्न म्हणजे जशी जन्मगाठ त्याप्रमाणे कित्येक वाचकांचे वर्गणीदार होणे असते. केवळ बाप वर्गणीदार होता म्हणून एखाद्या प्रसिद्ध वर्तमानपत्राचे अगर मासिकाचे वर्गणीदार राहणारे अनेक लोक आढळतात. त्यांचा ज्या नियतकालिकांशी संबंध जडलेला असतो ते वाईट असले तरी ते बंद करणार नाहीत, अगर दुसरे चांगले निघाले तरी त्याचे वर्गणीदार होणार नाहीत. या त्यांच्या एकमासिकत्वामुळे मासिकाचे संपादकही लेखांच्या दर्जाविषयी अनेकदा बेफिकीर होतात.

प्रश्न : आपणास लिहिण्यास स्फूर्ती लागते की आपण वाटेल तेव्हा लिहू शकता?

उत्तर : वर्तमानपत्री मजकूर सोडल्यास बाकीचे लेखन मी लहर लागेल तेव्हा व तितकेच करतो. स्फूर्ती म्हणजे काय याची अचूक व्याख्या जरी मला करता आली नाही, तरी उत्तम गवयाच्या गाण्यातही आवाज लागणे न लागणे या गोष्टी जशा संभवतात, त्याप्रमाणे लेखकाच्या बाबतीतही ओघाने व तन्मयतेने लिहिणे आणि शरीर व मन यांची प्रसन्नता असणे अगर नसणे या गोष्टी असतातच. हसू अगर रडू जसे आवरले तरी आत दबत नाही, त्याप्रमाणे लेखनाचेही होते. अशा वेळीच ते कागदावर उतरले जाणे इष्ट असतं.

प्रश्न : टीकाकारांच्या टीकेमुळे लेखकाचा काही फायदा-तोटा होतो असे आपणाला वाटते काय? आपल्या स्वत:च्या बाबतीत आपणाला काय अनुभव आला?

उत्तर : औषधामुळे जसा रोग्याचा तसा टीकेमुळे ग्रंथकाराचा फायदा होतो, असा माझा समज आहे. आतापर्यंत मी हा फायदा करून घेण्यापेक्षा इतरांचा करून देण्याकडेच जास्त कल ठेवल्यामुळे (म्हणजे ग्रंथकार न होता टीकाकार झाल्यामुळे) हा समज कितपत खरा आहे हे पडताळून पाहण्याची संधी मला मिळाली नाही. मी नुकताच ग्रंथकाराच्या वंशाला गेलो असल्यामुळे ती संधी आता मला मिळेल अशी आशा आहे. माझ्या नाटकावर 'नवा काळा'त जो अभिप्राय आला होता, त्यात केलेले दोषदिग्दर्शन मला मार्मिक व मार्गदर्शक वाटले, हे जाता जाता येथे नमूद करावयाला हरकत नाही. टीकाकार पत्नीच्या प्रेमळ वाणीऐवजी वडिलांच्या कठोर भाषेने बोलला तरी तो तज्ज्ञ व नि:पक्षपाती असल्यास त्याची टीका थोडीफार उपयुक्त होतेच होते, असं म्हणता येईल.

मी व माझे वक्तृत्व

अनंत विष्णू पाटणकर हे इंग्लिश स्कूल, माखजनचे मुख्याध्यापक. सन
१९३४ ते १९५२ अशा तब्बल अठरा वर्षांच्या सातत्यपूर्ण मेहनत व
पाठपुराव्यांनी त्यांनी अखिल महाराष्ट्रातील बिनीच्या वक्त्यांकडून प्रश्न
पाठवून उत्तरे संग्रहित केली. पुढे त्यातून 'मी व माझे वक्तृत्व' हा शीर्षक
ग्रंथ आकारला. वि. स. खांडेकर साहित्यकार, समीक्षक होते तसे वक्तेही!
अलंकारिक भाषा, माफक विनोद, उपरोधाने भरलेलं त्यांचं व्याख्यान
म्हणजे अस्खलित संवाद असायचा. अशा खांडेकरांनी दिलेली उत्तरे म्हणजे
आपल्या वक्तृत्वाची केलेली आत्मचिकित्साच!

प्रश्न : जाहीर सभेत प्रथम आपण कोणत्या साली व कोणत्या प्रसंगी भाषण
केलेत? त्या प्रसंगी आपल्याला एकदम धीटपणे बोलता आले का? नसल्यास तसे
घडण्यास कोणती कारणे झाली?

उत्तर : मी जाहीर सभेत १९१९ साली प्रथम बोललो. त्या वेळी सावंतवाडी
येथे वाचन व वक्तृत्व यांची आपल्या भोवतालच्या विद्यार्थ्यांना गोडी लागावी म्हणून
एक छोटीशी संस्था आम्ही काही पोरकट तरुणांनी चालविण्याचा थोडे दिवस प्रयत्न
केला होता. त्या संस्थेतर्फे होणाऱ्या सभांना पाच-पंचवीस मंडळी जमत. त्यात
मुलेच अधिक असत. त्यांच्यापुढे मी माझे पहिले व्याख्यान ठोकले. या व्याख्यानाचा
विषय वाचनाचे फायदे किंवा असाच काहीतरी असावा. अर्थात श्रोते बेताचेच
असल्यामुळे मी त्या वेळी न भिता, न अडखळता बोललो असलो तरी त्यात नवल
नाही. मात्र वक्त्याला आवश्यक असणारा धीटपणा - ज्याच्यातून सभा जिंकण्याचा
अभिनिवेश पुढे निर्माण होतो - माझ्या अंगी उपजतच नाही. अजूनही भाषणाचा
प्रसंग मला थोडाफार शिक्षेसारखाच वाटतो. जमलेल्या श्रोत्यांना सांगण्यासारखे

आपल्याजवळ काही आहे की नाही, ही शंका मला नेहमी अस्वस्थ करून सोडते.

प्रश्न : आजपर्यंत आपली सामान्यपणे जाहीर व्याख्यानांची संख्या कुठपर्यंत गेली आहे?

उत्तर : वर्षाला दहा-वीस लहान-मोठी भाषणे मला करावीच लागतात. अशी तीस वर्षे काढली आहेत. मात्र व्याख्यानांच्या संख्येची नक्की नोंद जवळ नाही.

प्रश्न : भाषण करण्यापूर्वी आपल्याला काही तयारी करावी लागते का? व्याख्यानांची टिपणे करून घेण्याची सवय चांगली का वाईट?

उत्तर : व्याख्यात्याने भाषणापूर्वी वैचारिक तयारी करणे चांगले. यापुढे वक्तृत्व ही नुसती प्रचाराची अथवा आतषबाजीची गोष्ट राहणार नाही. मात्र मी स्वत: अशी तयारी नेहमी करतोच असे नाही. ज्या ज्या वेळी केली त्या त्या वेळी पूर्वनियोजित विचारांच्या व कल्पनांच्या ओझ्यामुळे व्याख्यान अधिक क्लिष्ट झाले असा अनुभव आला; म्हणून ही पद्धती मी सोडून दिली; पण प्रत्यक्ष भाषणाची नसली तरी त्यातील विषयाची तयारी शक्य तेवढ्या कसोशीने नेहमी करीत राहणे आवश्यक असते. किंबहुना, ज्या विषयासंबंधाने माझे व्यवस्थित वाचन व मनन नाही, त्यासंबंधी जाहीर सभेत मी कधीच बोलत नाही. व्याख्यानाची टिपणे जवळ घेण्यात थोडा फायदा असला तरी ती पाहण्याने भाषणाचा ओघ खंडित होतो. भाषण हे एखाद्या भावगीतासारखे, लघुकथेसारखे किंवा विशिष्ट रागदारीत आळविल्या जाणाऱ्या गाण्यासारखे असले तरच ते श्रोत्यांवर कलात्मक परिणाम करू शकते.

प्रश्न : सामान्यपणे आपल्याला कोणत्या विषयावर भाषणे करणे जास्त आवडते?

उत्तर : व्यक्तिश: मला सामाजिक विषयावर बोलणे अधिक आवडते. मात्र साहित्यिक होण्याची चूक मी तीस वर्षांपूर्वी केली असल्यामुळे मला अधिक बोलावे लागते ते वाङ्‌मयीन विषयांवर.

प्रश्न : वक्तृत्व कला साध्य करण्यास आपल्याला काही अडचणी आल्या का? असल्यास त्या कोणत्या व त्यांचा परिहार आपण कसा केलात? वक्तृत्व कला संपादण्यासाठी आपण काही विशेष परिश्रम घेतले आहेत का? असल्यास कोणते?

उत्तर : कला या नात्याने मी वक्तृत्वाचा कधीच अभ्यास केलेला नाही. आयुष्याच्या आरंभीच सामाजिक कार्यात पडल्यामुळे मला व्यासपीठावरून बोलणे भाग पडले. पुढे साहित्यिक झाल्यामुळे मी वक्ता असलोच पाहिजे, हे लोकांनी परस्पर ठरविले. वक्तृत्वासाठी मी कुठलेही परिश्रम केलेले नाहीत. थोडा जिव्हाळा, थोडे ज्ञान, थोडे भाषाप्रभुत्व एवढेच माझं भांडवल आहे.

प्रश्न : 'वक्तृत्व' म्हणजे काय? वक्तृत्व अंगी येण्यास कोणत्या गुणांची प्राप्ती करून घेतली पाहिजे असे आपले मत आहे?

उत्तर : वक्तृत्व ही लेखनासारखीच फार श्रेष्ठ पण फारच थोड्या लोकांना साध्य होणारी कला आहे. या खऱ्या कलेच्या दृष्टीने मी वक्ता नाही, याची मला जाणीव आहे. स्टुडिओत किरकोळ कामाकरिता 'एक्स्ट्रा' नट असतात ना? तसे समाजाला 'एक्स्ट्रा' वक्ते लागतात. त्यांपैकी मी एक आहे. कुठल्याही कलेमध्ये प्रतिभा व कारागिरी असे दोन भाग असतात; तसे ते वक्तृत्वातही आहेत. महाराष्ट्रातल्या सध्याच्या अनेक लोकप्रिय वक्त्यांच्या अंगी प्रतिभेपेक्षा कारागिरीचाच भाग अधिक आहे, असे त्यांची अनेक व्याख्याने ऐकून माझे मत झाले आहे. प्रतिभेत कल्पकता, चिंतनशीलता, सामाजिक मनाची सूक्ष्म जाणीव व त्या मनाला सहज आवाहन करण्याचे सामर्थ्य, अभिनव वाग्विलास, तन्मयता, तळमळ, द्रष्टेपणा, इत्यादी गुणांचा समावेश होतो. बाकी उरते ती वक्तृत्वाची कारागिरी. परिश्रमाने दुय्यम दर्जाचा उत्तम वक्ता तयार होईल, पण पहिल्या दर्जाच्या वक्त्याला प्रतिभेचे अंग असणे आवश्यक आहे. दुय्यम दर्जाचे अनेक वक्ते सध्या पहिल्या दर्जाचे मानले जातात, याची अनेक कारणे आहेत. कित्येकांच्या घोटीव भाषणांची ध्वनिमुद्रिका त्या त्या ठिकाणच्या लोकांना नवी असते. सामान्य विनोद, बेछूटपणाच्या सीमेवर पोचणारा सभाधीटपणा, जनमनाला आवडणाऱ्या गोष्टींचा पाठपुरावा करण्याचे कसब, इत्यादिकांमुळे सामान्य वक्तासुद्धा अनेकदा असामान्य वाटू लागतो. या दृष्टीने वक्तृत्वाचे चित्रपटाशी साम्य आहे. लेखनकलेची कसोटी व्यक्तिमन ही आहे. वक्तृत्व व चित्रपट यांची कसोटी समूहमन ही आहे. समूहमनाची रसिकता बहुधा स्थूल स्वरूपाची असते.

प्रश्न : मराठी भाषेतील वक्तृत्वात काही दोष आहेत काय? असल्यास ते काढून टाकण्याचे उपाय कोणते?

उत्तर : इतर भाषेतले वक्तृत्व फारसे ऐकले नसल्यामुळे या प्रश्नाचे उत्तर देण्याला मी असमर्थ आहे.

प्रश्न : महाराष्ट्रीयनांनी इंग्रजी भाषेत वक्तृत्व करण्याची कला संपादन करण्यासाठी काय काय गोष्टी करणे जरूर आहे?

उत्तर : महाराष्ट्रीयनांना इंग्रजी व हिंदी भाषेतच नव्हे तर आपल्या शेजारच्या कानडी व गुजराथी भाषेतही वक्तृत्व करता आले पाहिजे असे मला वाटते; पण ही जाणीव आपल्यात अद्यापि मोठ्या प्रमाणात निर्माण झालेली नाही. मुंबई सोडली तर इतर ठिकाणी ही जाणीव सहसा आढळत नाही. इतर भाषांचा महाराष्ट्रीय मनुष्य वाङ्मयविषयक दृष्टीने चांगला अभ्यास करू शकतो; पण त्या मानाने त्या भाषांत तो वक्तृत्व करू शकत नाही. महाराष्ट्रीयनांत थोडीशी आत्मकेंद्रित वृत्ती निश्चित

आहे. ती गेल्याशिवाय या प्रश्नाचे उत्तर देणे माझ्यासारख्याला कठीण आहे. बॅ. जयकर किंवा दादा धर्माधिकारी यांच्यासारखे वक्तेच या प्रश्नाचे अधिकारवाणीने उत्तर देऊ शकतील.

प्रश्न : महाराष्ट्रात आपल्या मताने उत्तम असे वक्तृत्व कोणाकोणाचे आहे व ते कोणत्या गुणांमुळे?

उत्तर : वक्तृत्वाला आवश्यक असलेले अनेक गुण बॅ. सावरकरांच्या ठिकाणी आहेत; मात्र त्यांच्या वक्तृत्वाचा महाराष्ट्राला व्हावा तितका लाभ झाला नाही असे मला वाटते. आचार्य भागवत, माटे, पोतदार, अत्रे, फडके, धर्माधिकारी, मालतीबाई बेडेकर, मराठवाड्यातले बाबासाहेब परांजपे इत्यादिकांचे वक्तृत्व श्रवणीय असते. मात्र त्यांची सर्व भाषणे नेहमीच रंगतात असे नाही. यांपैकी कित्येकांच्या मर्यादा मनाला चटकन जाणवतात. तथापि, त्यांच्या अंगी वक्तृत्वकलेला पोषक असलेल्या अनेक गुणांचा संगम झाला आहे यात संशय नाही.

– २७ ऑक्टोबर, १९५२

चांगले आणि अधिक चांगले यांतील संघर्ष

सन १९५० नंतर एकेकाळी मराठी कथासाहित्यावर अधिराज्य करणाऱ्या फडके-खांडेकरांचं युग संपलं, अशी आवई सर्वत्र ऐकू येऊ लागली होती. त्या पार्श्वभूमीवर सौ. चारूशीला गुप्ते यांनी वि. स. खांडेकरांच्या घेतलेल्या या मुलाखतीचे पडसाद मराठी साहित्यजगतात कितीतरी दिवस उमटत राहिले. गमतीची गोष्ट अशी की, त्यानंतर मृत्यूपर्यंत (१९७६) खांडेकर लिहीत राहिले. त्यांना ज्ञानपीठ पुरस्कार लाभला अन् विशेष म्हणजे विसावं शतक संपलं तरी नवी पिढी त्यांना वाचत आहे.

'आजच्या वाचकांना नव्या साहित्याविषयी अभिरुची आणि जुन्या कालखंडातील साहित्याविषयी अरुचि निर्माण झाली आहे; 'फडके-खांडेकरांचं युग संपलं,' असे उद्‌गार ऐकायला मिळत आहेत; याविषयी आपलं काय मत आहे?' मी थोड्याशा संकोचानेच श्री. खांडेकरांना प्रश्न केला.

सायंकाळचा पाचचा सुमार होता. लॅमिंग्टन रोडवरील 'नीलम मॅन्शन'च्या चौथ्या मजल्यावरच्या एका हवेशीर व प्रशस्त दालनात आम्ही बसलो होतो. श्री. वि. स. ऊर्फ भाऊसाहेब खांडेकर हे माझ्यासमोर एका खुर्चीवर बसले होते. निळ्या पट्ट्यांचा पायजमा व तशाच तऱ्हेचा शर्ट असा अगदी साधा घरगुती पोशाख त्यांनी केला होता. हल्ली त्यांचा मुक्काम मुंबईत आहे, हे कळल्याबरोबर त्यांच्या मुलाखतीचा योग साधण्याचा मी विचार केला होता आणि त्यांनीही उदार मनाने मला मुलाखत देण्याचे मान्य केलं होतं.

माझा एक प्रश्न ऐकून खांडेकर किंचित हसले आणि म्हणाले, 'आजच्या तरुण पिढीनं आमचं साहित्य पूर्णत्वानं अभ्यासिलेलंच नाही. वरवर वाचून या साहित्याविषयी मत प्रदर्शित केलं जातं. पण हा खरोखरी अन्याय आहे. मला वाटतं, हरिभाऊंप्रमाणे आमच्याही साहित्याचं खरं मूल्यमापन एक-दोन पिढ्यांनंतरच

होईल. आजचे लेखक अन् वाचक या उभयतानाही साहित्याविषयी असावी तेवढी सखोल आस्था नाही. आम्ही चिपळणूकर, आगरकर, हरिभाऊ, कोल्हटकर, खाडिलकर, गडकरी वगैरे लेखक ज्या आस्थेने व अगत्याने वाचले, ती कळकळ आज कुठे उरली आहे? आणि दुसरी गोष्ट अशी : प्रत्येक पिढीबरोबर तिचे वाङ्मयीन आदर्श बदलत असतात. हरिभाऊंच्या पुढे स्कॉट, डिकन्स, थॅकरे वगैरे आदर्श होते. फडके, अत्रे, मी, माडखोलकर – आमच्यापुढे हार्डी, ओ'हेन्री, मॉपसाँ, मॉम, कॉवर्ड हे आदर्श होते, तर हेमिंग्वे, वेट्स, कॉडवेल प्रभृती ही आजच्या लेखकांपुढची दैवतं आहेत. आदर्शांत फरक असल्यामुळे अर्थात साहित्यातही अंतर पडत जातं; पण हे अंतर म्हणजे वैगुण्य नव्हे. तथापि, ही गोष्ट ध्यानात घेण्याइतका संयम आजच्या अनेक टीकाकारांत नाही, असं नाइलाजानं म्हणावं लागतं!'

वेट्स, हेमिंग्वे इत्यादिकांच्या उल्लेखामुळे साहजिकच मला नवकथाकारांचे स्मरण झाले आणि नुकताच एका व्याख्यानात खांडेकरांनी काही नवकथाकारांवर कामुकतेचा आरोप केला होता. त्याचीही आठवण झाली; म्हणून मी त्यांना प्रश्न केला, 'नवकथेविषयी तुमचं काय मत आहे? नवकथाकार आपल्या माध्यमाशी प्रामाणिक आहेत असं तुम्हाला वाटतं का?'

खांडेकर हसून म्हणाले, 'माझ्या त्या भाषणाबद्दल इतरांप्रमाणे तुमचाही गैरसमज झालेला आहे की काय? पण तसं म्हणाल तर नवकथेतील कामुकतेवर माझा मुळीच आक्षेप नाही. हे कामुकतेचं चित्रण आजचे साहित्यिक प्रामाणिकपणे करीत नाहीत, ही माझी तक्रार आहे. आता गंगाधर गाडगीळांची 'उंट व लंबक' ही कथा घ्या किंवा अरविंद गोखले यांची 'अधर्म' ही कथा पहा. या दोन्ही कथांना व्यभिचारात्मक विचारांचे जे अधिष्ठान आहे, ते आपल्या समाजातलं, आपल्या संस्कृतीतलं नाही, हा माझा खरा आक्षेप आहे. हा व्यभिचार फ्रेंच, अमेरिकन, इटालियन साहित्यातून आपल्याकडे आला आहे व येत आहे, असं माझं स्पष्ट मत आहे. ज्या लोकांचं जीवन विविध कारणांनी उद्ध्वस्त झालं आहे, त्यांच्या साहित्यात कामुकता यावी हे ठीक आहे; पण आपलं जीवन जुन्या श्रद्धांच्या दृष्टीनं तितकं उद्ध्वस्त झालेलं नाही.'

इथे ते किंचित थबकले. त्यांच्या विनोदी वृत्तीने उसळी घेतली, कोटिबाजपणा जागृत झाला व ते म्हणाले, 'पण साहेबांच्या साहित्यात जे काही असेल ते आपल्याही साहित्यात यायला हवं असं आम्हा लेखकांना वाटतं ना! राजकारणात साहेबांना भिण्याचं आपण आता सोडून दिलं असलं तरी साहित्यात मात्र अजूनही आपण त्यांना घाबरतो असं दिसतं!'

त्यांच्या त्या मजेदार अन् मार्मिक कोटीने मला खूप हसू लोटले. खांडेकरही हसले व पुढे म्हणाले, 'परवा लोणावळ्याला मुंबईच्या साहित्यिकांनी एक चर्चा ठेवली होती, पण चर्चेसाठी निवडलेलं पुस्तक मात्र मराठी नव्हतं. ते होतं हेमिंग्वेचं!

माझ्या म्हणण्याचा तात्पर्यार्थ असा की, आपल्या आणि पाश्चात्त्यांच्या संस्कृतीमध्ये, दैनंदिन जीवनामध्ये आणि विचार व भावना यांना प्रेरक होणाऱ्या अनुभूतींमध्ये एवढी तफावत आहे की, साहित्यात त्यांचं केवळ अनुकरण करणं आपणास इष्ट नाही. स्वीडनमध्ये कुमारी मातेचा प्रश्न आज कुणाला चमत्कारिक वाटत नाही, असं तिकडं जाऊन आलेल्या एक डॉक्टरीणबाई मला म्हणाल्या. पण हाच विषय आमच्या कथालेखकाने त्या पद्धतीनं मांडला तर तो आपल्या सांस्कृतिक चौकटीत बसणार नाही. क्षुधाशमनाइतकीच कामपूर्ती ही आयुष्यातली एक महत्त्वाची गोष्ट आहे. या भुका आणि माणसाचं सामाजिक जीवन यांची सांगड कलावंतानं योग्य रीतीनं घातली पाहिजे. केवळ शारीरिक भुकेभोवतीच साहित्यानं घुटमळत राहू नये असं मला वाटतं. आणखीही एक सांगतो : बहुतेक साहित्यिक केवळ 'चांगलं' आणि 'वाईट' यांतलाच झगडा दाखवितात; पण हा झगडा स्थूल स्वरूपाचा आहे. यापेक्षा 'चांगलं' आणि 'अधिक चांगलं' यांतला झगडा दाखवणं अधिक सूक्ष्मतेचं अन् कौशल्याचं काम आहे. टिळक-आगरकरांमधील झगड्यांसारखा झगडा साहित्यिकांना रंगविता आला पाहिजे. आजच्या कथाकारांचा आणखीही एक दोष मला जाणवतो. ते प्रथम एक सिद्धान्त गृहीत धरतात अन् मग त्याला जुळेल अशी आपली कथा निर्माण करतात. आजचेच कथाकार कशाला? सानेगुरुजींसारख्यांनीसुद्धा गांधीवादाने अन् सौजन्याने हृदयपालट झालाच पाहिजे असा एक सिद्धान्त निश्चित ठरवून साहित्यनिर्मिती केली आहे. माझ्या मते, व्यक्तीच्या प्रत्यक्ष जीवनातून सिद्धान्त निघावेत. मी 'दोन ध्रुव' कादंबरी लिहिली ती रमाकांत-वत्सलेसाठी - मार्क्सवादाचं समर्थन करण्यासाठी नव्हे!'

खांडेकरांच्या तोंडून निघणारे हे विचार जसेच्या तसे उचलून घेता घेता माझी थोडीशी तारांबळ उडाली. नंतर मी पुढचा प्रश्न विचारला, 'तुमच्या पिढीतला वास्तववाद आभासमय आहे, असा एक आक्षेप घेण्यात येतो, त्यावर तुमचं काय म्हणणं आहे?'

'हा आक्षेप थोडासा खरा आहे.' खांडेकरांनी उत्तर दिले, 'तसं पाहिलं तर खरा वास्तववाद आहे फक्त हरिभाऊंचाच. बाकीचे सर्व आम्ही रोमॅन्टिक रिॲलिस्ट्स आहोत. माडखोलकर हे राजकीय Romanticist आहेत; सानेगुरुजी गांधीवादी Romanticist आहेत; फडके प्रेमविषयक Romanticist आहेत; तर मी स्वत: जीवनविषयक Romanticist आहे; पण ही कल्पनारम्यता उत्कट असेल तर ती वाङ्मयदृष्ट्या वाईट नाही. तसं काटेकोरपणानं पाहिलं तर एक व्यंकटेश माडगूळकर सोडल्यास आजचे इतर सारे नवलेखकसुद्धा आत्मनिष्ठ म्हणजेच रोमॅन्टिक आहेत. जिथे आम्ही आहोत तिथेच तेही आहेत.'

खांडेकरांच्या या बोलण्यावरून मी त्यांना पुढचा प्रश्न विचारला, 'आजच्या

लेखकांबद्दल तुमची वृत्ती काय आहे?'

'नव्या लेखकांचं मी नेहमीच प्रेमपूर्वक स्वागत करीत आलो आहे.' खांडेकर म्हणाले, 'आणि समजा, एखाद्यानं नव्या लेखकांचं स्वागत केलं नाही तर साहित्यातील त्याचं योग्य ते स्थान त्याला निश्चित मिळतं. काळाची कसोटी हीच शेवटी खरी आहे. केशवसुतांच्या काळी माधवानुज हे त्यांच्यासारखेच मोठे कवी मानले जात असत; परंतु आता कालाने दिलेला निर्णय भिन्न आहे. लोकाभिरुची फार उदार असते. त्यामुळे परस्परविरोधी अशा गुणी लेखकांचासुद्धा ती सारख्याच वत्सलतेने सत्कार करते. राजकारणाप्रमाणे साहित्यात पक्षाभिनिवेशाचा परिणाम होत नाही; आणि म्हणूनच अत्रे, माडखोलकर, फडके व मी अशा भिन्न प्रवृत्तींच्या लेखकांचं वाचकांनी एकाच वेळी सारख्याच आत्मीयतेनं स्वागत केलं.'

'पण काय हो,' मी प्रश्न केला, 'तुमच्या कथेतील मानवतावाद तर्ककठोर शास्त्रीय विचारसरणीऐवजी भूतदयावादी वृत्तीतून आल्यासारखा वाटतो. तो का?'

माझा हा प्रश्न ऐकून खांडेकरांच्या चेहऱ्यावर एक प्रकारचा स्निग्धभाव तरळला व ते म्हणाले, 'माझी वृत्तीच भूतदयावादी आहे. त्याला मी तरी काय करू? भाजीवालीशी दोन पैशांसाठी हुज्जत घालणंसुद्धा माझ्या जीवावर येतं आणि मला वाटतं, सहृदयता हा ललित लेखकांचा सर्वश्रेष्ठ गुण होय. शास्त्रीय पुस्तकं वाचून मनुष्य राजकारणी, नेता होईल; पण जातिवंत भूतदयेतूनच तो ललित लेखक म्हणून पुढं येईल. गॉर्कीनं रशियाचं दलित-उद्ध्वस्त जीवन पाहिलं होतं आणि अनुभवलं होतं; म्हणून तो महान लेखक झाला. केवळ मार्क्सवाद वाचून तो थोर लेखक झाला नाही. शास्त्रीय पुस्तकं फार तर विचारांना दिशा देतात; पण ललित लेखकाचं अंतिम स्वरूप ठरायचं ते मात्र प्रत्यक्ष जीवनावरूनच ठरतं.'

रशियन जीवनाच्या उल्लेखावरून मी विचारले, ***'अनुभूती व साहित्य यांचा परस्परसंबंध कितपत आहे?'***

'फार मोठा.' खांडेकरांनी उत्तर दिले, 'गॉर्कीनं जीवनातले जे झगडे अनुभवले तेवढे तीव्र आमच्या जीवनात निर्माणच झाले नाहीत; परंतु सर्वसामान्य जीवनातले प्रसंगही आम्ही सहानुभूतीने पाहायला हवेत. मानवतावाद हा शास्त्रापेक्षा केव्हाही मोठा आहे. शास्त्रं नंतर शिकवली जातात; पण सहानुभूती ही मात्र अंशत: उपजत व अंशत: संस्कारजन्य असते आणि तिच्यातूनच ललित लेखकाचा मानवतावाद निर्माण होतो. मात्र सामाजिक विषमता नष्ट होण्यासाठी तिच्या जोडीला समाजवाद हवा, हे मला मान्य आहे.'

येथे मात्र खांडेकरांच्या लेखनातील निर्मळ पार्श्वभूमीची उत्कटतेने आठवण होऊन मी त्यांना विचारले, 'लेखकाची अनुभूती नीति-अनीतीनिरपेक्ष असावी असं तुम्हाला वाटतं का?'

खांडेकर म्हणाले, 'जीवनात दोन तऱ्हांची नीतीमूल्यं आहेत असं मला वाटतं. काही तत्कालीन स्वरूपाची व काही सनातन स्वरूपाची. सनातन नीतिमूल्यं जीवन पोषक असतात. ती विशाल दृष्टीने विचार करायला लावतात. उदाहरणार्थ, माझ्या 'छाया' चित्रपटातील नायिका 'कला' हिने प्रचलित नीतिमूल्यं पाळली नाहीत; पण सनातन नीतिमूल्यांच्या दृष्टीनं तिचं वर्तन अक्षम्य नव्हतं. दुसरं असं की, लेखक नीतिमान आहे की अनीतिमान आहे हा महत्त्वाचा प्रश्न नाही. तो ते अनुभव किती उत्कटतेने घेतो व किती प्रामाणिकपणाने ते साहित्यात रंगवतो, हा महत्त्वाचा मुद्दा आहे.'

'पण लेखकाच्या अनुभूतीचं क्षेत्र व्यापक नसेल तर त्याचं वाङ्मय विशाल होईल काय?' मी विचारले.

'केवळ अनुभूतीच्या क्षेत्राच्या विशालतेवरच वाङ्मयाची विशालता अवलंबून नसते.' खांडेकर चटकन म्हणाले, 'कारण मर्यादित जीवनातही अत्यंत खोल जाणं व अत्यंत उंच जाणं ही जातिवंत ललित लेखकांची लक्षणं आहेत. शरच्चंद्र किंवा हरिभाऊ यांच्या जीवनानुभूतीचं क्षेत्र आजच्यासारखं विस्तृत नसलं तरी जे होतं त्यात ते खोल गेले होते. हरिभाऊंनी पांढरपेशांचं जीवन पाहिलं. शरच्चंद्रांनी बंगाली मध्यमवर्गीयांचं जीवन पाहिलं; पण त्यातूनच त्यांनी अमर व उदात्त साहित्य निर्माण केलं. शिवाय जीवनात जिथं नीच असतं तिथं उंचही असतं. दरी असली की जवळ डोंगर असायचाच; पण आजच्या लेखकांना मात्र हा उदात्ततेचा साक्षात्कार कुठेच होत नाही. सामान्य जीवनातील उदात्ततेचे सूक्ष्म कण पकडून ठेवण्याचं सामर्थ्य लेखकांत हवं. नवलेखकांचा जीवनातल्या अवकळेवर अधिक भर आहे. जीवनातील भीषणतेबरोबरच त्यातील सुंदरतेचीही जाणीव ललित लेखकाला अवश्य झाली पाहिजे. समुद्रात मृत मनुष्याच्या सांगाड्याबरोबर रत्ने व मत्स्यकन्याही असतात. त्या लेखकांनी का पाहू नयेत? मुंबईच्या गोदीत १४ एप्रिल, १९४४ रोजी जो भयंकर स्फोट झाला, त्या वेळी एका स्टेशन मास्तरांनी लोकांचे प्राण वाचविण्यासाठी स्वत:चा जीव धोक्यात घातला होता. जीवनातील या असामान्य क्षणांकडे आमच्या लेखकांचं लक्ष जाऊ नये, ही दुर्दैवाची गोष्ट आहे!'

खांडेकरांचे हे विचार ऐकून मला बा. भ. बोरकर कवींच्या पुढील काव्यपंक्ती आठवल्या :

यज्ञी ज्यांनी देऊन निजशिर
रचिले मानवतेचे मंदिर
परी जयांच्या दहनभूमिवर
नाहि चिरा नाही पणती ।

आणि मी म्हणाले, 'मला आपल्याला असं विचारायचं आहे की, साहित्य व लेखकाचं चारित्र्य यांचा कितपत संबंध आहे?'

खांडेकर म्हणाले, 'कित्येक स्वच्छंदी लेखक कलानिर्मितीसाठी आपण अमुक अमुक अनुभव घेतो असं म्हणतात; पण सर्व बरे-वाईट अनुभव लेखकाला प्रत्यक्ष आले पाहिजेतच असं नाही. त्याचे पुष्कळसे अनुभव परोक्षच असतात. स्वानुभवानं दान देण्याची शक्ती व कल्पकता असेल तर दुसऱ्याचे अनुभवही त्याच्या पातळीवर जाऊन वर्णन करता येतात. अनुभव कोणताही असो, तो उत्कट असला पाहिजे व प्रामाणिकपणाने तो वर्णन केला पाहिजे. म्हणूनच गडकरी व सानेगुरुजी यांचं जीवन भिन्न असूनही दोघंही त्यातून सुंदर साहित्य निर्माण करू शकले.'

थोडासा विचार करून मी प्रश्न केला, 'तुमच्या लेखनात पंडित कवींप्रमाणे भाषेचा कल्पक व अलंकारिक डौल दिसून येतो, तो का?'

माझा प्रश्न ऐकून खांडेकर म्हणाले, 'माझ्या लहानपणी कोल्हटकर अतिशय लोकप्रिय होते. त्यांच्या अलंकारिक भाषाशैलीचा माझ्यावर फार परिणाम झाला. वस्तुत: मी सांगलीचा राहणारा. सांगलीचे सुप्रसिद्ध नाटककार देवल माझ्या वडिलांचे स्नेही होते; परंतु त्यांच्या सोप्या व प्रासादपूर्ण भाषेचा माझ्यावर संस्कार झाला नाही. माझं पहिलं साहित्य कोल्हटकर व गडकरी यांच्या पावलांवर पावलं टाकून वाटचाल करीत होतं. एकदा गडकऱ्यांना मी 'मतिविकार' नाटकातले अनेक प्रवेश पाठ म्हणून दाखवले होते. यावरून कोल्हटकरांच्या वाङ्मयाची पकड विद्यार्थीदशेत माझ्या मनावर किती होती, याची तुम्हाला कल्पना येईल.'

आमच्या संभाषणाचा ओघ थोडासा खांडेकरांच्या वैयक्तिक जीवनाकडे वळू पाहतो आहे हे पाहून मी त्यांना विचारलं, 'काय हो, तुमच्या वैयक्तिक जीवनातील काही तीव्र अनुभव तुम्ही साहित्यात आणले आहेत काय?'

पूर्वकालीन स्मृतींनी खांडेकरांच्या चेहऱ्यावर विषण्णतेच्या अस्पष्ट रेषा क्षणमात्र उमटल्या व ते म्हणाले, 'अहो, 'दोन ध्रुव'मधली वत्सला म्हणजे मी स्वत:च आहे. मी शिरोड्याला गेलो, त्या वेळच्या माझ्या मनोवेदना मी वत्सलेच्या ठिकाणी एकवटल्या आहेत. 'कांचनमृग' कादंबरीत माझे शिक्षक-जीवनाविषयीचे अनुभव प्रतिबिंबित झाले आहेत.

हुरहुरे स्मरुनि मन तव चरणां
थरथरे बघुनि तनु परि मरणा

ही माझी कविता मी शिरोड्याच्या मिठाच्या सत्याग्रहाच्या वेळी अत्यंत प्रक्षुब्ध मन:स्थितीत लिहिली.'

'तुमच्या साहित्यप्रेमाच्या मुळाशी शाळेतले कुणी आवडते शिक्षक आहेत का?' मी विचारलं.

खांडेकर म्हणाले, 'शाळेत काही तसे अधिकारी गुरू मला मिळाले नाहीत; पण वयाच्या सहाव्या-सातव्या वर्षांपासून मी कोल्हटकर वाचू लागलो. त्यांचा माझ्या

प्राथमिक साहित्यावर खूपच परिणाम झाला. कॉलेजात गेल्यावर गडकऱ्यांची व माझी गाठ पडली. हे दोघेच माझे वाङ्मयातले खरे गुरू!'

कोल्हटकर-गडकरी या उभय गुरूंविषयी बोलताना खांडेकरांची चर्या आदर व भक्ती या भावनांनी उजळून आली. तेवढ्यात मी त्यांना विचारलं, 'हल्ली तुम्ही कादंबऱ्या का लिहीत नाही?'

खांडेकर म्हणाले, 'सध्या माझ्यामागं फार व्यवधानं असतात. मी, माझी पत्नी आणि मुले अनेकदा आलटून-पालटून आजारी असतो. घरात कुणी एवढंसं आजारी असलं तरी मी बेचैन होतो. किंबहुना, घरात किंवा घराबाहेर मनस्वास्थ्य बिघडवणारं काही घडलं तरी त्यामुळे माझ्या लेखनात व्यत्यय येतो. ज्याचा साक्षात संबंध नाही अशा दुःखाच्या चिंतनानेही माझं मन मलूल होतं. मग ते निर्मितीचं काम निर्वेधपणे करू शकत नाही. घरात पाहुण्यांची गर्दी असतेच. लहानसहान सार्वजनिक कामंही नाही म्हटलं तरी नित्य मागं लागतात. माणसं व गप्पा ही दोन्ही मला आवडत असल्यामुळे अनेकदा परिचिताशी अगर अपरिचिताशी बोलण्यात माझे तासच्या तास निघून जातात. शिवाय कादंबरी महिना-दीड महिन्याच्या बैठकीत लिहिण्याची मला सवय असल्यामुळे तशी बैठक घालायला मला हल्ली फारशी सवड मिळत नाही; पण एका दृष्टीने ही सारी बाह्य कारणं झाली. मुख्य कारण असं की, गेल्या युद्धापासून मी जे पाहिलं आणि वाचलं त्यामुळे पूर्वीच्या माझ्या जीवितश्रद्धांना सारखे हादरे बसत आहेत. त्यामुळे – कथानक संग्रही असूनही मी गोंधळलो आहे. बेचाळीसच्या क्रांतियुद्धावर एक कादंबरी लिहिण्याची माझी इच्छा होती; पण अनेक क्रांतिवीरांचं मला जे दर्शन झालं, ते लेखनाला पोषक अशा प्रकारचं नव्हतं. अनेक कादंबऱ्यांची कथानकं माझ्यापाशी आज तयार आहेत. निर्वासितांच्या जीवनावर एक कादंबरी मला लिहायची आहे. त्यात त्यांच्या जीवनाची सारी कहाणी येणार आहे. पण त्या प्रश्नाची जी राजकीय पार्श्वभूमी आहे ती कशी सजवायची यासंबंधाने माझं मत निश्चित होऊ शकत नाही. शिवाय विचारांची व भावनांची तीव्रता एका विशिष्ट बिंदूपर्यंत वाढल्याशिवाय मी लिहू शकत नाही.'

कादंबऱ्यांचा विषय चालला होता म्हणून मी खांडेकरांना प्रश्न केला, 'तुमची आवडती नायिका कोणती?'

'अर्थात उल्का!' खांडेकर चटकन म्हणाले. आपल्या आवडत्या मानसकन्येच्या स्मरणाने त्याचा चेहरा वात्सल्यभावाने उजळून निघाला आणि ते पुढे म्हणाले, 'उल्का' कादंबरीनेच मला वरच्या दर्जाच्या मराठी कादंबरीकारांत स्थान मिळवून दिलं. माझ्याप्रमाणे अनेक वाचकांनाही ती कादंबरी आवडते. नव्या अनुभूतींची व निर्मितीची परिपूर्ण जाणीव 'उल्के'च्या वेळीच मला प्रथम आली. शिवाय जे पुस्तक लिहिताना लेखकाला निरतिशय आनंद होतो, ते त्याचं आवडतं पुस्तक होणं

स्वाभाविक आहे. 'पांढरे ढग' ही कादंबरी लोकांना 'उल्के'इतकी आवडली नाही; पण तीसुद्धा माझी आवडती कादंबरी आहे.'

'पण 'उल्का' कादंबरी लोकांना आवडली याची कारणं काय?' मी विचारले.

खांडेकर म्हणाले, 'मला वाटतं, याचं कारण म्हणजे उल्का ही अगदी मानवी आहे. आजच्या सामान्य मुलीच्या जीवनातील सर्व धोके उल्केच्या जीवनात येऊन गेले आहेत व तिच्या मतांच्या आणि जीवनाच्या सर्व प्रतिक्रिया मी प्रामाणिकपणे वर्णन करण्याचा प्रयत्न केला आहे. एक कलावंत त्या वेळी आपल्या मुलीला म्हणाले होते, 'जीवनातील धोके जर तुला टाळायचे असतील तर 'उल्का' वाच!' मला वाटतं, उल्केच्या ठायी प्रकट झालेल्या या मानवीपणामुळे ती लोकांना इतकी प्रिय झाली असावी.'

'उल्का' कादंबरीत प्रकट झालेली खांडेकरांची असामान्य कल्पकता आठवून मी त्यांना विचारलं, ***'तुमच्या लेखनात अप्रतिम कल्पकता कशी आली?'***

खांडेकर म्हणाले, 'डोळे अधू असल्यामुळे बालपणापासूनच मला कल्पना करीत बसण्याचा छंद लागला आणि त्यातूनच माझी कल्पकता निर्माण झाली असावी असं मला वाटतं!'

'पण काय हो,' मी म्हणाले, *'डोळे अधू आहेत तर मग नायिकांची अन् इतर पात्रांची वर्णनं तुम्ही कशी करता?'*

माझा तो प्रश्न ऐकून खांडेकरांना खूप हसू आले. ते म्हणाले, 'पूर्वी ज्या वेळी ही वर्णनं मी केली, त्या वेळी ती कल्पनेनं केली; पण आता अशी वर्णनं मानसिक आंदोलनाशी संबद्ध असतील तरच ती करावीत, अशा मताचा मी झालो आहे. उगाच 'तिने अंबाडा चाचपून पाहिला-'सारखी वर्णनं करण्यात अर्थ नाही असं मला वाटतं. साहित्यात शारीरिकापेक्षा मानसिकाला शतपटींनी अधिक महत्त्व आहे. पूर्वी आपल्या नाट्यशास्त्रात असा एक दंडक असे की, मरणाचे, जेवणाचे वगैरे प्रसंग रंगभूमीवर दाखवू नयेत; त्याचं कारण हेच आहे. प्रणयाचं पर्यावसान शारीरिक संभोगात होतं हे सर्वांना ठाऊक आहे; पण कोणताही कलावंत या प्रसंगाचं केवळ चित्रणाकरिता चित्रण करीत बसणार नाही. कोणतीही घटना चित्रित करताना अन्त्यापेक्षा उपान्त्य अधिक सूचक, कलात्मक ठरतं असं तात्यासाहेब केळकर म्हणत ते मोठं अर्थपूर्ण आहे.

कल्पकतेवरूनच मला खांडेकरांच्या लेखनातल्या काव्यात्मतेची आठवण झाली आणि मी त्यांना विचारले, 'तुमच्या साहित्यात एवढं काव्य आहे, मग तुम्ही कविता फार का लिहिल्या नाहीत?'

खांडेकर म्हणाले, 'प्रारंभी मी कविता लिहीत असे; पण माझ्या कवितेत भावनाविलासापेक्षा बुद्धिप्राधान्य अधिक आहे. गडकरींनी सांगितल्यावरून मी माझ्या

कॉलेजात केलेल्या बऱ्याच कविता फाडून टाकल्या होत्या. कविता करताना माझी बुद्धी व भावना सारख्या भांडत असत, असं आता मला वाटतं. लेखनाच्या प्रारंभकाळी सर्व साहित्यक्षेत्रात मी संचार केला. पुढे कोल्हटकरांच्या सांगण्यावरून मी कथालेखक झालो. 'वैनतेया'तील माझे ललितलेख हे चांगले लघुनिबंध आहेत असंच वाचकांनी ठरवलं. मग मी तशा निबंधाकडे वळलो. सध्या मात्र अगदीच वेगळ्या तऱ्हेच्या काही कविता माझ्या संग्रही पूर्ण-अपूर्ण स्थितीत आहेत. मला वाटतं, हार्डीप्रमाणे मीही अगदी वृद्धपणी काव्याचा आश्रय घेईन!'

खांडेकरांच्या तोंडच्या 'वृद्ध' या शब्दावरून मला दुसरा एक प्रश्न सुचला व मी त्यांना विचारले, 'कधीकधी बालपणातील संस्कार साहित्यात उमटतात. आपल्या बाबतीत असं झालं आहे का?'

खांडेकर म्हणाले, 'बालपणातील वृत्तींची तीव्रता आणि प्रामाणिकपणा हे दोन गुण ललित-साहित्याला अत्यंत उपयुक्त असतात. 'प्रौढत्वी निज शैशवास जपणे बाणा कवीचा असे' असे केशवसुतांनी म्हटले आहे, हे अगदी खरं आहे. माझे बालपणातले संस्कार साहित्यात अनेक वेळा उतरलेले आहेत. 'उल्के'तील चंद्रकांताची कठोर आई ही माझी आई. आईच्या प्रेमाचा मला अनुभव नाही. कदाचित मी मधला मुलगा असल्यामुळे असं झालं असेल.' हे बोलत असताना खांडेकरांचा चेहरा उद्वेगाने झाकाळून गेला होता.

जुन्या आठवणींपासून त्यांचे मन थोडेसे विलग करण्याकरिता मी त्यांना विचारले, 'तुमच्या साहित्यात तुम्ही गांधीवाद व समाजवाद यांचा समन्वय करण्याचा प्रयत्न केला आहे, असं म्हणतात. हे कितपत खरं आहे?'

खांडेकर संमतिदर्शक मान हलवून म्हणाले, 'हो, ते बहुतांशी खरं आहे व त्याला काही कारणंही आहेत. पूर्वी कै. वामनराव जोशांप्रमाणेच माझं मत होतं की मनुष्य हा दुबळा आहे; पण तो दुष्ट नाही. आता पन्नाशी उलटल्यावर मला असं वाटतं की तो काहीसा दुबळा, थोडासा दुष्ट व बराचसा मूर्ख आहे. आनुवंशिकता, शिक्षण, भोवतालची परिस्थिती यांमुळे स्वभावातल्या काही विशिष्ट गुणदोषांचं स्पष्टीकरण करता येतं; पण त्यातूनही एक X-Factor असा राहतो की, प्रत्येकाच्या बाबतीत त्याचा खुलासा करता येत नाही. हा असा मनुष्य ज्या सुखी समाजात वावरावा असं आपलं स्वप्न आहे, त्याची चौकट समाजवाद तयार करू शकेल; पण त्या चौकटीत जो माणूस नीट बसायला हवा, तो गांधीवादच आपणाला देऊ शकेल असं मला वाटतं.'

समाजाच्या पुनर्घटनेसंबंधी खांडेकरांनी केलेलं हे भाष्य मला मोठे मार्मिक वाटले व मी त्यांना विचारले, 'आजच्या मराठी टीकावाङ्मयाविषयी तुमचं काय मत आहे?'

खांडेकर म्हणाले, 'आजच्या टीकाकारांवर माझा जो मोठा आक्षेप आहे तो असा की, ते लेखकाच्या स्वाभाविक मर्यादा ध्यानात घेत नाहीत. माझं त्यांना असं सांगणं आहे की त्या त्या लेखकाच्या भूमिकेवर जाऊन त्याचं साहित्य पहा व मग त्यावर टीका करा. प्रथम लेखकाच्या दोषांसकट त्याचा स्वीकार करून मगच त्याच्यावर टीका करावी. उथळ अथवा पढीक टीकेमुळे सामान्य वाचकांचा बुद्धिभेद होतो. लेखकाने तरी आपले अनुभव झुगारून देऊन असल्या एकांगी टीकाकारांच्या सांगण्यानुसार का लिहावं?'

खांडेकरांचे हे विचार माझ्या मनाला अतिशय पटले. मी त्यांना पुढे विचारले, 'आजच्या वैचारिक गोंधळात साहित्यिक काही मार्गदर्शन करू शकतील असं तुम्हाला वाटतं का?'

त्यावर खांडेकर म्हणाले, 'जीवन हा एक अखंड झगडा आहे. या झगड्यामध्ये ज्या समस्या निर्माण होतात त्या शास्त्र, कला, वाङ्मय यांपैकी कुणीच पूर्णत्वाने सोडवू शकणार नाही; परंतु त्यातल्या त्यात साहित्य हे काम थोडं अधिक करू शकेल असं मला वाटतं. समाजाची मनोभूमी भाजून पिकाकरिता तयार करणं हे साहित्यिकाचं काम आहे. त्या भूमीत बीज पेरून पिकं काढणं हे मुत्सद्द्यांचं, समाजसेवकांचं आणि विचारवंतांचं कर्तव्य आहे. प्रत्यक्ष लढायला साहित्यिक शिकवणार नाही; पण लढण्यासाठी आवश्यक असलेला स्वार्थत्याग करायला सैनिकांना प्रवृत्त करण्याचं कार्य मात्र तो खचित करील. हरिभाऊंनी स्त्री-पुरुषांच्या समतेचा एवढ्या सहृदयतेने पुरस्कार केला की, नंतरच्या पिढीत स्त्रियांना आदरानं वागविणं ही एक गृहीत गोष्ट धरली गेली. शिवरामपंतांचे निबंध आणि खाडिलकरांची नाटकं यांनी त्या पिढीतल्या लोकांत देशप्रीतीची ज्योत निश्चितपणे तेवत ठेवली. टिळक तुरुंगात गेले तेव्हा आम्ही लहान मुलंही लाल, बाल, पाल यांचे फोटो जवळ ठेवून ते पुजीत होतो व देशप्रीतीच्या गर्जना करीत होतो. त्याचं श्रेय त्या वेळच्या देशभक्तीच्या रसाने रसरसलेल्या वातावरणाला दिलं पाहिजे. समाजमनावर चांगले संस्कार करणं हे साहित्यिकांचंच कार्य आहे.'

खांडेकरांचे हे वाक्य पूर्ण होते न होते तोच 'नीलम मॅन्शन'च्या पलीकडे असलेल्या दोन-तीन सिनेमागृहांसमोर उभ्या राहिलेल्या प्रेक्षकांचा तिकिटे मिळविण्यासाठी चाललेला कोलाहल ओझरता माझ्या कानांवर आला. त्यावरून सहज मी त्यांना विचारले, 'चित्रपटसृष्टीबद्दल तुमचं काय मत आहे?'

खांडेकर म्हणाले, 'हिंदी पटकथांपेक्षा आमच्या मराठी पटकथा बऱ्याच वरच्या श्रेणीतल्या असतात असं मला वाटतं. मात्र तंत्रदृष्ट्या आमच्या चित्रपटसृष्टीत अद्यापि बऱ्याच सुधारणा व्हायला हव्यात. आमच्या इकडे आर्थिक अडचणी बऱ्याच असतात. 'प्रभात' व 'हंस' कंपन्यांच्या १९३५ ते ४०च्या दरम्यानच्या कारकीर्दीत

मराठी चित्रपटसृष्टीचं सुवर्णयुग येऊन गेलं; पण काही काही बंगाली चित्रपटांचा दर्जा मात्र अद्यापि आम्हाला गाठता आलेला नाही. बंगाली चित्रपटांतला करुणरसाचा सूक्ष्म परिपोष मला विलोभनीय वाटतो.'

'करुणरसाचा परिपोष' या शब्दसंहतीवरून मला खांडेकरांना अत्यंत आवडत असलेल्या भवभूतीच्या 'उत्तररामचरित' या नाटकाची आठवण झाली व मी त्यांना विचारलं, 'तुम्हाला 'उत्तररामचरित' एवढं का आवडतं?

'स्वभावत:च कारुण्याकडे माझा ओढा आहे.' खांडेकर म्हणाले, 'आयुष्य हे कितीही सुखांनी भरलेलं असलं तरी ते मूलत: Tragic असतं, अशी माझी कल्पना आहे. मला जीवनात असंख्य अनुभवही तसेच आले. मी आठ वर्षांचा होतो तेव्हा माझ्या वडलांना अर्धांगवायू झाला. त्यांच्या मृत्यूपर्यंत त्यांची सर्व तऱ्हेची सेवा मी केली. शिक्षणाच्या कार्यातही मी बरेच हाल भोगले. प्रेम – निरपेक्ष प्रेम – ही जगात एक दुर्मिळ गोष्ट आहे, याचा मी गेली चार तपं अनुभव घेत आहे. तो ठसा माझ्या मनावरून काही केल्या पुसून जात नाही. या सर्व गोष्टींमुळे जीवन हे स्वभावत:च करुण आहे असं मला वाटतं आणि म्हणूनच कारुण्यपर वाङ्मय मला आवडतं.'उत्तर-रामचरिता'तला पहिला अंक व तिसरा अंक मला अतिशय प्रिय आहेत. त्यातही पहिला अधिक!'

'काय हो,' मी त्यांना विचारले, 'तुमच्या स्फूर्तीचा पहिला क्षण तुम्हाला आठवतो का?'

खांडेकर थोडासा विचार करून म्हणाले, 'वयाच्या सातव्या-आठव्या वर्षी 'शनिमाहात्म्या'वर मी एक नाटक लिहिलं होतं. त्यातल्या विनोदी पात्राचं नाव 'आचरट' असं होतं.' या ठिकाणी आपण निर्माण केलेल्या 'आचरट' पात्राविषयी लोटणारा हास्याचा प्रचंड आवेग मोठ्या प्रयासाने दाबून ते पुढे म्हणाले, 'तसं पाहायला गेलं तर चौदाव्या वर्षापासून मी थोडंसं सुसंबद्ध लिहू लागलो. १९२०पासून 'उद्यान' व 'नवयुग' या मासिकांतून माझं लेखन नियमितपणे प्रसिद्ध होऊ लागलं.'

मी त्यांना पुढे विचारले, 'रसिक वाचक या नात्याने साहित्यापासून तुम्ही काय अपेक्षा करता? मन:शांती, प्रगती की पुन:प्रत्ययाचा आनंद?'

खांडेकरांनी उत्तर दिले, 'साहित्यापासून विशुद्ध आनंद व दुसऱ्याच्या भूमिकेची अनुभूती आणि तिच्यामुळे मनाला प्राप्त होणारी सात्त्विकता या गोष्टी मला मिळाव्यात अशी माझी अपेक्षा असते.'

मुलाखतीची वेळ आता संपतच आली होती. पुढ्यात आलेल्या चहाच्या कपाचे स्वागत करीत मी त्यांना सहज विचारले, 'तुमचे खासगी छंद व आवडीनिवडी कोणत्या आहेत?'

खांडेकर लगबगीने म्हणाले, 'खाद्यपदार्थांत आमसुलाची कढी, आटवल, आंबे, काजू, फणस मला अतिशय आवडतात. वाचन व चहा यांखेरीज गप्पा, फुलं

आणि मुलंही मला अतिशय प्रिय आहेत. फुलं मात्र वेलींवर असलेली पाहण्यातच मला मौज वाटते. कोकणामध्ये 'अस्पृश्य' मानली गेलेली पिटकुळीची फुलंसुद्धा मला फार आवडतात. शिवाय घरात बरीच माणसं, मित्र वगैरे असावेत असंही मला वाटतं. मी स्वभावत: कौटुंबिक वृत्तीचा माणूस आहे.'

खांडेकरांच्या भाषणातील पिटकुळीच्या अस्पृश्य फुलांविषयीचा उल्लेख ऐकून भूतदया व मानवता यांसंबंधीचा त्यांचा दृष्टिकोन किती उदार आहे, असा विचार माझ्या मनाला तेवढ्यात स्पर्श करून गेला आणि पुष्पसृष्टीतीलही अस्पृश्यता त्यांना सहन होत नाही, हे पाहून मला मौज वाटली.

क्षणभराने मी त्यांना म्हटले, 'तुमचं जीवनातलं सुखस्वप्न कोणतं आहे?'

खांडेकर स्मित करून म्हणाले, 'स्वातंत्र्यानंतरच्या या काळात साऱ्या देशाचा प्रवास मला करायला मिळावा आणि त्या विशाल अनुभूतीच्या पार्श्वभूमीवर एक चार भागांची वास्तव कादंबरी लिहावी, हे माझं एक सुखस्वप्न आहे. याखेरीज 'साहित्यसाधना' नावाचा एक टीकात्मक ग्रंथ लिहिण्याचा माझा विचार आहे. त्याची दीडशे पानांची टिपणंही काढून तयार आहेत. तोही माझा संकल्प पुरा व्हावा असं मला वाटतं!'

आपल्या सुखस्वप्नांविषयी बोलत असताना खांडेकरांच्या स्वरात रसानुकूल चढ-उतार होत होता. इतक्यात घड्याळाकडे सहज माझं लक्ष गेलं. त्यात साडेआठ वाजून गेले होते. मुलाखतीची वेळ कधीच संपली होती. ते पाहून आणखी प्रश्न विचारण्याचा मोह टाळून मी लगबगीने त्यांचा निरोप घेतला. 'नीलम मॅन्शन'चा जिना उतरताना नुकत्याच झालेल्या मुलाखतीत खांडेकरांच्या तोंडून जे विविध विचार प्रकट झाले होते, ते माझ्या मनात एकसारखे घोळत होते. या मुलाखतीत अवघ्या तीन-साडेतीन तासांत अभिनिवेशरहित वृत्ती, बुद्धीची तरलता, सखोल विद्वत्ता, संभाषणचापल्य या त्यांच्या विविध गुणांचा जो विलोभनीय प्रत्यय मला आला होता, त्यानं माझ्या मनावर घातलेली मोहिनी अद्यापि दूर झाली नव्हती. त्यांच्या तरल व तेजस्वी बुद्धिमत्तेचा विचार करताना माझ्या मनात आलं, खांडेकरांसारख्या वडीलधाऱ्या साहित्यिकांच्या वाङ्मयीन तपस्येकडे दुर्लक्ष करून त्यांच्याविषयी उपेक्षेने व तुच्छतेने बोलण्याची आजच्या लेखक-वाचकांना जी सवय लागली आहे, तिच्यामुळे त्या वडीलधाऱ्या लेखकांपेक्षा त्यांचे स्वत:चेच अधिक नुकसान होत आहे!

— हंस

जुलै, १९५३

आधुनिक मराठी कादंबरीतील प्रवाह

सन १९५५मध्ये मराठी कादंबरीस केंद्र करून 'आधुनिक मराठी कादंबरीतील प्रवाह' या विषयावर आधारित ज्येष्ठ समीक्षक व. दि. कुलकर्णी यांनी मुंबई आकाशवाणीवरून घेतलेली वि. स. खांडेकर यांची प्रदीर्घ मुलाखत. यातून वि. स. खांडेकरांच्या कादंबरीलेखनाचा पट अलगद उलगडतो.

कुलकर्णी : मला पहिला प्रश्न असा विचारावासा वाटतो, की लेखन करावं असं तुम्हाला केव्हापासून वाटू लागलं?

खांडेकर : वयाच्या आठव्या-नवव्या वर्षांपासून माझी लेखक होण्याची इच्छा ही मला आठवत आलेली आहे. ह्या आठव्या-नवव्या वर्षी माझे वडील आजारी पडले होते. मी शनिमाहात्म्याची पोथी वाचीत असे, त्यांना बरं वाटावं म्हणून. आणि शेवटी मला असं वाटायला लागलं की, त्या कथेवर आपणच एखादं नाटक लिहिलं तर ते मोठं मनोरंजक होईल. ते नाटक मी लिहून पाहिलं. अर्थात ते कोणाला दाखविलं नाही आणि त्यामुळंच खरोखर मी बचावलेलो आहे आतापर्यंत.

कुलकर्णी : म्हणजे तुमचा पहिला प्रयत्न नाट्यलेखनाचा.

खांडेकर : हो. पहिला नाट्यलेखनाचा प्रयत्न करण्याचे कारण मी सांगलीत वाढलेलो. सबंध नाटकाच्या वातावरणात वाढलेलो. तिथून मी जो लिहीत राहिलो, लिहिण्याचे प्रयत्न करीत राहिलो, असं म्हणणं अधिक बरोबर होईल. ते कधी कविता कर, कधी गोष्ट लिही, काही तरी कर, परंतु हे करीत होतो मात्र मी सतत, दाखवीत मात्र नव्हतो कोणाला. ते जवळजवळ कॉलेजमध्ये येईपर्यंत हे माझे उद्योग चाललेले होते. कॉलेजमध्ये आल्यानंतर गडकऱ्यांशी ओळख झाली. त्यांना मी माझ्या काही कविता वाचून दाखविल्या. त्यांनी त्या जाळून टाकायला सांगितल्या. मग मी पुन्हा असा विचार केला की, माझी अजून काही तयारी झालेली नाही. अजून गडकरींसारख्या मनुष्याला जर असं वाटतंय की मी अद्याप प्रकाशित करू नये, तर

काही करू नये. त्यामुळे १९१९ सालापर्यंत माझं प्रकाशित असं काही झालेलं नाही. परंतु, वयाच्या अवघ्या आठव्या-नवव्या वर्षापासून १९१९ सालपर्यंत मी सतत लिहीत होतोच.

कुलकर्णी : आपलं पहिलं प्रकाशन केव्हा झालं?

खांडेकर : १९१९ साली 'उद्यान,' 'नवयुग' या मासिकांतून माझे विनोदी लेख, विनोदी कविता वगैरे प्रसिद्ध होऊ लागल्या.

कुलकर्णी : बरं, या तुमच्या साहित्यामागे ज्या प्रेरणा होत्या, त्या वैयक्तिक होत्या की सामाजिक, राजकीय, धार्मिक? नेमक्या कोणत्या स्वरूपाच्या त्या प्रेरणा होत्या?

खांडेकर : मुख्यतः दोनच प्रकारच्या प्रेरणा म्हणता येतील. एक, वैयक्तिक की आपल्याला काही एक कल्पना सुचलेली आहे, ती मोठ्या सुंदर रीतीने सांगावी ही एक मनातली इच्छा, आणि दुसरी गोष्ट अशी की, आपण जो भोवतालचा समाज पाहतो त्यातल्या ज्या गोष्टींची प्रतिबिंबं आपल्या मनात पडतात, जी सुखदुःखं आपल्याला जाणवतात, ती काही तरी सांगण्याचा प्रयत्न करावा. माझं जे हे विनोदी लेखन सुरू झालं आरंभाला, ते सगळं सामाजिक टीकेच्या स्वरूपाचे होते. माझी जी कविता प्रसिद्ध होऊ लागली, तिच्यामध्येही पुष्कळ वेळा केशवसुतांच्या तुतारीसारख्याच कल्पना असायच्या अर्थात.

कुलकर्णी : या ज्या प्रेरणा तुम्हाला झाल्या किंवा हे सामाजिक विचार किंवा वैयक्तिक विचार आले, त्यांना वाङ्मयीन आविष्कार देण्यासाठी तुमच्यापुढे काही वाङ्मयीन आदर्श असतील त्या वेळचे, ते नेमके कोणते होते?

खांडेकर : हे अगदी लहानपणापासून होते, की पाचव्या-सहाव्या वर्षापासून श्रीपाद कृष्ण कोल्हटकरांची नाटकं पाहणं, त्यांची नाटकं वाचणं हा एक माझा उद्योग होता. त्यामुळे प्रथमपासूनच मला जी आवडत आली ती कोल्हटकरांची शैली. त्यामुळं लिहावं ते कोल्हटकरांसारखं, 'सुदाम्याच्या पोह्यां'सारखं, 'मूकनायक' नाटकासारखं, ही माझी लहानपणापासूनची प्रवृत्ती होती. त्यामुळे मी जेव्हा काही व्यक्त करायला लागलो तेव्हा उदाहरणार्थ, 'उद्याना'त जे काही माझे विनोदी लेख प्रसिद्ध व्हायला लागले त्यावर उघड उघड कोल्हटकरांची छाप आहे. त्यानंतर हरिभाऊ आपटेंचा परिणाम माझ्या मनावर झाला, तो मधल्या वयामध्ये. म्हणजे मी कॉलेजला येण्याच्या सुमाराला. त्या वेळेला एक गोष्ट माझ्या लक्षात आली की, श्रीपाद कृष्णांची चमत्कृती जरी कितीही प्रिय असली तरी हरिभाऊंची जी अनुभूती आहे, ही त्याच्यापेक्षाही काहीतरी सखोल आहे, तीव्र आहे आणि वाङ्मयाचे जर काही कार्य असेल तर ही अनुभूती व्यक्त करणे हे कार्य आहे. त्यामुळे हरिभाऊंच्यासारखं काहीतरी लिहावं ही जी माझ्या मनात इच्छा उत्पन्न झाली, त्यामुळे १९१९ सालीच

मी कथा लिहिली. 'घर कुणाचे?' हे त्या कथेचं नाव आहे. परंतु, ती कथा अद्याप माझ्या कुठल्याच संग्रहात प्रसिद्ध झालेली नाही. [१]ती आता 'भाऊबीज' मध्ये संग्रहीत आहे. परंतु ती कथा मी लिहिलेली आहे. मी एक अत्यंत अतिशय दु:खदायक, सावंतवाडीतील कहाणी ऐकली आणि त्या सबंध रात्री झोप न आल्यानं मी ती लिहिली. मला वाटलं मी ही गोष्ट काही बरी लिहिलेली नाही, म्हणून मी ती दडवून ठेवली, लपवून. 'महाराष्ट्र साहित्य' नावाचं मासिक निघत असे. चार वर्षांनी त्याला देण्याकरिता माझ्याकडं एकही कविता नाही, एकही लेख नाही, एकही टीका नाही असं जेव्हा झालं, त्या वेळेला त्यांच्याकडे मी पाठविली ती; आणि ती गोष्ट छापून आल्यावर कोल्हटकरांनी मला असं पत्र पाठविलं की, 'ती गोष्ट मी तीनदा वाचलेली आहे एका बैठकीत. तुम्ही कथालेखक बनण्याकरिता जन्माला आलेले आहात, तेव्हा तुम्ही हे बाकीचं सगळं सोडून द्या आणि कथा लिहायला लागा.'

कुलकर्णी : इथं एक शंका माझ्या मनात येते. आविष्काराच्या दृष्टीने कोल्हटकरांचा तुमच्या मनावर पगडा, अनुभूतीच्या दृष्टीनं हरिभाऊंचा पगडा, हे दोन भिन्न संप्रदाय आहेत. हा संकर तुम्हाला झेपला कसा?

खांडेकर : 'झेपला,' म्हणजे, यशस्वी रीतीनं झेपला की अयशस्वी रीतीनं हे तुम्ही ठरवायचं आहे; पण संकर झाला खरा हे मी तुम्हाला सांगू शकतो. आणि ह्या दोन्ही व्यक्ती मला किती प्रिय होऊन राहिलेल्या आहेत, याची कल्पना तुम्हाला 'ययाति'च्या अर्पणपत्रिकेवरून येऊ शकेल. तेव्हा सदैव मला असं वाटत आलं होतं की, ह्या दोन्ही गोष्टी मी एकत्रित नांदवू शकेन अर्थात. त्यामुळे कोल्हटकरांच्या शैलीचा त्याग सर्वस्वी असा मी कधीच केला नाही. अद्यापिही केलेला नाही. 'ययाति'ची शैली ही कुणाची आहे मुख्यत:? असं विचारलं तर ती कोल्हटकर संप्रदायाची शैली आहे; परंतु त्याबरोबरच असं म्हणता येईल की, 'अश्रू' कादंबरीमध्ये आशय जो आहे, तो सगळा हरिभाऊंच्या कादंबरी पद्धतीचा आहे, तर ह्या दोन्ही गोष्टी मला सतत प्रिय राहिलेल्या आहेत. त्याला मी यशस्वी रीतीने एकत्रित करू शकलो की नाही, हे तुम्ही ठरवायचं आहे.

कुलकर्णी : तुम्ही हे जे वेगवेगळ्या प्रकारचं वाङ्मय लेखन केलंत त्याच्यामध्ये कादंबरीलेखन हेच तुम्ही आपल्या आविष्काराचे उत्तम साधन असं मानता का? का इतर कोणतं आहे?

खांडेकर : नाही. मला असं वाटतं की, कादंबरीपेक्षा लघुनिबंधामध्ये माझा स्वत:चा आत्मविष्कार जास्त चांगल्या रीतीने व्यक्त झालेला आहे. तिथं मला थोडंसं अधिक मोकळेपण लाभतं. लघुकथेमध्ये, कादंबरीमध्ये, चित्रपटकथेमध्ये निरनिराळ्या दृष्टींनी कित्येक वेळा बाह्य कारणांनी, तर कित्येक वेळेला अंतर्कारणांनी

मनुष्य बांधला जातो. लघुनिबंधामध्ये मात्र मला कधीही, कुणीही बांधून टाकलेलं नाही.

कुलकर्णी : तेव्हा तुमच्या भावना आणि विचार त्यामध्ये अधिक प्रसन्नपणे व्यक्त होतात...?

खांडेकर : होय. जास्त प्रसन्नपणे व्यक्त होतात. कादंबरी मी लिहायला लागलो, त्या वेळेला लघुकथेच्या द्वारा जे व्यक्त करता येणार नाही, जे लघुनिबंधाच्या द्वारे व्यक्त करता येणार नाही आणि व्यक्त करायचं झालं तर नाटक हेच एक दुसरं माध्यम मिळू शकेल, ह्या दृष्टीनं मी कादंबरी लिहू लागलो. मी शिरोड्याला एका बाजूला असल्यामुळे आणि मराठी रंगभूमीही तेव्हा, त्या वेळेला चांगल्या परिस्थितीत नसल्यामुळे मी मुद्दाम नाटकांकडे वळलो नाही. जरी मी नाटककार मुळापासून होणार म्हणून म्हणत होतो ना, तरी अर्थात झालो नाही.

कुलकर्णी : कादंबरीकार अखेर झालात?

खांडेकर : हो. आणि चित्रपटकथा पुढं हाताशी आल्यामुळे नाटककार होण्याची फारशी गरजही राहिली नाही.

कुलकर्णी : बरं, मग ज्या या कादंबऱ्या आहेत त्यात ह्या गेल्या तीस वर्षांमध्ये काही विकासाचे टप्पे असे दिसतात का? एक 'उल्के'पर्यंत दिसतो, नंतर 'क्रौंचवध'पर्यंत दिसतो आणि त्यानंतर आजचा - असे टप्पे पडण्याची काही विशेष कारणं आहेत का?

खांडेकर : आहेत. टप्पे असण्याची कारणं – पहिल्यांदा मी लिहायला लागलो तेव्हा कादंबरी मी लिहू शकेन की नाही याबद्दल मी साशंक होतो. म्हणजे तो अगदी उमेदवारीचा काळ माझा, तुम्हाला तो मानावा लागेल.

कुलकर्णी : 'हृदयाची हाक...'

खांडेकर : हो. 'हृदयाची हाक' आणि 'कांचनमृग' ह्या दोन कादंबऱ्या. पहिल्या ज्या आहेत त्या जवळजवळ उमेदवारीच्या काळातील आहेत. त्यांतील 'हृदयाची हाक' ही जी पहिली कादंबरी आहे ती, मी परवा सांगितलं होतं व्याख्यानात त्याप्रमाणं, गडकरी म्हणत असत की, शेवटच्या ओळीतच जो काय तो खरा कवी सापडतो, त्याप्रमाणं 'हृदयाच्या हाके'त जे थोडंसं माझं असेल ते तुम्हाला शोधूनच काढावं लागेल. मी जे वाचलं होतं, जे काही कादंबरीत असावं असं मला वाटत होतं, ते सगळं त्या कादंबरीत आलेलं आहे. 'कांचनमृगा'मध्ये विषय असा आहे की खरोखर तो माझा आवडता, अनुभवलेला असा तो विषय आहे. तथापि, त्यास मी स्वरूप मात्र फारसं सुंदर देऊ शकलो नाही, ही माझी मला जाणीव झाली. ही कादंबरी फार लोकप्रिय होती; पण मी फार असंतुष्ट होतो मनात आणि असंतुष्ट होतो म्हणून मी पुढं तीन वर्षे गप्प बसलो, चांगली कादंबरी लिहिता

यायला पाहिजे म्हणून आणि 'उल्के'कडे मी ज्या वेळेला आलो तेव्हा स्वच्छ रीतीनं मला असं वाटलं की हा माझा मार्ग आहे. इथं हरिभाऊ आपटे नाहीत, वामनराव जोशी नाहीत, फडके नाहीत, कोणी नाहीत. मी माझ्या मार्गानं पुढे जातोय. आणि त्यामुळे 'उल्के'पासून मी खरा कादंबरीकार झालो असं सदैव म्हणत आलोय आणि 'उल्के'लाच मी माझी प्रिय कन्यका मानीत आलोय ते त्याचमुळे. त्याचं कारण तेच आहे.

कुलकर्णी : म्हणजे हे १९३४ सालचं?

खांडेकर : हो. ती १९३४ साली प्रसिद्ध झाली.

कुलकर्णी : क्रौंचवध १९४२ साली?

खांडेकर : हो.

कुलकर्णी : म्हणजे यांच्यामध्ये काही विकासाचा मार्ग असा दिसतो का?

खांडेकर : आहे. ही दहा वर्षे खरोखर एका अर्थानं माझ्या जीवनातील बहराची वर्षे होती, निरनिराळ्या दृष्टींनी. आणि त्याचबरोबर मी जे प्रयत्न करीत होतो कादंबरीलेखनाचे, त्यांच्यात निरनिराळ्या प्रकारचे विभाग पडलेले आहेत. उदाहरणार्थ, 'उल्का' आणि 'दोन ध्रुव' हे माझे पहिले अनुभव होते. हे शिरोडा आणि त्याच्यातील पंचक्रोशी आणि त्याच्यातील दलितवर्ग असे त्यांचं दु:ख व्यक्त करण्याची जी एक प्रामाणिक तळमळ मला लागलेली होती, त्या तळमळीचे स्वरूप त्यांच्यात व्यक्त झालेलं आहे. ते शक्य तितक्या कलात्मक रीतीनं व्हावं ही एक धडपड त्यात आलेली आहे. त्यानंतर 'हिरवा चाफा' आणि 'दोन मनं' ह्या ज्या दोन कादंबऱ्या मी लिहिल्या, त्यांमध्ये मला स्वत:ला असं वाटलं की, अधिक मनोरंजक रीतीने ह्या कादंबऱ्या आपल्याला मांडता येतात की नाही हे पाहावं. इथं आपणाला असं आढळून येईल की माझ्या कुठल्याही दोन कादंबऱ्यांचं फडकेंशी थोडंसं नातं असेल तर ते या दोन कादंबऱ्यांमध्ये आहे. त्यानंतर मध्यमवर्गाच्या कुटुंबाविषयी विचार करता करता मला असं वाटलं की, ह्या कौटुंबिक जीवनाची हरिभाऊंपेक्षा काहीतरी निराळ्या प्रकारची स्थिती ह्याला प्राप्त झालेली आहे. ते चित्रण आपण करून बघावं. त्यात 'रिकामा देव्हारा' आणि 'सुखाचा शोध' यांत 'सुखाचा शोध' ही कादंबरी तुम्हाला त्या वेळच्या एकंदर नवीन जीवनाच्या दृष्टीनं नवीन वाटू शकेल; आणि त्यानंतर मी 'पहिलं प्रेम' आणि 'जळलेला मोहोर' हे दोन साधारणत: त्या काळचे लेखक ज्यांची उपेक्षा करीत असत असे विषय, कामभावना, कामवासना, तिची विविध स्वरूपं यांच्याविषयीच्या दोन कादंबऱ्या लिहिल्या आणि पुन्हा 'पांढरे ढग' आणि 'क्रौंचवध'मध्ये त्या एका दशकामध्ये आपल्या समाजामध्ये जी काही परिवर्तने झालेली होती, गांधीवाद, समाजवाद, भोवतालच्या गोष्टी, सुख-दु:ख ह्या सर्वांचं पुन्हा एकदा चित्रण करण्याचा प्रयत्न केला आणि मला असं वाटलं की, या

दशकातला माझा प्रवास व्यवस्थित झाला आहे.

कुलकर्णी : पण मग 'क्रौंचवधा'नंतर पुन्हा तुम्ही दहा वर्षे थांबला, हे कादंबरी लेखन सहेतुकपणे थांबविलं होतंत का?

खांडेकर : हो. कादंबरीलेखन मी सहेतुकपणे थांबविलं होतं. मी कादंबऱ्या लिहायला घेतलेल्या होत्या. विषयही सुचले होते, मनामध्ये काही तयारीही झालेली होती; परंतु १९४२ नंतर पूर्वीच्या पद्धतीने मला कादंबरी नीट लिहिता येईना, हे याचं खरं कारण आहे. पूर्वी काय होत असे की, कादंबरी माझ्या मनामध्ये फुलून येत असे. फुलल्यानंतर ती अर्थात चटकन कागदावर उतरली जात असे. ती फुलेनाशी झाली. कारणं अनेक असू शकतील. कदाचित माझ्या वयाची पंचेचाळिशी तिथं आली होती, हे एक कारण असू शकेल कदाचित. देशातील जी परिस्थिती, बेचाळीसमधील जी भूमिगत चळवळ होती, ती मी पाहिलेली होती आणि तिच्याविषयी चिंतन करताना माझ्या मनामध्ये नाना तऱ्हेच्या शंकाकुशंका निर्माण झालेल्या होत्या. अर्थात दुर्दैवाने या नंतरच्या काळात खऱ्याही ठरलेल्या आहेत. तिथून माझ्या चिंतनाला निराळं वळण लागलं. पूर्वी ज्या दृष्टीनं मी सामाजिक गोष्टींकडे पाहत होतो किंवा सुधारणांकडे पाहत होतो, त्याच्यापेक्षा निराळ्या दृष्टीनं त्यांच्याकडे मी पाहू लागलो.

कुलकर्णी : दुसऱ्या महायुद्धाचा परिणाम तुमच्या विचारांवर पुष्कळ झालेला दिसतो आहे?

खांडेकर : हो. त्या वेळेला अतिशय झाला. त्यामुळे कोणतीही कलाकृती पूर्ण करण्याला लागणारं जे मानसिक स्वास्थ्य पाहिजे होतं, ते मला कधीही त्या काळात मिळालेलं नाही. कौटुंबिक गोष्टी किंवा इतर गोष्टी या मी दुय्यम मानतो. जर मानसिक स्वास्थ्य पूर्ण असेल तर आठ-पंधरा दिवसांतसुद्धा मनुष्य एखादी चांगली कादंबरी, एक लहान कादंबरी लिहून पूर्ण करू शकेल. त्यानंतर दहा वर्षे मी मुद्दाम गप्प बसलो. आणि असा गप्प बसल्यानंतर मला असं आढळून आलं की, जी भीती, जी शंका माझ्या मनात निर्माण झालेली होती, की पूर्वी आमची अशी समजूत होती की, हे आपलं राष्ट्रीय चारित्र्य भारतीय संस्कृतीमधून निर्माण झालेलं आहे. स्वातंत्र्य प्राप्त झाल्याबरोबर ते अर्थात विकसित होत जाणार आहे. ते त्याच्याऐवजी अध:पतित होत आहे याची जाणीव मला तीव्रतेने झाली आणि त्या अध:पतित चारित्र्यांमध्ये गांधीजींपासून, टिळकांपासून ध्येयवाद घेऊन माणसं आलेली आहेत, त्यांची काय कुतरओढ होणार आहे याचं जे मला स्वप्न पडलं, त्याचं वर्णन 'अश्रू'मध्ये मी चित्रीत केलेलं आहे, अर्थात -

कुलकर्णी : 'अश्रू'नंतर 'ययाति' कादंबरी लिहिताना तिथं तुम्हाला समाजमनच प्रकट करायचं; पण मग पौराणिक कथेचा आधार तुम्हाला का घ्यावासा वाटला?

खांडेकर : 'अश्रू'च्या पुढं जाण्याची माझी इच्छा होती. सामाजिक पद्धतीनं, आणि त्या पद्धतीनं जी शोकांतिका लिहायला पाहिजे तशा प्रकारच्या शोकांतिकेला लागणारी सर्व शक्ती माझ्यापाशी नाही, असं माझं मलाच वाटायला लागलं. कदाचित लेखकाची प्रतिभा क्षीण होऊ लागल्यानंसुद्धा तसं त्याला वाटायला लागेल; पण मला तसं वाटायला लागलं ही गोष्ट खरी आहे. मला स्वत:ला असं वाटलं की, 'क्रौंचवध', 'अश्रू' या पद्धतीनं जर मी गेलो आणि माझ्या भोवतालचं जे उद्ध्वस्त होऊ घातलेलं जीवन मी जर चित्रित केलं तर ते मला पुरेपणे चित्रित करता येणार नाही, कलात्मकतेनं चित्रित करता येणार नाही आणि मग अशा स्थितीत विचार करीत असताना मला असं आढळून आलं की, हे दुसऱ्या एका मार्गानं करता येईल. खाडिलकरांनी ज्याप्रमाणे आपल्या सगळ्या राजकीय कथा नाटकाच्या द्वारानं सांगितल्या, पौराणिक कथांच्या द्वारानं, त्याप्रमाणेच माझी व्यथा ही पौराणिक कादंबरीच्या द्वारानं सांगता येईल, असं मला वाटायला लागलं आणि लहानपणापासूनच पुराणाची आवडही होती. मध्यंतरी चित्रपटांच्या काळात दिग्दर्शक विनायकांकरिता 'मत्स्यगंधा' मी लिहिलेली होती आणि अन्य काही चित्रपट लिहिलेले होते, त्यामुळे स्वाभाविकपणेच ही 'ययाति'ची कथा माझ्या हाताला आली.

कुलकर्णी : याच्या अगोदर मात्र पौराणिक कथांसंबंधी तुम्ही काही लिहिल्याचं लोकांना माहीत नव्हतं; म्हणून लोकांना एकदम नवीन वाटलं.

खांडेकर : नवीन वाटलं ही गोष्ट खरी आहे; परंतु 'सागरागस्ती आला' ही रूपककथा मी जेव्हा लिहिली, ती गांधीजींच्या त्या वेळेला हे लोकांच्या लक्षात यायला पाहिजे होते. तेव्हा 'क्रौंचवध', 'कांचनमृग' ही माझी नावं का येतायंत हे लक्षात घेतलं असता मला वाटतं हे सरळ आहे, सोपं आहे अगदी.

कुलकर्णी : बरं, मग आपली सर्वांत आवडती कादंबरी कोणती?

खांडेकर : तशी कोणतीही नाही. तीन-चार कादंबऱ्या मला आवडतात. त्यांत 'उल्का' ही मला का आवडती हे मी सांगितलं आहे. अर्थातच 'अश्रू' ही 'क्रौंचवधा' नंतर १० वर्षे गेल्यानंतर मी लिहू शकलो; यामुळे मला खरोखर ती आवडली. कारण मला ती कादंबरी ज्या स्वरूपाची व्हायला पाहिजे होती असं वाटतं, त्या स्वरूपाची ती झालेली आहे. ती कादंबरी वाचवत नाही लोकांना. एका अर्थानं कादंबरीकाराला मिळालेलं शिफारसपत्रच आहे असे मी मानतो आणि 'ययाति' ही कादंबरी अर्थात मला ज्या तऱ्हेची शैली पाहिजे होती – पद्यात्मक आणि काव्यात्मक शैलीचा विलास एखाद्या कादंबरीत मिळावा अशी इच्छा होती – त्या दृष्टीनं ती मला आवडली; पण 'ययाति'पेक्षा अधिक चांगली कादंबरी मला अजून लिहायची आहे.

कुलकर्णी : तशी योजना आहे आपली?

खांडेकर : आहे.

कुलकर्णी : आणखी एक प्रश्न असा उपस्थित होतो की, कादंबरी लिहून झाल्यानंतर त्याला एक प्रस्तावना लिहायला पाहिजे किंवा पार्श्वभूमी लिहायला पाहिजे असं तुम्हाला का वाटतं?

खांडेकर : प्रथमत: या मी लिहीत नव्हतो, या प्रस्तावना. 'पांढरे ढग'च्या वेळेला ही प्रस्तावना मी लिहावयाला लागलो. कारणं अशी झाली की, कादंबरीवर जी टीका होत असे त्यामध्ये मुख्यत: कादंबरीचा विषय किंवा लेखकाची भूमिका ह्यांच्याकडे दुर्लक्ष करून टीका होत असे. 'जळलेला मोहोर' या कादंबरीचा विषय हा खरोखर फार विचित्र विषय होता आणि या विचित्र विषयाचा परामर्श उत्तम रीतीने फक्त डॉ. चिटणीस यांच्याव्यतिरिक्त कोणीही घेऊ शकलं नाही. तेव्हा मला असं वाटायला लागलं की, आपण जे हे प्रयोग करतोय - विषयांचे असोत कथानकाचे असोत किंवा नव्या गोष्टींचे असोत - ह्याविषयी आपली भूमिका काय आहे, हे जर का आपल्या वाचकांना स्पष्टपणाने कळलं तर ते आपले रसग्रहण अधिक चांगल्या तऱ्हेनं करू शकतील. ह्या भूमिकेतून मी प्रस्तावना लिहावयाला सुरुवात केली. प्रस्तावना लोकांना आवडायला लागल्या; त्याच्यामुळे मी त्या सतत लिहीत गेलो.

कुलकर्णी : प्रस्तावनेमुळे या वाचकांची एक प्रकारची बंदिस्त अशी दृष्टी होते, याच्यामुळे कादंबरीच्या रसग्रहणास ते उपकारकच ठरेल, अशी तुम्हाला खात्री वाटते?

खांडेकर : नाही. मी प्रथमत: प्रस्तावना आरंभी छापत होतो; परंतु मला अनुभव असा आला, त्यामुळे मी ती पार्श्वभूमीवर छापू लागलो हे त्याचं खरं कारण आहे आणि आता जर तो वाचक पार्श्वभूमीसाठी कादंबरी वाचू लागला तर मी काहीही करू शकत नाही त्याला.

कुलकर्णी : या प्रस्तावनांमधूनच एक प्रश्न येतो तो असा की, 'जीवनासाठी कला' अशी जी भूमिका तुम्ही मांडली, ती खरोखरीच तुम्ही मनापासून मांडली आणि आजही *तुम्ही मांडाल का? ती अलगदपणे मांडता येते का?*

खांडेकर : त्याविषयी मी थोडंसं सविस्तरपणे सांगतो. 'अभिषेक' या पुस्तकाच्या पार्श्वभूमीमध्ये मी लिहिलेलं आहे; पण त्याशिवायसुद्धा पुष्कळ सांगता येण्यासारखं आहे. 'जीवनासाठी कला' ही भूमिका मी कधीही अट्टाहासाने घेतलेली नव्हती. माझी सगळी भाषणं, अध्यक्षीय भाषणं जरी तुम्ही वाचलीत तरी त्यांत सामाजिक जाणिवेचा प्रचार असला किंवा संस्कारवादी कलेचा प्रचार असला किंवा त्याविषयी मी अनुकूल बोललो असलो तरी 'जीवनाकरिता कला' ह्या संकुचित शब्दप्रयोगाने जे सूचित होते ते मी कधी सूचित केलेलं नाही. परंतु, त्या कालात घडलं असं की, 'कलेकरिता कला' असा फडकेंनी उच्चार केला आणि फडके आणि खांडेकर हे दोनच कादंबरीकार लोकांपुढे उभे होते आणि त्या दोघांच्या पद्धती भिन्न होत्या. त्या

भिन्न पद्धतींमुळे लोकांनी असं गृहीत धरलं की, ज्या अर्थी कलेकरिता कला या पक्षाला फडके आहेत, त्या अर्थी 'जीवनासाठी कला' या पक्षाला खांडेकर आहेत.

कुलकर्णी : म्हणजे हे तुमच्यावरती लादलं गेलं?

खांडेकर : आणि माझ्या पक्षात अत्रे असूनसुद्धा त्याचं पुढारीपण शेवटी माझ्याच वाट्याला आलं. परंतु, त्याला काही माझा इलाज नव्हता. मात्र, मी जीवनासाठी कला हा शब्दप्रयोग कुठंही वापरलेला नाही. क्वचित एखाद्या ठिकाणी आला असेल, पण तुम्ही सर्व भाषणं पाहिलीत तर असं आढळून येईल की, हे जे संस्काराचे सामर्थ्य आहे ह्या सामर्थ्यावर मी सतत जोर देत गेलो आहे.

कुलकर्णी : याबद्दल कोणीच वाद करणार नाहीत?

खांडेकर : माझी भूमिका ही हरिभाऊंपेक्षा फारशी भिन्न नाही. शुद्धबोधवादी वाङ्मय हे कलावादी वाङ्मय होणार नाही केव्हाही; परंतु बोधवादी आणि कलावादी या वाङ्मयामध्ये संस्कारवादी वाङ्मय उभं राहतं आणि मला असं पुन:पुन्हा वाटतं की, हरिभाऊंच्या वाङ्मयामध्ये ज्याप्रमाणे बोध हा शब्द आपण टाकून देऊ; पण संस्कार आणि कला ह्या एकत्रित आलेल्या आहेत, तसं ज्या ज्या वाङ्मयात होऊ शकेल ते वाङ्मय नुसत्या कलावादी वाङ्मयापेक्षा किंवा नुसत्याच संस्कारवादी किंवा प्रचारवादी वाङ्मयापेक्षा किंवा बोधवादी वाङ्मयापेक्षा केव्हाही श्रेष्ठ मानलं पाहिजे.

कुलकर्णी : हे स्पष्टीकरण फार चांगलं मिळालं. आणिक एक मुद्दा असा आहे की, कादंबरीलेखनामध्ये रचनेचे आणि आविष्कारांचे जे वेगवेगळे प्रयोग आपण केलेत, त्यांच्या पाठीमागची तुमची भूमिका काय होती?

खांडेकर : भूमिका खरं सांगायचं म्हणजे फार मोठी अशी काही नव्हती. आणि इंग्रजी कादंबऱ्या मी जरी बऱ्याच वाचल्या असल्या तरी लघुकथेमध्ये मी काही वेळेला हौसेने जसे प्रयोग केलेले आहेत तसे कादंबरीमध्ये फार ठिकाणी प्रयोग केलेले नाहीत. परंतु आविष्काराकरिता ज्या प्रकारचा प्रयोग मला इष्ट वाटला तो मात्र मी सतत करीत गेलो. म्हणजे उदाहरणार्थ, 'उल्के'मध्ये उल्केचं आत्मनिवेदनच आवश्यक आहे असं मला ज्या क्षणी वाटलं, त्या क्षणी मी ते आत्मनिवेदन करायला सुरुवात केली. माझ्या लगेच लक्षात आलं की, 'पण लक्षात कोण घेतो'चं आपण फक्त अनुकरण करतोय; बाकी काही करीत नाही. पण त्यानंतर पुन:पुन्हा मला असं वाटायला लागलं की, आत्मनिवेदन हे एका ठराविक पद्धतीनंच करीत राहणं हे पुष्कळदा वाचकांनासुद्धा कंटाळवाणं होण्याचा संभव आहे. आणि ह्याच्यापेक्षाही अधिक चांगली पद्धत अनेक पात्रांनी आत्मनिवेदन केलं असताना निवेदनातला रुक्षपणा किंवा बोजडपणा जाऊ शकेल आणि नुसता एका पात्राच्या आत्मनिवेदनामध्ये जो कंटाळवाणेपणा असतो तोही जाऊ शकेल. आणि सर्व पात्रं एकमेकांवर प्रकाश टाकू शकतील; म्हणून या पद्धतीचा अंगिकार मी चार कादंबऱ्यांत केलेला आहे.

माझी सर्वांत आवडती पद्धती कोणती म्हणून जर मला विचारलीत तर ती ही आहे. 'क्रौंचवधा'मध्ये याच पद्धतीचं उलटसुलट मिश्रण केलेलं आहे थोडंसं.

कुलकर्णी : भाषाशैलीसंबंधीसुद्धा एक विकास झालेला दिसतो. प्रारंभीची भाषा लिहिलेली ही अधिक अलंकारिक अशी वाटते; पण उत्तरोत्तर ती सुबोध होत गेलेली दिसते. याच्या पाठीमागची कारणं वैयक्तिक आहेत की वाङ्मयीन अभिरुची लोकांची बदलली किंवा सूचकता लोक ग्रहण करू शकले वगैरे नेमकी कशात आहे?

खांडेकर : ही सर्वच कारणं असतील त्याच्यात कदाचित. मी लिहू लागलो त्या वेळी अर्थात गडकरींनी जे नाटकात केलं ते आपण कथेत, कादंबरीत करायचं ही माझी प्राथमिक भूमिका. अगदी होतकरूंच्यातली मानायची असली तर १९२५-२६ सालच्या माझ्या कथा जर वाचल्यात आपण – त्या काळच्या अगदी लोकप्रिय कथा 'आंधळ्याची भाऊबीज,' वगैरे- तर आपल्याला असं आढळून येईल की, जी भाषाशैली आहे ती या कथांना न पेलणारी आहे. कथेतला भाववृत्तीचा आविष्कार होण्याला त्याच्या योगाने मदत होण्याऐवजी अडथळा झालेला आहे आणि याची जाणीव मला १९२५-२६ सालीच व्हायला लागली. त्यामुळं माझ्या १९२७ सालच्या कथा पाहिल्यात तर त्या सव्वीस सालापेक्षा अधिक सुगम, अधिक प्रसादपूर्ण अशा झालेल्या आढळतील. परंतु अशा रीतीने मी अशा शैलीकडे येत असलो तरी मला फार मोठी जाणीव पहिल्यापासून होती की, हरिभाऊ आपटे फार मोठे कादंबरीकार असून हरिभाऊ आपट्यांच्या अनेक कादंबऱ्या - चांगल्या कादंबऱ्या अर्थात - काव्यात्मकतेच्या अभावी दुबळ्या वाटतात. काही सपक वाटतात. काही ठिकाणी तर हरिभाऊंना जर काव्यात्मकतेची जोड असती तर हरिभाऊंनी कादंबऱ्या ज्या तऱ्हेने उभ्या केल्या असत्या त्या तऱ्हेने कादंबरी उभी करणं मराठीत आवश्यक आहे असं मला वाटत असल्यामुळे ह्या शैलीचा त्याग करायचा नाही, परंतु शैली कादंबरीला जेवढी लवचिक करता येईल तेवढी करून घ्यावयाची ही माझी दृष्टी पुढे 'उल्के'पासून सतत राहिली आणि अर्थात लिहीत राहिल्यानं पुढं स्वाभाविकपणे हळूहळू त्याला एक प्रकारचा अधिक प्रसन्नपणा, सोपेपणा येत गेला.

कुलकर्णी : प्रतीक योजना आपली जी आहे, ती मात्र पहिल्यापासून दिसते?

खांडेकर : होय.

कुलकर्णी : ती जास्त चांगली अशी 'क्रौंचवधा'मध्ये जाणवते.

खांडेकर : ती 'कांचनमृगा'मध्ये होती; पण ती बोजड होती. ती 'क्रौंचवधा'मध्ये तुम्हाला -

कुलकर्णी : पहिल्यांदा ती राबविली गेल्यासारखी वाटत होती, ती 'क्रौंचवधा'मध्ये आपोआप आल्यासारखी वाटते.

खांडेकर : आणि रूपककथा मी लिहीत असल्यामुळे प्रतीक योजना मला सुचणे किंवा येणे हे अगदी स्वाभाविक आहे. 'सागरागस्ती' इथं जो आहे तेच इथं आपल्याला लक्षात येईल.

कुलकर्णी : तुमची कविता थांबली आणि तिचं रूपककथेत रूपांतर झालं.

खांडेकर : असं मला मात्र वाटतं.

कुलकर्णी : रूपककथांच्या विस्ताराची परिणती कादंबरीत झाली असं तुम्हाला म्हणायचं आहे?

खांडेकर : होय. असं म्हणता येईल.

कुलकर्णी : मग इथंच असा एक प्रश्न येतो की, तुमचे पुष्कळ वाङ्मयप्रकार खंडित राहिले. एक नाट्यलेखन किंवा स्वतंत्र विनोदी लेखन, वास्तविक पाहता कोल्हटकरांच्या गादीचे वारस म्हणून तुमची ओळख गडकरींनी करून दिली, तेव्हा स्वतंत्र विनोदी लेखन तुम्हाला सहज शक्य होतं आणि ते चांगलं झालेलं आहे. जे थोडंफार आहे ते हे खंडित का राहिलं?

खांडेकर : त्याची कारणं एवढीच सांगता येतील की, मी अनेक क्षेत्रांत शिरलो आणि मला स्वत:ला असं वाटत आलेलं आहे की, माझं वाङ्मयीन कार्य जेवढं व्हायचं तेवढं चांगलं जर झालं नसेल तर त्याचं कारण एवढंच आहे की, प्रत्येक वाङ्मयांच्या क्षेत्रात लुडबूड करण्याचा मी प्रयत्न केला. मी स्वत: केला असं मी म्हणत नाही. कारण स्वभावानं मी लुडबूड करणारा नाही. मला ओढून नेण्यात आलं. प्रत्येक ठिकाणी. मला कादंबरी लिहावयाला लावली. मला चित्रपटात मुद्दाम नेण्यात आलं आणि अंगावर घेतलेलं काम मन:पूर्वक आपण एकदा करायला लागलो म्हणजे त्याच्यामध्ये आपला सबंध वेळ जातो, शक्ती खर्च होते. तर ज्या वेळेला मी लघुकथाकार झालो, त्या वेळेला मला वाटत होतं की, कथा तेवढी आपण चांगली लिहायची आपलं काम. तोपर्यंत एके दिवशी असं घडलं की, आमच्या शाळेतील मॅच होती. तिचा मी अंपायर होतो आणि मला तो निकाल काही व्यवस्थित देता येईना. 'हाऊ इज दॅट!' म्हटल्यानंतर मला काहीच कळेना; कारण माझं लक्षच नव्हतं तिथं आणि मी गडबडून जाऊन जो घरी आलो तो त्या वेळेला मला असं वाटलं की, माझी ही मन:स्थिती मला कशी सांगता येईल? कथेने मला सांगता येईना म्हणून एक काही लिहिलं. लेख लिहिला म्हणा.

कुलकर्णी : 'निकाल द्या.'

खांडेकर : 'निकाल द्या' म्हणून जो मी लेख लिहिला तो लघुनिबंध ठरला शेवटी. ते काय होतंय हे मला ठाऊकच नव्हतं; पण 'वैनतेय'सारख्या सामान्य साप्ताहिकात ते प्रसिद्ध झाल्यानंतरसुद्धा लोकांना ते इतकं आवडलं की मी त्या पद्धतीनं मला ज्या कल्पना यायच्या त्या त्या पद्धतीनं लिहायला लागलो. लघुकथेत

गेलो. लघुनिबंधात गेलो. कादंबरीत गेलो. चित्रपटात गेलो. तर या सर्वांमध्ये माझ्या या पहिल्या सोबतिणी होत्या. सगळ्या कवितेसारख्या. त्या मागं पडल्या.

कुलकर्णी : मग या सगळ्या वाङ्मयप्रकारांनी तुम्हाला कसकसा आनंद दिला गेला?

खांडेकर : ते सांगता येण्यासारखं आहे. अर्थातच ती कविता, विनोदी लेख किंवा टीकालेखन माझं जे प्राथमिक होतं ते याच्यामध्ये. मला असं पुष्कळदा वाटतं की, माझी लेखक या नात्यानं जी पूर्वतयारी व्हायला पाहिजे होती, ती पुष्कळशी त्याच्यात झालेली आहे. नंतर लघुकथा, लघुनिबंध, रूपककथा, कादंबरी, चित्रपटकथा, या अशा निरनिराळ्या क्षेत्रांमध्ये मी वावरत राहिलो सतत. त्यातल्या रूपककथा आणि लघुनिबंध जे माझे आहेत ते मी खरोखर केवळ माझ्या आवडीसाठी लिहिलेले आहेत. कारण आपण वाङ्मयाच्या बाजारात गेलो तर आपणाला असं आढळून येईल की, ह्यांना तिथं तसा भावही नाही मोठा. व्यावहारिक मूल्य त्यांचं लोकांच्या दृष्टीनं काही नाही; परंतु मी मात्र हौसेने सतत लिहीत राहिलो.

कुलकर्णी : वैयक्तिक आनंद...

खांडेकर : अगदी वैयक्तिक कारणानं. इथं मी शुद्ध कलावादी आहे असं म्हटलं तरी माझी त्याला काहीही हरकत नाही. लघुकथा जी मी लिहिली - लघुकथा नि कादंबरी मुख्यत: - पण प्रथमत: लघुकथा ज्या वेळी लिहिली, त्या वेळी मी कलावादी दृष्टीनंच ती लिहिण्याचा प्रयत्न केला; परंतु त्या वेळेला सामाजिक जाणिवेचा जो एक पगडा माझ्या मनावर होता, तो फारसा दूर न झाल्यामुळे पहिल्या माझ्या लघुकथा आपण घेतल्यात तर आपल्याला असं आढळून येईल, की त्या काही शुद्ध कलात्मक अशा नाहीत; पण त्यांच्यानंतर 'दोन टोके', 'खून' वगैरे नंतरच्या ज्या गोष्टी आल्या - 'तिचे डोळे' वगैरे - तर तिथं मी पुन्हा लघुनिबंधात अनुभवत होतो ते अनुभवण्याचा प्रयत्न केला. कादंबरीत मात्र केवळ शुद्ध कलावादी दृष्टीनं मी कादंबरीकडे पाहिलं नाही आणि कादंबरीकडे तसं पाहता येईल असं मला वाटतही नाही; कारण कादंबरी हीच सर्वांमध्ये अधिक – मानवी जीवनामध्ये – सगळ्या गोष्टी भोवतालच्या घेऊन येणारी गोष्ट असते. काव्य हे जेवढं शुद्ध राहतं, तेवढी लघुकथा राहत नाही. लघुकथा जेवढी राहते, तेवढी कादंबरी राहणार नाही अर्थात. आणि चित्रपटकथेविषयी तर बोलायलाच नको; कारण खरं सांगायचं तर त्यात कला थोडी आणि कारागिरी पुष्कळ असते.

कुलकर्णी : आता सामर्थ्यानं तुम्ही जेव्हा तुमच्या साहित्यनिर्मितीकडं पाहता, तेव्हा आज तुम्हाला कोणती भावना वाटते आज त्यासंबंधी व्यक्तिश: आणि मराठी साहित्याचे समालोचक म्हणून?

खांडेकर : व्यक्तिश: खरोखर एवढं आहे की एक सामान्य लेखक या

नात्यानं मी सरस्वतीच्या मंदिरात चाळीस वर्षे उभा राहू शकलो, याचा एक भला मोठा आनंद आहे. व्यक्तिश: मी बोलतो आहे या ठिकाणी या सरस्वती मंदिरात कधी टीकाकार म्हणून झाडलोट केली असेन, कधी ललित कथाकार म्हणून काही इकडली- तिकडली फुलं आणून त्या प्रतिमेला वाहिली असतील, कधी रूपक कथाकार होऊन एखादी वीणा वाजवीत बसलो असेन, काहीतरी केलं असेन मी; ते किती चांगलं, किती वाईट हे सांगता येत नाही; परंतु माझ्या आयुष्याला साहित्यामुळे - साहित्य लिहिण्यामुळे, साहित्य वाचण्यामुळे - कारण तुम्हाला सांगायची गोष्ट अशी आहे की, लिहिण्यापेक्षा मला वाचण्यात मोठा आनंद आहे आणि ज्या ज्या वेळेला मी एखादा मोठा लेखक वाचतो त्या वेळेला मला असं वाटतं की आपण लिहितो कशाला, आपण वाचतच राहावं अर्थात – सबंध – माझ्या विशेषत: आजाराशी टक्कर देणाऱ्या – या जीवनाला फार मोठा आधार, दिलासा वगैरे दिलेला आहे; परंतु ह्या वैयक्तिक गोष्टी होतात. म्हणून इतर दृष्टींनी पाहता मला स्वत:ला असं वाटतं की, साहित्याची गेली चाळीस वर्षं झाली त्याच्यामध्ये काळाचं अंशत: प्रतिनिधित्व करणारा, त्याचप्रमाणं एका बाजूनं कला आणि दुसऱ्या बाजूनं सामाजिक आशय यांची दोन्ही बाजूंनी कदर बाळगणारा, हरिभाऊ आपटे आणि श्रीपाद कृष्ण कोल्हटकर हे जेव्हा आमचे मागच्या पिढीचे दोन वेगवेगळ्या संप्रदायांचे लोक यांचं मीलन घडवून आणण्याचा प्रयत्न करणारा एक लेखक या नात्यानं माझं कुठं तरी एक स्थान आहे अर्थातच.

कुलकर्णी : बरं आहे भाऊसाहेब. तुम्ही स्वत: आपल्या कलानिर्मितीचं रहस्य, त्याला मिळणारी वेगवेगळी वळणं, त्याच्या पाठीमागच्या प्रेरणा हे सगळं सांगितलंत, हे फार बरं वाटलं आम्हाला. अगदी मनमोकळेपणाने आपण हे जे आत्मनिवेदन केलंत त्यामुळे आपल्या वाङ्मयाकडे फार डोळसपणाने पाहता येईल. आम्ही आपले फार आभारी आहोत.

खांडेकर : नमस्ते.

कुलकर्णी : नमस्ते.

ध्येयवाद गेल्याने साहित्याचा कस कमी

वि. स. खांडेकरांच्या षष्ट्यब्दीपूर्तीनिमित्त ज्येष्ठ पत्रकार व साहित्यिक रमेश मंत्री यांनी वि. स. खांडेकरांचे मराठी साहित्यातील स्थित्यंतरासंदर्भात विचार जाणून घेण्याच्या उद्देशाने घेतलेली ही सविस्तर मुलाखत.

कोल्हापूर : 'मराठी लेखकाच्या बाबतीत साठ वर्षे हा जीवनातील एक विशिष्ट टप्पा असतो, असं म्हणण्यापेक्षा त्याच्या जीवनात हा टप्पा पन्नाशीच्या सुमारासच येतो, असं म्हणणं अधिक संयुक्तिक होईल. आपले बहुतेक लेखक चाळीस अगर पंचेचाळिसाव्या वर्षीच निस्तेज होतात. कै. तांबे हे एकच असे कवी होते की, ज्यांची कविता पन्नाशीनंतर फुलली. कै. वा. म. जोशी तर सांगत असत की, पन्नाशीनंतर आता माझ्याजवळ सांगण्यासारखे काही उरले नाही. मराठी लेखकाच्या जीवनात पन्नाशीच्या सुमारास हा टप्पा येण्याचं कारण असं की, त्या वेळी त्याच्या प्रतिभेचा पहिला उत्साह मावळतो. या वेळी त्याच्यासमोर जीवनाची नवीनवी क्षितिजे आली नाहीत, तर त्याचे यापुढील साहित्य म्हणजे केवळ पूर्वीच्या साहित्याची पुनरुक्ती होते, असे उद्गार प्रसिद्ध साहित्यिक श्री. वि. स. ऊर्फ भाऊसाहेब खांडेकर यांनी काल सायंकाळी माझ्याजवळ बोलताना काढले. तारखेप्रमाणे त्यांचा एकसष्टावा वाढदिवस ता. ११ जानेवारीला आहे. तिथीप्रमाणे तो ता. ८ रोजी (पौष संकष्टी) झाला.

आपल्या साहित्याबद्दल बोलताना श्री. खांडेकर म्हणाले, 'मराठी लेखकांना वय व भोवतालची परिस्थिती यांच्याबद्दलची जी बंधने आहेत, ती पाश्चात्त्य लेखकांना नाहीत. त्यांना पन्नाशीनंतरही अमाप उत्साह असतो. आपल्याकडील लेखक प्रामाणिक असेल तर तो या सुमारास थांबतो व तो पोटार्थी किंवा व्यापारी वृत्तीचा झाला असेल तर आपल्या गतसाहित्याची पुनरावृत्ती करीत कसेबसे लेखन चालूच ठेवतो. याबाबत माझी स्वत:ची अवस्था काहीशी भिन्न आहे. ज्या निष्ठेच्या

आणि ध्येयवादाच्या कालात मी वाढलो, त्या कालाहून भिन्न असा काल गेली दहा-पंधरा वर्षे माझ्यासमोर दिसत आहे. मी १९४२ सालापासूनच अस्वस्थ आहे. १९४२ सालासारखी निश्चित ध्येय नसलेली चळवळ आमच्या देशाच्या परंपरेला झेपेल की काय, असे मला त्या वेळेपासून सारखे वाटत होते. या चळवळीत काहीतरी चुकलं आहे, असं लेखक या नात्याने मला वाटतं, असे मी श्री. जयप्रकाश नारायण यांना पुढे काही वर्षांनी म्हटले होते. मला न पचलेली आणखी एक मोठी घटना म्हणजे भारताची फाळणी आणि फाळणीपूर्व व फाळणीनंतर झालेल्या अनेक दु:खमय घटना. ज्या निष्ठावान चळवळीने देशाच्या स्वातंत्र्याचा लढा सुरू झाला, ती समर्थ होती. फार तर संपूर्ण देशाच्या स्वातंत्र्यासाठी आणखी दोन-चार पिढ्या लढा देऊ; पण त्यासाठी फाळणी करून स्वातंत्र्य घेण्याची घाई करू नये, असं मला वाटत असे. पण या सर्वांहून अधिक धक्का देणारी गोष्ट कोणती असेल, ती म्हणजे स्वातंत्र्योत्तर कालात गांधीवादी म्हणविणाऱ्यांचा झालेला अध:पात. १९४७ पूर्वी गांधीवाद हे एक व्रत होते. त्या वेळीही त्यात काही दोष असतील; पण पूर्वी त्यागी देशभक्ती करणारे स्वातंत्र्योत्तर कालात गांधीवादाच्या नावाखाली व्यवहारवाद खेळू लागले. मला प्रामाणिकपणे वाटते की, राष्ट्राची उभारणी करावयाची तर ध्येयवाद टाकून व्यवहारवाद स्वीकारता येणार नाही. या सर्व कारणांनी मी अस्वस्थ व काहीसा निराश झालो. मी १९४८ साली ५० वर्षांचा होतो. योगायोगाने त्याच सुमारास स्वातंत्र्योत्तर कालास सुरुवात झाली.'

आपल्याला लेखनासाठी प्रेरणा कशी मिळते हे सांगताना श्री. खांडेकर म्हणाले, '१८८०च्या सुमारास चिपळूणकर, आगरकर, लोकमान्य टिळक इत्यादींची जी पिढी झाली, तिला इंग्रजी राज्याबरोबर लढा देण्याचा द्रष्टेपणा होता. राजकीय द्रष्टेपणानंतर स्वातंत्र्योत्तर कालात सामाजिक व आर्थिक क्षेत्रांत असेच द्रष्टे नेते येतील, अशी अपेक्षा होती. ती सफल झाली नाही. मी केवळ सौंदर्यवादी लेखक नाही; त्यामुळे ही विफलता माझ्या मनाला अधिकच जाणवली. १९४७ पूर्वी लेखकांना अधिक तीव्र जाणिवा किंवा प्रेरणा होत्या. माझ्या भोवतालच्या जीवनातून मला स्फूर्ती मिळते. मी शिरोड्याला गेलो नसतो तर 'दोन ध्रुव' व 'उल्का' या कादंबऱ्या माझ्या हातून लिहिल्या गेल्या नसत्या. ज्या समाजाबद्दल लिहावयाचे त्याबद्दल आपुलकी निर्माण झाली पाहिजे व त्याचे चित्रण करण्याची उत्सुकता पाहिजे. आपल्या साहित्यात जी माणसे रंगवावयाची ती जिवंत समाजातील रंगवावीत ही माझी इच्छा. माझ्या भोवताली जे भव्य, उदात्त घडले, त्यापासून प्रेरणा घेतली व माझ्या सौंदर्यवादी दृष्टीतून ही चित्रे मी रंगविली; पण सध्या आपल्या देशात जे घडत आहे, त्यातून असे भव्य अथवा उदात्त प्रेरणा देणारे फारसे काही माझ्या नजरेत येत नाही. याचे कारण कदाचित मी पन्नाशीपलीकडे आलो आहे हे असू शकेल,

त्याचप्रमाणे भोवतालचे प्रेरणा देणारे झरे कमी झाले, हेही कारण असू शकेल.'

हल्लीच्या मराठी साहित्यात व्यक्तिवाद अधिक झाला आहे काय व तो तसा झाला असल्यास त्याचे कारण काय असावे, अशा आशयाच्या प्रश्नास उत्तर देताना श्री. भाऊसाहेब म्हणाले, 'आपले आजचे वाङ्मय अधिकाधिक व्यक्तिवादी झाले आहे. याचे कारण म्हणजे आमच्या लेखकांना बाहेरून मिळणाऱ्या प्रेरणाच कमी झाल्या. दुसरे असे की, अनेक लेखक पैसे मिळविण्यासाठी लिहू लागले. त्यांच्या लेखनात अंतरीची तळमळ राहिली नाही. अर्थात मराठीतील सर्वच लेखकांनी ध्येयवादी लेखक व्हावे, अशी अपेक्षा करता येणार नाही. कोणत्याही समाजात काही लेखक पैशांसाठी लिहिणारच व त्यात काही चूक आहे, असेही मी म्हणणार नाही. यंत्रयुगात पैशासाठी लेखन करणारे लोक येणे, ही अपरिहार्य घटना आहे व असा लेखकही साहित्यसृष्टीचा घटकच असतो; पण ज्या साहित्याबद्दल आपण मोठ्या अपेक्षा करतो, ते साहित्य हा वर्ग निर्माण करीत नाही. अशा लेखकांपासून श्रेष्ठ अथवा अभिजात साहित्याची अपेक्षा करता येणार नाही. खरा साहित्यिक आपल्या अंत:करणात उसळलेल्या भावनांचा अधिक विचार करतो.'

'आम्ही ज्या विचारसरणीत वाढलो, त्यापूर्वीच्या विचारसरणीत ईश्वर, धर्म अशा काहीतरी श्रेष्ठ तत्त्वांवर विश्वास होता. आमच्या पिढीत ईश्वराची जागा ध्येयानं घेतली. आजकाल ईश्वर, धर्म आणि ध्येयावरचाही विश्वास नाहीसा झाला आहे. त्यामुळे अर्थ व विशेषत: काम यांच्यावर भर देणारे साहित्य निर्माण होत आहे. म्हणजे काम हा विषय साहित्यातून टाळावा असं मी म्हणत नाही; पण केवळ शारीरिक वर्णने साहित्याने द्यावीत, असंही मी म्हणणार नाही. गेल्या दिवाळी अंकांतील काही प्रसिद्ध लेखकांच्या कथा पाहिल्या तर त्यांत स्त्री-पुरुष संबंधांवर व त्यातूनही अनैतिक संबंधांवर भर देण्यात आला आहे; पण भारतीय परंपरेत वाढलेली स्त्री एकदम अशा संबंधाला का प्रवृत्त होते, याची कारणे शोधण्याचा त्यांत प्रयत्न दिसत नाही. केवळ उत्तान वर्णने देऊन 'सेन्सेशन' निर्माण करणे एवढाच त्यात उद्देश दिसतो. मुंबईत गुंडाने स्त्रीवर बलात्कार केल्याचे गोष्टीत दिसते; पण फक्त ती कृती दिसते. त्यामागील भावना, त्यांची सामाजिक पार्श्वभूमी या त्यात दिसत नाहीत. या दिसाव्यात आणि त्या हतभागी स्त्रीबद्दल, मानवी मनात करुणा उत्पन्न व्हावी, असा त्यात प्रयत्न झाला पाहिजे. 'हॅम्लेट' अथवा 'ऑथेल्लो' यातही अनैतिक संबंधांचा उल्लेख आहे; पण प्रेक्षकांच्या मनात अखेर जे चित्र उभे राहतं, ते दिव्य प्रेमाच्या अथवा श्रेष्ठ भावनांच्या साक्षात्काराचं चित्र असतं. आमच्या लेखकांनी हा साक्षात्कार गमावू नये, एवढेच माझं म्हणणं आहे. हेमिंग्वेच्या 'ओल्ड मॅन अँड दि सी' या कादंबरीत एका वृद्ध कोळ्याची अवाढव्य माशाबरोबर झुंज दाखविली आहे. ही झुंज हाच त्या कादंबरीचा साक्षात्कार आहे. टॉलस्टॉयच्या 'ॲना

कॅरेनिना' किंवा 'रिसरेक्शन'मध्येही काही अनैतिक संबंधांचे सूचक उल्लेख आहेत; पण या कादंबऱ्यांचा आपल्या मनावरील परिणाम म्हणजे या वर्णनांनी उद्दीपित झालेल्या भावना हे नसून आपल्या भावनांचे झालेले उदात्तीकरण हा असतो. माझ्या 'छाया' या चित्रपटात शील विकणाऱ्या स्त्रीचे चित्र आहे; पण त्यात त्या प्रसंगाचे शारीरिक वर्णन नसून त्यामागील करुण भावना रंगविल्या आहेत व शरीरामागील काहीतरी दिव्य व उदात्त दाखविण्याचा प्रयत्न केला आहे.

'मला वाटतं आजचे बरेच नवे मराठी लेखक हे उदात्तीकरण मानीत नाहीत. परमेश्वरावरील विश्वास गेला असला तरी माणसाच्या मनातील मंगलावर, शिवावर आमचा – जुन्या साहित्यिकांचा – अद्याप विश्वास आहे. नव्यांना हे मांगल्यही मान्य नाही. त्यांचा कशावरच विश्वास नाही. जीवनात झगडा असा नाहीच. मनुष्य हा दुबळाच आहे, जीवन हे असंच चालायचं, अशी काहीशी उदास विचारसरणी नवसाहित्यात दिसते; पण मानवाला उदात्त जाणीव देणे हे साहित्याचे कर्तव्य आहे, असं मी मानतो. सत्य, शिव आणि सुंदर यांवर माझा विश्वास आहे. माणसाला शिवाकडे नेणारी ती संस्कृती. प्रत्येक माणसात मांगल्य हे मूलतःच असते व कोणाचा परमेश्वरावरील विश्वास उडाला तरी या मानवातील मांगल्यावरील विश्वास जाता कामा नये; नाहीतर माणसाला काही मूल्येच राहणार नाहीत. आजकाल व्यक्तिवादाप्रमाणेच वास्तवतेवरही बराच भर दिला जातो; पण वास्तवतेवरही शिव आणि सौंदर्याची बंधने अवश्य हवीत. नाहीतर ते साहित्य होऊ शकणार नाही आणि श्रेष्ठ साहित्य तर मुळीच होणार नाही. वास्तवता ही वैयक्तिक नसून 'युनिव्हर्सल' असेल, तरच ती प्रभावी साहित्य निर्माण करू शकते. साहित्याला सामाजिक जीवनापासून संपूर्णपणे अलग होता येणार नाही.

'नवसाहित्य लिहिणाऱ्यांतही अनेक चांगले साहित्यिक आहेत; पण ते श्रेष्ठ साहित्य लिहितात, असं मला वाटत नाही.'

आपली भारतीय परंपरा सोडून काही साहित्यावर पाश्चात्त्य साहित्याची छाया कशी पडली आहे, हे सांगताना श्री. वि. स. खांडेकर म्हणाले, 'ज्या कल्पना आमच्या समाजात रूढ नाहीत, त्यावर पाश्चात्त्य साहित्यावरून लिहिलेले वाङ्मय आमच्याकडे रुजणार नाही. काही मराठी कवितात इंग्रजी आधुनिक काव्याची नक्कल करण्यात येते; ती इतकी विकृत असते की इंग्रजी कविता समजते; पण आमची मराठी कविता समजत नाही. मला केव्हा केव्हा वाटतं की, आपल्या कवीचे व आपले अनुभव एकच आहेत. मग मला ती का समजू नये? आमचे कवी असं मुद्दाम आडवाटेने जाऊन बौद्धिक कसरत का करतात? कित्येक मराठी नवकाव्यात भावनेचा आनंद मिळत नाही; पण मानवी मन भावनेच्या स्पर्शानेच आनंदी होतं. आमच्या वाचकाचे मन रामायण-महाभारतासारख्या सुबोध, रसाळ काव्यावर वाढलेले

आहे. ही परंपरा सोडून बौद्धिक कसरत करणारे नवकाव्य त्याला पचणार नाही. आज-काल समजण्याचीच थट्टा होऊ लागली आहे. 'काव्य समजायचं ते काय?' असा उलट उपरोधिक प्रश्न विचारला जाऊ लागला आहे. एका बाजूला आनंद देणं हे साहित्याचे ध्येय म्हणावयाचे व दुसऱ्या बाजूला काव्य समजलं नाही तरी चालेल म्हणावयाचे, हे परस्परविरोधी आहे. कवींनी व नवलेखकांनी जीवनातील दु:ख अवश्य रंगवावं; पण त्याबरोबरच जीवनातील धैर्य, उदात्तता इत्यादीचा विसर पडू देऊ नये. आमच्या परंपरेविरुद्ध साहित्य प्रसृत होत आहे, याचे एक कारण असं की, जुने संस्कृत वाङ्मय, चिपळूणकर, आगरकर, लो. टिळक वगैरेंचा ध्येयवाद, देशभक्तीचे वातावरण यांचा आपल्या मनावरील पगडा कमी होत आहे.'

'साहित्यनिर्मितीच्या दृष्टीने आपण आपल्या गतकालाचा आढावा घेतल्यास काय निष्कर्ष काढाल?' असा प्रश्न मी विचारला, तेव्हा श्री. वि. स. खांडेकर म्हणाले, 'ऐन तारुण्यात भावना व कल्पनाशक्ती प्रबळ, किंबहुना उद्दाम असते. पुढे पुढे विचारांचा पगडा अधिक बसतो. माझेही तसंच झालं. मात्र केवळ विचार वाढले तर लेखक उत्तम निबंधकार होईल. ललित लेखक होणार नाही. आपली विचारसंपत्ती ललित लेखकाला कल्पनेच्या व भावनेच्या द्वारा व्यक्त करावी लागते. माझं जीवन काही निष्ठांच्या बैठकीवर असल्याने मला पोटार्थी किंवा 'कमर्शियल' लेखक होणे कधीच रुचले नाही. म्हणूनच मा. विनायकांच्या मृत्यूनंतर मी चित्रपटसृष्टीसाठी लेखन जवळजवळ सोडून दिलं. मास्टर विनायक हे लेखकाच्या प्रेरणेला, अंत:करणातील खळबळीला महत्त्व देत असत.

'साहित्याने आपल्या समाजाची परंपरा फेकू नये असं मी मानतो. आपल्या सबंध संस्कृतीवर आध्यात्मिक छाया आहे. तिला विसंगत असं मी लिहीत नाही. याच परंपरेचा साहित्यातील एक शिरस्ता असा की, उत्तान अथवा कामुक जे असेल ते सूचित करावयाचे, अगदी उघड मांडावयाचे नाही. कलेमध्ये 'अल्टिमेट' (अंत्य)पेक्षा 'पेल्टिमेट' (उपांत्य) असावं,' असे कै. तात्यासाहेब केळकर म्हणत, ते मला मान्य आहे. मी स्वत: सामाजिक प्रेरणा घेऊन लिहिणारा आहे; पण केवळ सामाजिक प्रेरणेमुळे ललित लेखक होणार नाही. जीवनात रस घेण्याची शक्तीही ललित लेखकात हवी. सौंदर्यात विचार हवा; पण साहित्यातील सौंदर्य हे विचारांत बुडून जाता कामा नये.

'सध्या माझ्या सहा-सात कादंबऱ्या अपुऱ्या आहेत. माझ्यापुढे ज्या साहित्यविषयक योजना आहेत, त्यात इंग्रजी राज्यापासून आत्तापर्यंत तीन-चार पिढ्यांच्या जीवनात होणाऱ्या बदलांचे चित्रण करणारी 'वॉर अँड पीस'सारखी सुमारे एक हजार पृष्ठांची कादंबरी आहे. 'साहित्य साधना' नावाच्या साहित्य चर्चात्मक एक हजार पानांच्या ग्रंथाचीही माझी योजना आहे; पण अनेक मर्यादांमुळे व व्यवधानांमुळे या मोठ्या

योजना लवकर पूर्ण होऊ शकत नाहीत. मला वाटते, या अडचणी इतर बऱ्याच लेखकांनाही येत असाव्यात, म्हणून त्यांची अधिक चर्चा करणे उपयुक्त होईल.

'मराठी लेखकांना आर्थिक स्वास्थ्य नेहमीच असते असं नाही व आर्थिक मुबलकता तर त्यांच्या वाट्याला येत नाहीच, असं म्हटलं तरी चालेल. चरितार्थाची विवंचना ही आमच्या लेखकांची सर्वांत मोठी अडचण आहे. दुसरी अडचण वेळेची. निर्वेध लेखन करावे अशी माझी व अनेक लेखकांची इच्छा असते; पण अनेक सार्वजनिक कामांत लेखकांनी भाग घ्यावा, अशी लोकांची अपेक्षा असल्याने ते जमत नाही. स्वातंत्र्योत्तर काळात सभा, संमेलने, उत्सव फार झाले आहेत. त्यांना हजर राहण्यात अगर त्यांत कमी-अधिक प्रत्यक्ष भाग घेण्यात लेखकाचा बराच वेळ व शक्ती खर्च होते. अशा बऱ्याच उत्सवांचं स्वरूप जुजबी असतं, व यात होणाऱ्या व्याख्यानांत लोकांना स्वारस्यही वरवरचे असतं; पण अनेकांच्या आग्रहाने किंवा वैयक्तिक संबंधांमुळे लेखकांना त्यात भाग घ्यावा लागतो. म्हणजे लेखकाने हे सर्वस्वी टाळावे असं नाही; पण लेखकाकडून चांगल्या साहित्याची अपेक्षा करावयाची तर त्याला जास्तीतजास्त निवांत वेळ द्यायला हवा, एवढी जाणीव त्याच्या चाहत्यांनी ठेवली तरी पुरे झाले.'

प्रकाशक व लेखक यांच्या परस्परसंबंधाबद्दल नंतर श्री. भाऊसाहेब खांडेकर यांनी विचार व्यक्त केले. *'आपल्याला प्रकाशक फसवितात अशी अनेक मराठी लेखकांची तक्रार आहे. आपला त्याबाबत काय अनुभव आहे?'* असा प्रश्न मी विचारला, तेव्हा श्री. खांडेकर म्हणाले, 'प्रकाशकांबद्दलचा माझा अनुभव चांगला आहे. मला कोणाही प्रकाशकाने फसविले नाही. एक तर मी प्रकाशक बदलत नाही. श्री. रा. ज. देशमुख, श्री. अ. अं. कुलकर्णी (काँटिनेंटल प्रकाशन) व द. ना. मोघे (कोल्हापूर) हेच माझे प्रकाशक आहेत. त्यांचे व माझे संबंध व्यवहारापेक्षा स्नेहाचेच अधिक आहेत. मला वाटतं, लेखकाने असं सातत्य ठेवलं तर प्रकाशकाला आपल्या कामाच्या दृष्टीनेही ते सुलभ होते. जी गोष्ट पुस्तक प्रकाशनाबाबतीत, तीच मासिकांबद्दलही मी पाळीत आलो आहे. मासिक 'मनोरंजना'नंतर 'रत्नाकर' व त्यानंतर 'किर्लोस्कर' यांना मी सातत्याने मजकूर पुरविला. लेखक व प्रकाशकाबद्दल मला असं वाटतं की महाराष्ट्रातील अनेक लेखकांनी आपला प्रकाशक जगतो की नाही, हे पाहिले नाही. आपल्या पुस्तकाला जास्तीतजास्त पैसे मिळावेत असा आग्रह धरणाऱ्या लेखकांनी त्यात प्रकाशकास किती फायदा उरेल, याचाही विचार केला पाहिजे. चार पैसे अधिक मिळतात म्हणून लेखकाने प्रकाशक बदलला, तर पहिल्या प्रकाशकाचा व्यवसाय काही प्रमाणात विस्कळीत होईल, ही जाणीव ठेवली पाहिजे. महाराष्ट्रातील कितीशा लेखकांनी असे विचारपूर्वक आपले प्रकाशक सांभाळले आहेत? आपल्याला पैसे देणारे यंत्र म्हणून प्रकाशकाकडे लेखकांनी पाहू नये. मी

चित्रपटांसाठी लेखन करीत होतो, तेव्हा मला पैशांची निकड नव्हती. त्या वेळी मी पाच-पाच वर्षे प्रकाशकाकडून माझे पैसे घेतले नाहीत. लेखकांनी पैसे घेऊ नयेत किंवा कमी घ्यावेत असं नाही; पण प्रकाशकाला त्याचा व्यवसाय वाढविण्याची व टिकविण्याची संधी द्या व मग हवे तर अधिक पैसेही मागा.

'मला प्रकाशकांचा अनुभव चांगला आला; पण एक गमतीचे उदाहरण म्हणून सांगतो. एकदा एका प्रकाशकाने माझ्याकडे पुस्तक मागितले. एवढेच नव्हे तर त्याने माझ्या कादंबरीसाठी कोरा चेक पाठविला. मला प्रकाशक बदलावयाचे नसल्याने मी त्याला आभारपूर्वक नकार दिला. पुढे काही वर्षांनी एक लेखक त्या प्रकाशकाकडे आपले पुस्तक घेऊन गेले. त्या पुस्तकाला माझी प्रस्तावना होती. तेव्हा त्या प्रकाशकांनी सांगितले, 'मी पुस्तक छापेन, पण प्रस्तावना छापणार नाही!' त्यावर लेखकाने आपलं पुस्तक परत घेतले.'

पूर्वीच्या मानाने आजकाल वाचकांची संख्या बरीच वाढली आहे. तेव्हा *वाचकांकडून लेखकांच्या अपेक्षा काय आहेत व पूर्वीच्या आणि आताच्या वाचकांत फरक आहे काय*, अशा आशयाचा प्रश्न मी विचारला, तेव्हा श्री. वि. स. खांडेकर म्हणाले, '१९२० ते १९४० या कालात बुद्धी-भावनांना आवाहन करणारे फारसं काही नको असतं म्हणून वाचकही खोल असं वाचीत नाहीत. त्यामुळे वाचक वर वर वाचणारा, लेखक पोटार्थी, शिक्षक पोटार्थी व सर्व समाजाची पातळीच कनिष्ठ बनत चालली, असा प्रकार होत आहे. समाज वर जातो तो सर्व अंगांनी वर जातो व तो अध:पतित होतो तोही सर्व अंगांनी अध:पतित होतो. अमेरिकन लेखक कॉकनेर यांनी काही अमेरिकन लेखकांबद्दल म्हटलं आहे, 'They write by glands, not by heart.' तसा प्रकार आज आपल्याकडेही दिसत आहे. मात्र मी याबद्दल सर्वस्वी निराश नाही. आजच्या मराठी लेखकांत अनेक सामर्थ्यशाली लेखक आहेत. त्यांनी सामाजिक जीवनात प्रेरणा घेतल्या तर ते याहून उज्ज्वल साहित्य निर्मितील. आजचे मराठी साहित्य इतर भारतीय साहित्याच्या तीळमात्रही मागे नाही. वाचक अधिक चोखंदळ व्हावयाला, त्याला सखोल वाचनाची अधिक गोडी लागावी आणि लेखकांनी केवळ धक्का देणारे चमत्कृतिमय लेखन न करता, उदात्तीकरण करणारे व मानवाचे विशाल मन दाखविणारे साहित्य लिहावे, एवढीच माझी इच्छा आहे.'

— रविवार सकाळ
१२ जानेवारी, १९५८

समाजाला सारखं काहीतरी सांगावंसं वाटतं...

वि. स. खांडेकरांना सन १९६८मध्ये भारत सरकारने 'पद्मभूषण' प्रदान करून त्यांच्या साहित्यसेवेचा सन्मान केला. त्याचे औचित्य साधून ज्येष्ठ मराठी नाट्यसमीक्षक वि. भा. देशपांडे यांनी खांडेकरांशी केलेली मनमोकळी चर्चा मुलाखतरूपाने.

अखेरीस भारत सरकारने श्री. भाऊसाहेब खांडेकर यांना 'पद्मभूषण' करून गौरविले! सत्तरीतल्या भाऊसाहेबांना हा मान खरं म्हणजे केव्हाच मिळायला हवा होता; परंतु या ना त्या कारणांमुळे खांडेकरांकडे लक्ष जायला इतकी वर्षं जावी लागली असावीत.

पण याचे सुखदुःख भाऊसाहेबांना काहीच नाही. आजपर्यंत आपल्याला हे का मिळालं नाही, म्हणून त्यांनी आडून किंवा प्रत्यक्ष कधी चौकशीही केली नाही अन् त्यासाठी 'खास' प्रयत्नही केले नाहीत. वास्तविक राजदरबारने त्यांना गौरविण्याआधीच जनमानसाने केव्हाच 'शिरोविभूषित' केले आहे. खांडेकर हे आपले 'शिरोभूषण' चाळीस-पन्नास वर्षे मान्य केले आहे आणि त्यामुळेच की काय, 'पद्मभूषण' झाल्यावरही पूर्वीसारखेच ते उद्योगमग्न आहेत. आज काही फार मोठं घडलं असं ते मानीत नाहीत. मी त्यांच्याशी दुसऱ्या दिवशी बोलत असताना ते या पदव्या आणि ते देणारं सरकार यांवर फारसं काहीच बोलले नाहीत. फक्त त्यांना एक मात्र जाणवलेलं आहे, की पं. सातवळेकर आणि लोकनायक अणे हे वास्तविक केव्हाच 'भारतरत्न' व्हायला पाहिजे होते. कारण त्या पदवीपलीकडे त्यांचे कार्य आहे. सातवळेकरांसारख्या माणसाला शंभर वर्षे झाली. त्यांचं कार्य पदवीरूपात लक्षात यायला सरकारला वीस वर्षे जावी लागली.

या पदव्या देताना एकाच महत्त्वाच्या गोष्टीचा विचार व्हावा असं भाऊसाहेबांना वाटतं, ती म्हणजे त्या माणसानं आपला समाज मोठा होण्यासाठी, त्याची संस्कृती,

त्याचं मन उंचावण्यासाठी मोठं कार्य केलं असलं पाहिजे. समाजानं त्या कार्याची आपणहून सहजस्फूर्त पावती दिली असली पाहिजे. मग तो राजकारण, साहित्य, कला, तंत्रज्ञ, शास्त्रज्ञ, समाजसुधारक... कोणत्याही क्षेत्रातला असो, त्याला अन्य दुसरी कोणती कसोटी लावू नये, लावता कामा नये आणि असे समाज उन्नत करणारे लोक सरकारने हेरले पाहिजेत. ते आपणहून कधीच सरकारला विनंती करणार नाहीत. हे बोलताना भाऊसाहेबांनी एक खुलासा केला की, यापूर्वी ज्यांना या पदव्या दिल्या, त्यांच्याबद्दल माझ्या मनात कोणतीच अनादराची भावना नाही; पण यापुढे सरकारने हे पथ्य पाळल्यास बरे होईल.

बोलणे चालूच होते. अधुनमधून गावातील मंडळी भाऊसाहेबांचे कृतज्ञतेने अभिनंदन करीत होती. भेटायला येण्याच्या वेळा ठरवीत होती. अभिनंदनाची पत्रे-तारांचा पसारा शेजारी पडलेलाच होता. पुन्हा त्यात पोस्टमन भर टाकीतच होता; पण त्यांचे मन रेडिओतल्या क्रिकेट कॉमेंट्रीकडे लागले होते. वीस वर्षांच्या अबीद अलीचे ते कौतुक करीत होते. तरुण मनाच्या अवस्थेचे वर्णन करीत होते. ते करता करता समेवर आले आणि म्हणाले, 'तुम्हाला सांगतो, जीवन हेही क्रिकेटसारखंच आहे असं मला नेहमी वाटतं. आयुष्य सुखदु:खांनी रंगलेलं आहे. पुढच्या क्षणाला काय होईल हे सांगणं कठीण, भली भली माणसंदेखील जीवनात हरली. काहींना शतक काढायला मिळते. काही आल्या-आल्याच बाद होतात. प्रत्येकाची खेळण्याची पद्धतही ठरलेली असते. त्याला तुम्ही कितीही सांगा, तो त्याच्या सवयीप्रमाणेच बॅट फिरवणार. लहानपणी शिकताना त्याला जर कोणी गुरू भेटला तरच. नाहीतर आयुष्यात ते तसंच राहतं... त्याला ते कळत नाही.

'अमृतवेल'वर 'केसरी'त जे परीक्षण आले आहे, त्यासंबंधी बोलताना भाऊसाहेब म्हणाले, 'अलंकृत लिहिणं ही माझ्या लेखणीची, वृत्तीची सवयच आहे; त्याला काय करायचं? हरिभाऊ, वामनराव जोशी, कोल्हटकर, गडकरी यांचा माझ्यावर जबरदस्त पगडा. त्यांच्या सहवासाने, साहित्यवाचनाने त्या वेळी जे संस्कार घडले ते कायम राहिले. आता ते मोडू म्हटल्याने मोडवत नाहीत. सुटता सुटत नाहीत; पण कधीही स्वत:ची, समाजाची प्रतारणा करून लेखणी उचलली नाही. काळाबरोबर जे जे बदलत गेलं त्याचा शोध घेतला. त्याची कारणं शोधण्याचा प्रयत्न केला. गडकरी मला नेहमी सांगत की, 'आपण जे लिहितो ते वाचक वाचतो, त्या वेळी आपण त्याचा वेळ घेतो. असंख्य वाचकांची असंख्य मिनिटं घेण्याचा आपल्याला काय अधिकार? आणि ती घ्यायची असलीच तर तितक्या तन्मयतेने, जीव लावून लिहिले पाहिजे. त्याला आपण काहीतरी दिलं पाहिजे.' ते सतत मला आठवतं. त्या जाणिवेनंच मी लिहितो...' ही जाणीव, तळमळ भाऊसाहेबांच्या लिखाणात आज गेली ४०-५० वर्षे मराठी रसिकाला ज्ञात आहे. याबरोबरच आणखी एक गोष्ट त्यांच्याशी बोलताना आढळली, ती म्हणजे

त्यांचं जबरदस्त वाचन. हरिभाऊ, वामनराव, गडकरी-कोल्हटकरांच्या साहित्यसंस्कारांनी फुललेला हा लेखक पाश्चात्त्य-पौर्वात्य लेखकांच्या महत्त्वाच्या कलाकृती आवर्जून वाचत आहे, आत्मसात करीत आहे, त्यातलं सत्त्व ध्यानी घेत आहे. ते मला एका उदाहरणानं जाणवलं. ते टेनिसी विल्यम्सच्या 'कॅट ऑन ए हॉट टिन रूफ' या नाटकाबाबत बोलत होते... 'या नाटकावरून तिथल्या समाजाच्या मन:स्थितीची,त्यातल्या अपरिहार्य विकारवशतेची, विकृतीची आपल्याला कल्पना येते. ज्या अमेरिकेच्या समाजाचे वर्णन करायला शेकडो पानांचे ग्रंथ खर्च करायला लागले असते, ते टेनिसी विल्यम्सनं एका कलाकृतीत सांगून टाकले. कलावंत हा समाजमनाचा खरा द्योतक असतो. आपल्या संवेदनाक्षम मनानं समाजमनाची स्थिती टिपतो आणि कलेद्वारा व्यक्त करतो. आजही आपल्याला सत्तर-ऐंशी वर्षांपूर्वीचा आपल्याकडील काळ हा हरिभाऊंच्या कादंबरीने किंवा देवलांच्या 'शारदे'ने जितका कळेल, तितका इतर ग्रंथांनी खूपच कमी कळतो. भाऊसाहेबांचा हा कलाविषयक आवडता सिद्धान्त आहे. त्यावर ते प्रदीर्घ बोलत होते.

बोलताबोलता ते स्वत:च्या लेखनासंबंधी सांगू लागले, 'नवनवीन टीकाकारांनी, अभ्यासकांनी आमच्यासारख्या जुन्या पिढीतील लोकांवर लिहिलं पाहिजे. पूजकाची, भक्ताची भूमिका न घेता आपल्याला जे वाटलं, ते मोकळेपणानं सांगितलं पाहिजे, त्यातच आम्हाला आनंद आहे. आमच्यातले दोष दाखवलेत म्हणून आम्हाला कधीच वाईट वाटणार नाही. निर्दोष मनुष्य अजून जन्माला यायचाय. देवाच्या मूर्तीचे झाले तरी पाय हे मातीचेच असतात, हे विसरून चालणार नाही. काळाबरोबर आम्हीही बदललं पाहिजे. आम्हाला पूर्वी रविवर्मांची चित्रं फार कलात्मक वाटायची. अजूनही ती चांगली आहेतच; पण त्यानंतर जे चित्रकलेत अनेकांनी घडवलं तेही तितकंच चांगलं - आकर्षक आहे. नुसत्या जुन्या कल्पना उराशी घेऊन बसण्यात काय अर्थ? शक्य तेवढं मी नवीन वाचतो. दृष्टीला झेपेल तेवढं पाहतो. बरीचशी नाटकं पाहून निराशा होतो. मी नाटक पाहताना नेहमी विचार करतो की मी हे नाटक कसं लिहिलं असतं? हे नाटककार विषय डोक्यात चांगला ठेवतात; पण त्यांचे चिंतन जेवढं व्हायला पाहिजे तेवढं होत नाही. मला तर नेहमी वाटतं की, त्या विषयाचं चिंतन झाल्यावर आपल्या परिचयातली माणसे, त्यांच्या आकृत्या त्यात आणाव्यात; म्हणजे नाटक अधिक बंदिस्त, चांगले होईल... खरं म्हणजे मी जर कोकणातून लवकर इकडच्या बाजूला आलो असतो तर... तर नाटककारच झालो असतो.' मी त्यांना म्हटलं, 'भाऊसाहेब, मला तर नेहमी वाटतं, तुम्ही कादंबरीकार असलात तरी प्रथम जीवनतत्त्वचिंतकच आहात. नंतर कादंबरीकार आहात.' त्यावर भाऊसाहेब म्हणाले, 'नाटकानंतरचा अतिशय जवळचा वाङ्मयप्रकार म्हणजे कादंबरी, म्हणून मी तिकडे वळलो. ग्रंथकार, संशोधक होण्याची इच्छा असूनही झालो नाही. कारण आमची ही प्रकृती अशी! शरीराला ती संशोधकाची धावपळ जमली नसती.

म्हणून आयुष्यभर याच वाङ्मयप्रकारात रमलो. हाडाचा शिक्षक म्हणून सारखं समाजाला सांगावंसं वाटतं. अखेरपर्यंत आम्ही तेच करीत राहणार!'

भाऊसाहेब मुळात गंभीर, ते अधिकच गंभीर झाले. 'आता इच्छा एकच आहे. आपल्या हातातून आत्मचरित्र लिहिणं व्हावं, थोड्या निराळ्या प्रकारचं! माझे तमिळ, तेलुगू, गुजराती, हिंदी असे मराठी सोडून इतर खूप वाचक आहेत. मला त्यांची सतत पत्रं येतात, तुम्ही तुमच्या जीवनाविषयी लिहा. तो विचार सध्या चालू आहे. तसं पाहिलं तर मी जन्मायच्या आधी जग होतंच, मी गेल्यावरही राहणार आहे. या कालप्रवाहात काही वर्षे माझं आयुष्य गेलं तेवढं प्रामाणिकपणानं, अलिप्तपणानं लिहिण्याचा विचार आहे. मी लेखक, एक सामान्य माणूस म्हणून भावनिकरित्या कसा जगलो, ते या चरित्रात लिहिण्याचा प्रयत्न करणार आहे. हे मराठीतर लोकांच्या दृष्टीनं प्रामुख्यानं लिहिणार आणि दुसरा एक भाग म्हणजे मराठी वाचकाला समजणारा, आवडणारा असा, माझ्या जीवनात जे साहित्यिक आले, अन्य मोठी माणसे आली, मला साहित्याबद्दल काय वाटले ते सर्व एकत्रित लिहिणार आहे. पुढच्या दिवाळीपर्यंत एक कादंबरी पूर्ण होईल असं वाटतंय. पाहूया काय होतंय ते!' बोलता बोलता ते थांबले अन् म्हणाले, 'माझं या कादंबरी लेखनावर बरं चाललंय. माझ्या काही मित्रांनी मला अनुदान मिळण्यासाठी प्रयत्न चालवले होते. मी त्यांना रोखलं, कारण जोपर्यंत मला माझं लेखन जीवनसाथ देतंय, त्यावर माझी गुजराण बरी चाललीय तोपर्यंत मी कशाकरिता सरकारकडे मागू? ज्या दिवशी मला तशी गरज वाटेल तेव्हा मी अवश्य तुमच्याकडे येईन.'

भाऊसाहेब तडफेनं, स्वाभिमानानं बोलत होते. सत्तरीतही डोळ्यांच्या मोतीबिंदूचं ऑपरेशन करून घेण्याच्या ते तयारीत आहेत. सध्या मराठी कोणाकडून तरी वाचून घेतात, इंग्रजी जसं जमेल तसं स्वत: वाचतात. आल्यागेल्याच्या स्वागताला जातीनं येतात. त्यांचं आदरातिथ्य करतात. मला तर त्या दिवशी आपण सत्तरीतल्या भाऊसाहेब खांडेकरांना भेटत आहोत, असे वाटले नाही. शिरोड्याला शिक्षक असलेले, गांधी सत्याग्रहात असलेले, तिशी-चाळिशीतले, देशप्रेमाने, समाजप्रेमाने झपाटलेले भाऊसाहेब आपण पाहत आहोत असं भासलं. तोच कृश देह, तीच लुकलुकणारी नजर, तोच चष्मा, तसाच लेंगा आणि शर्ट; फक्त फरक म्हणजे दृष्टीत अधूपणा आला आहे. बाकी सारे तेच आणि तसंच!

– दैनिक केसरी
४ फेब्रुवारी, १९६८

सर्व ऋतू न्याहाळणारं एक पान

वि. स. खांडेकरांशी बोलणं म्हणजे एक मनमोकळा, शब्दातीत साहित्यानंद असतो. संभाषणात विविध विषय निघतात. जुना कणखर आवाज पेट घेतो. चिरंतन मूल्यांची आज होणारी कत्तल जळजळत्या शब्दांत व्यक्त होते. मग जुन्या आठवणी मोहरतात. गडकरींच्या सहवासातले दिवस पुन्हा जिवंत होतात. 'भाऊ' त्यात तल्लीन होऊन जातात. *जयवंत दळवींनी* 'भाऊं'ना भेटून घेतलेली ही मुलाखत म्हणूनच चिरप्रसन्न ऋतू होते.

खांडेकरांचे प्रकाशक, पुण्याचे रा. ज. देशमुख यांच्यावतीने १, २ आणि ३ जानेवारी, १९७० या दिवशी खांडेकरांची तीन मोठी व्याख्याने पुण्यातील बालगंधर्व नाट्यमंदिरात मोठ्या थाटामाटाने झाली. त्यासाठी खांडेकर पुण्यात आले होते. ती संधी साधून त्यांची एक छोटीशी मुलाखत घ्यावी असा विचार मनात आला. ३१ डिसेंबर, १९६९ रोजी सकाळी ११च्या सुमारास खांडेकर कोल्हापूरहून पुण्यास आले. बापूसाहेब भडकमकरांच्या बंगल्यात ते उतरले होते. तिथे मी फोन केला. भडकमकर म्हणाले, 'भाऊ अंघोळीला गेले आहेत. दहा मिनिटांनी फोन करा!' मी विचारले, 'भाऊंची तब्येत कशी आहे?' भडकमकर म्हणाले, 'बरी नाही. उद्यापासून तीन दिवस भाषणे आहेत आणि त्यांचा आवाज बसलाय.' मी म्हटले, 'कठीण काम आहे. मुलाखतीच्या निमित्ताने तासभर त्यांच्याशी बोलायचं होतं.' 'कठीण दिसतंय.' भडकमकर म्हणाले, 'पण तुम्ही परत फोन करा. तुमचा फोन आला होता म्हणून भाऊंना सांगतो.' मी फोन खाली ठेवला. दहा मिनिटांनी पुन्हा फोन केला. भडकमकर म्हणाले, 'मी भाऊंना सांगितले. ते म्हणतात, तुम्ही या दुपारी तीन वाजता. मुलाखतीचं नंतर बघू!'

कुलकर्णी ग्रंथागारचे पंडितराव कुलकर्णी यांच्या स्कूटरवर बसून आम्ही बरोबर तीन वाजता भडकमकरांच्या बंगल्यावर गेलो. माडीवर भाऊ डोळे मिटून पडले होते.

आमच्या पायांचा आवाज होताच बहात्तर वर्षे वयाचे भाऊ ताडकन उठून बसले. (ही काठी अजून ताठ आहे याची खात्री पटली.)

खांडेकर : (चष्मा शोधत) कोण?

मी : जयवंत -

खांडेकर : आलास कधी तू? (आवाज क्षीण वाटतो. मी मुलाखतीचा विचार सोडून देतो.)

मी : दोन दिवस झाले.

खांडेकर : का? सहज?

मी : उद्यापासून तुमची भाषणे आहेत ना?... त्यासाठी... ('भाषणाचे काय एवढे!' असे दर्शवीत भाऊ हसतात.) काही विशेष तयारीने बोलणार आहात?

खांडेकर : कसली तयारी! देशमुखांचा कधीपासून आग्रह चालला होता. रोजच्या रोज मनात असंख्य विचार घोंगावतात. तेच बोलून दाखवायचे. तेवढंच समाधान. शिवाय, त्यामुळे आपलंही चिंतन अधिक स्पष्ट होते.

मी : पण तुमचा आवाज?

खांडेकर : हे आता रोजचंच झालंय रे!

मी : हे पंडितराव कुलकर्णी -

खांडेकर : मी ओळखतो. कुलकर्णी ग्रंथागारचे - (कुलकर्णींकडे वळून) हे तुमचं रौप्यमहोत्सवी वर्ष ना? तुमच्या रौप्यमहोत्सवी कादंबरी योजनेच्या जाहिराती मी पाहतो. ठीक चाललंय ना?

कुलकर्णी : होय!

खांडेकर : बरं आहे!

(एवढे संभाषण होते न होते तोच संभाषण आमच्या हातातोंडातून निसटते आणि एकंदरीत सामाजिक सद्य:परिस्थितीवर भाऊंचे भाषण सुरू होते. सुरुवातीला धुमसल्यासारखा वाटणारा त्यांचा आवाज एकदम पेट घेतो. आजचा भ्रष्टाचार... चिरंतन मूल्यांची कत्तल... ध्येयवेडेपणाचा अभाव... जुन्या स्वप्नांची राख... समोर दीड दोन हजारांचा श्रोतृवर्ग आहे असे समजून भाऊ आपल्या जुन्या, कणखर आवाजात बोलू लागतात, बोलत राहतात. हे सगळं मला पटवून दिले तर मी या समाजाचं रूप उद्याच बदलू शकेन इतक्या घाईने आणि तळमळीने बोलत राहतात. मी हळूच चोरून घड्याळ पाहतो. अर्धा तास गेलेला असतो. माझ्या मनात विचार येतो - भाऊ असंच जर आणखी दीड-दोन तास बोलणार असतील तर त्यांना मुलाखतीतच का ओढू नये? ते श्वास घेण्यासाठी क्षणभर थांबले. ती संधी साधून -)

मी : तुम्ही जर असंच आणखी अर्धा-पाऊण तास बोलणार असाल तर तेवढ्यात तुमची मुलाखतच घेतो!

खांडेकर : मुलाखत? (पुन्हा एकदम त्यांचा आवाज खाली येतो.) हे काय नवीन काढलंस तू?

मी : मी तुमच्या साहित्याच्या मूल्यमापनाचं काही विचारणार नाही; परंतु तुमचा काळ, लेखनातली उमेदवारी, लेखन व्यवसाय यासंबंधी विचारणार.

खांडेकर : विचार ना!

मी : तुम्ही मूळचे सावंतवाडीचे एवढं मला माहीत आहे. मग तुमचं बालपण सांगलीला कसं गेलं?

खांडेकर : आमचं घराणं सावंतवाडीचं; पण माझे वडील काही तरी जमिनीच्या प्रश्नावरून भांडले आणि सांगलीला येऊन त्यांनी वकिलीची सनद घेतली. त्यामुळे माझा जन्म सांगलीत झाला आणि तिथंच मी मॅट्रिक झालो.

मी : मॅट्रिकमध्ये तुमचा नंबर बराच वर आला होता ना?

खांडेकर : होय. मी जुन्या बॉम्बे प्रेसिडेन्सीमध्ये आठवा आलो. १९१३ साली. म्हणूनच तर तशी अनुकूल परिस्थिती नसतानाही मी पुण्याला फर्ग्युसन कॉलेजमध्ये गेलो.

मी : मग बी. ए. - एम. ए. का नाही झालात?

खांडेकर : फर्ग्युसनचा मी स्कॉलर होतो. तरीसुद्धा इंटर परीक्षेला बसलो नाही; कारण त्याच वेळी मला माझ्या सावंतवाडीच्या काकांना दत्तक देण्यात आले.

मी : दत्तक जाण्यापूर्वी तुमचं नाव काय होतं?

खांडेकर : गणेश आत्माराम खांडेकर.

मी : शिक्षण का नाही पूर्ण केलं?

खांडेकर : दत्तक गेलो म्हणून सांगलीहून पैसे येईनात आणि दत्तक वडीलही पैसे देईनात! त्यांचा नेहमीचा लकडा होता की 'वसुली होत नाही म्हणून पैसे पाठवता येत नाहीत. तूच ये सावंतवाडीला आणि शेतीतील वसुली कर.' त्या काळात त्यांचंही बरोबर होतं. मी शिकणार किंवा शिकावं म्हणून त्यांनी मला दत्तक घेतलंच नव्हतं. त्यांना शेतीवाडी बघायला मुलगा हवा होता, म्हणून मला १९१६-१७ साली इंटरमध्ये असतानाच पुणे सोडून सावंतवाडीला जावं लागलं.

मी : काही लिहावं असं तुम्हाला कधी वाटलं?

खांडेकर : सांगलीला शाळेत असताना प्रथम कविता लिहिल्या.

मी : त्या वेळी वय काय होतं?

खांडेकर : बारा वर्षांचा होतो. स्थानिक लायब्ररीतली पुस्तकं भरमसाठ वाचत होतो. त्यामुळे अनुकरण करून कविता लिहीत होतो.

मी : त्यानंतर -

खांडेकर : चौदाव्या वर्षी नाटक लिहिलं, शनिमाहात्म्यावर 'शनिप्रभाव' या

नावाचं.

मी : ते केवढं मोठं होतं?

खांडेकर : चक्क पाच अंकी. तीन अंकी नाटकं आता आली. त्या वेळी नाटक म्हटलं की ते पाच अंकी. अर्थात, त्या नाटकात काही अर्थ नव्हता. लिहिण्याची खुळी धडपड होती. त्यात काय होतं तेसुद्धा आता आठवत नाही; पण त्यांतल्या एका विनोदी पात्राचं नाव 'आचरट' असं होतं. त्यावरून सगळा प्रकार किती आचरटपणाचा होता, हे तुझ्या लक्षात येईल.

मी : त्या वेळी कथा-कादंबरीचा प्रयत्न न करता तुम्ही एकदम पाच अंकी नाटकाकडे कसं वळला?

खांडेकर : एक तर मी सांगलीचा. रोजच्या रोज सांगलीला नाटकं पाहत होतो. शिवाय त्या काळचे सगळे मोठे लेखक हे प्रामुख्याने नाटककारच होते. कादंबरीकार एकटे हरिभाऊ. त्यामुळे लेखक व्हायचं म्हणजे नाटककार व्हायचं, हे त्या काळचं स्वप्न!

मी : तुमची गडकरींशी भेट कशी झाली?

खांडेकर : फर्ग्युसनमध्ये असताना. १९१४ साली.

मी : त्या काळी तुमचे सतरा वर्षांचे वय. सध्याचा मोठा लेखक १७-१८ वर्षांच्या पोराला जवळसुद्धा उभा करणार नाही. तुम्हाला गडकरींनी जवळ कसं येऊ दिलं?

खांडेकर : गडकरींकडे त्या काळी सगळे पोरसवदाच लोक जात. गडकरी केळकरांच्या घरी जात; पण केळकर कधी गडकरींच्या घरी गेले असावेत असं वाटत नाही.

मी : का?

खांडेकर : गडकरी मोठे लेखक म्हणून त्यांना मान्यता होती; पण ते नाटक कंपनीबरोबर फिरतात, या गोष्टीची अढी मोठ्या माणसांच्या मनात होती. तुला एक गंमत सांगतो, फर्ग्युसनमध्ये फिजिक्स शिकवणारे एक प्राध्यापक होते - प्रो. एम. आर. परांजपे म्हणून. मी त्या वेळी फर्ग्युसनचा स्कॉलर. त्यांनी मला एकदा गडकरींबरोबर फिरताना पाहिले. दुसऱ्या दिवशी त्यांनी मला बोलावून घेतलं आणि गडकरींबरोबर फिरायचं नाही, त्यांच्याबरोबर फिरलास तर अभ्यासाचं वाटोळं होईल, अशी ताकीद दिली.

मी : मग? तुम्ही गडकरींबरोबर फिरणं बंद केलंत?

खांडेकर : छे! त्या वेळी अभ्यासापेक्षा मला गडकरींचं आकर्षण अधिक होतं.

मी : गडकरींशी संबंध आल्यानंतर तुम्ही पुन्हा नाटक लिहिण्याचा प्रयत्न केला की नाही?

खांडेकर : गडकरी भेटले म्हणून नव्हे, तर पैसे मिळविण्यासाठी मी 'रमणीरत्न' नावाचं पाच अंकी नाटक लिहिलं. मी आणि माझ्या मित्रांनी गंधर्व, ललितकला यांच्याशी पत्रव्यवहार सुरू केला. उत्कृष्ट नाटक आहे, खूप चालेल, वाचून खात्री करून घ्या, वगैरे खूप लिहिलं. पण कुणीही उत्तर दिलं नाही. माझे मामा हे देवलांचे स्नेही होते. ते माझ्या नाटकाविषयी देवलांपाशी बोलले. पण मी नाटक लिहिणं देवलांना पसंत नव्हतं. देवल म्हणाले, 'हा धंदा तू या वेळी करू नकोस. आधी बी. ए. - एम.ए. हो. नाटकात पडलास तर शिक्षणाचं वाटोळं होईल.' नाटकात पडणारा मुलगा शिक्षणाच्या दृष्टीनं फुकट जातो, हा त्या काळचा समज - आणि तोही मुख्यत्वे गडकरींमुळे. देवल म्हणाले, 'शिक्षण पुरं कर, पोटापाण्याला लाग आणि मग नाटक लिही. मी गंधर्वांना सांगतो आणि ते घ्यायला लावतो.' पण मी स्वस्थ बसलो नाही. वासुदेवशास्त्री खरे यांना भेटलो आणि त्यांना ते नाटक वाचून दाखवले. खरे म्हणाले, 'हे नाटक खरोखरच तू लिहिलं आहेस का? मग तू मोठ्या कंपनीकडे जाऊ नकोस. तुझ्या वयाकडे पाहून, हे तू लिहिलं आहेस याच्यावर कुणी विश्वास ठेवणार नाही. तू कोल्हटकरांच्या आणि गडकरींच्या कोट्या चोरल्या आहेस असं ते म्हणतील.' वासुदेवशास्त्रीसारख्यांनी हे म्हणावं याचा मला आनंद झाला. मला ते प्रशस्तीपत्रच वाटलं; पण ते नाटक पुढे रंगभूमीवर आलंच नाही.

मी : गडकरींकडे जाऊन तुम्ही काय करीत होता?

खांडेकर : साहित्यचर्चा! त्या चर्चा करता करता तासन्‌तास निघून जात. आपण काय वाचलं ते त्यांना सांगायचं. आपण काय वाचलं ते,ते मला सांगत. पुस्तकांची चीरफाड करून त्यावर उलटसुलट चर्चा करायची. केवढ्या धुंदीत वेळ जायचा!

मी : गडकरींचं इंग्रजी वाचन चांगलं होतं?

खांडेकर : होय! त्यांनी खूप वाचन केलं होतं; पण 'कॉमेडी'चा खास अभ्यास केला होता असं मात्र वाटत नाही.

मी : आचार्य अत्रेंची गडकरींशी गाठभेट झाली नव्हती असं मध्ये एकदा आपण म्हणाला होता -

खांडेकर : ते खरं आहे. मी दोन वर्षे पुण्याला असताना वरचेवर गडकरींकडे जात होतो. तेव्हा अत्रे तिथं कधीच दिसले नाहीत. इतकंच नव्हे, तर गडकरींनी त्यांचा कधी उल्लेख केलेलासुद्धा आठवत नाही. पुढं अनेक वर्षांनी मी बन्याबापू कमतनूरकरांनासुद्धा या बाबतीत विचारलं होतं. बन्याबापू तर नेहमीचे गडकरींच्या बैठकीतले. पण तेसुद्धा, अत्रे कधी गडकरींकडे आले नव्हते, असे सांगायचे.

मी : मग आपण त्यांना भेटत होतो असे अत्रे का सांगत?

खांडेकर : तो अत्रेंच्या कल्पनाशक्तीचा विलास असावा. अत्रेंनी गडकरींच्या

नाटकांपासून स्फूर्ती घेतली असली पाहिजे. शिवाय गडकरी आपले गुरू असं म्हणणं हे त्या वेळी भूषण होतं. त्या आत्यंतिक इच्छेतून, आपण त्यांना भेटलो, असं अत्रेंनी मानलं असावं. गडकरींच्या मृत्यूनंतर 'नवयुग' मासिकाचा जानेवारी १९२० सालचा अंक गडकरी स्मृती अंक म्हणून प्रसिद्ध झाला. त्या वेळी अत्रे पुण्या-मुंबईत होते आणि मी दूर शिरोड्याला होतो; परंतु त्या खास अंकासाठी अत्रे जवळ असूनही गडकरींवर लेख लिहायला त्यांना कुणी सांगितले नाही. लेखासाठी संपादकांचं पत्र मला शिरोड्याला आलं.

मी : अत्रे म्हणत की गडकरी कधी दारू पीत नसत.

खांडेकर : तेही त्याच भक्तीपोटी; पण गडकरी पीत असत. अर्थात ते दिवसभर पीत किंवा कुणाच्या बैठकीत पीत असं नाही. माझ्यासमोर ते कधी प्याले नाहीत; पण अनेकदा, काही बडे नट गडकरींच्या माडीचे जिने कसे उतरत असत आणि त्या वेळी त्यांची स्थिती कशी असे, हे मी पाहिले होते. तुला एक गंमत सांगतो. मी गडकरींकडे काही वेळा जेवलो होतो. एकदा गडकरींनी मला जेवायला बोलावलं. दोन दिवसांनी जेवायला ये म्हणून सांगितलं. त्या वेळी लिबरल पक्षाची परिषद होती. नंतर तिथं मला गडकरी भेटले. त्यांनी मला बाजूला नेलं आणि सांगितलं, 'तू उद्या माझ्या घरी जेवायला येणार होतास!... पण येऊ नकोस.' मी गप्प राहिलो. मला तो अपमान वाटला. त्यानंतर चार-पाच दिवस मी गडकरींकडे गेलो नाही. ते त्यांच्या लक्षात आलं. त्यांनी मला बोलावून घेतले आणि म्हणाले, 'तू अपमान वाटून घेऊ नकोस. तुला जेवायला येऊ नको म्हटलं त्याचं कारण, त्या रात्री माझ्या घरी माझे काही मित्र येणार होते. बेत पार्टीचा होता. त्या पार्टीचं वातावरण तू बघू नयेस असं असणारं होतं; म्हणून तुला येऊ नकोस म्हणून सांगितलं.'

मी : तुम्ही १९१६ साली कॉलेज सोडून सावंतवाडीला गेलात. त्यानंतर गडकरींशी पत्रव्यवहार चालू होता?

खांडेकर : नाही.

मी : सावंतवाडीला काय केलंत?

खांडेकर : किरकोळ लेखन. बहुतेक कविता - 'कुमार' या नावानं आणि 'आदर्श' या नावानं विनोदी लेखन व टीकालेख. 'उद्यान' व 'नवयुग' या मासिकांतून; पण त्या वेळी सावंतवाडीला मलेरियाची साथ जोरात होती. तीत सापडून मी बेजार झालो होतो. माझी प्रकृती साफ बिघडली ती त्याच साथीत!

मी : विनोदी लेखन कोणत्या प्रकारचं?

खांडेकर : १९१९ साली 'उद्यान'मध्ये मी 'कलिपुराण' लिहीत होतो. त्यात 'महात्मा बाबा' नावाचा विनोदी लेख लिहिला आणि सावंतवाडी हायस्कूलचे

हेडमास्तर सखाराम विनायक बाक्रे यांनी माझ्यावर अब्रुनुकसानीची फिर्याद केली. शेवटी मी निर्दोष सुटलो; पण सावंतवाडी संस्थानच्या पोलिटिकल एजंटकडे, मी बोल्शेविक आहे, अशी बाक्रे यांनी तक्रार केली होती.

मी : तुम्ही शिरोड्याच्या शाळेत कधी आणि कसे गेलात?

खांडेकर : १९२० साली मी सावंतवाडी सोडली आणि शिरोड्याला गेलो. शिरोड्याची 'ट्युटोरियल इंग्लिश स्कूल' ही शाळा त्या काळात अगदी बाल्यावस्थेत होती. त्या शाळेचे एक संस्थापक (कै.) घनश्याम आजगावकर मास्तरांच्या शोधात होते. बाक्रेंच्या खटल्यामुळे सावंतवाडीच्या परिसरात माझं नाव गाजत होतं; त्यामुळे आजगावकर मला बोलवायला आले आणि मी गेलो.

मी : किती पगारावर गेलात?

खांडेकर : त्या शाळेची परिस्थिती काय होती ते तुला ठाऊक आहे. मी गेलो तेव्हा मला महिना वीस रुपये पगार मिळत होता. तोही हप्तेबंदीने.

मी : तुम्ही १९३८ मध्ये शाळा सोडून कोल्हापूरला गेलात. त्या वेळी पगार काय होता?

खांडेकर : खरा सांगू की खोटा?

मी : मला कल्पना आहे. पण दोन्ही सांगा.

खांडेकर : एकशे पंचवीसवर सही करत होतो असं वाटतं; आणि पंचेचाळीस रुपये घेत होतो. अर्थात त्या शाळेला मदत व्हावी हाच हेतू होता.

मी : उमेदीच्या काळात तुम्ही मास्तरकी केली याचा तुम्हाला पश्चात्ताप होतो का?

खांडेकर : मुळीच नाही. मला त्याच पेशाचं आकर्षण आहे.

मी : तुम्ही एम. ए. झाला असता तर?

खांडेकर : तरीसुद्धा मास्तरच झालो असतो. फार तर प्रोफेसर; पण शिकविण्याचाच पेशा पत्करला असता.

मी : असं का म्हणता?

खांडेकर : कारण त्या काळातले माझे आदर्श तेच होते. मोठमोठी माणसे शिक्षकाच्याच पेशात होती. फर्ग्युसन कॉलेजातले प्रोफेसर हे वाङ्मय व समाजसेवा या क्षेत्रांतही गाजत होते. धोंडो केशव कर्वे गणित शिकवायचे; पण त्यांचं आम्हाला आकर्षण होते ते त्यांच्या समाजसेवेमुळे! समाजासाठी आपण काहीतरी केलं पाहिजे ही ओढ, तळमळ होती.

मी : १९२० ते १९३८ ही अठरा वर्षे तुम्ही शिरोड्याच्या शाळेत शिकवीत होता आणि शेजारच्या आरवली गावात राहत होता. त्याच काळी नव्हे, तर आजही त्या गावची स्थिती काय आहे, ते मला माहीत आहे. अशा गावात अठरा वर्षे राहून

तुम्हाला वाचन कसं काय जमत होतं? पुस्तकं कशी मिळत होती?

खांडेकर : 'एव्हरीमॅन्स लायब्ररी' किंवा 'वर्ल्डस क्लासिक्स' या मालातून निघणारी स्वस्त पुस्तकं मी स्वत: विकत घेत असे. पण माझी सर्व मदार माझ्या पुणेकर व मुंबईकर मित्रांवर होती. विल्सन कॉलेजचे प्रा. दाभोळकर, भाऊराव माडखोलकर, खंडेराव दौंडकर, प्रा. विठ्ठलराव कुलकर्णी, इत्यादी मित्र पुस्तकं पाठवीत. खंडेराव दौंडकर आणि विठ्ठलराव कुलकर्णी यांच्या स्वत:च्या लायब्ऱ्या चांगल्या होत्या. ते पुस्तकं सुचवीत आणि पाठवीत. मलाही कुठं काही नवं नाव आढळलं की ते पुस्तक या लोकांकडून मी मागवून घेत असे. अधूनमधून मुंबईला येऊन या लोकांची पुस्तकं घेऊन जात असे.

मी : तुमच्या वाचनाचा वेग किती होता?

खांडेकर : दिवसा शाळा. शिवाय स्थानिक लोकांचं येणं-जाणं. त्यामुळे रात्री उशिरापर्यंत वाचन करीत होतो (आप्पा रेगेंच्या बैठ्या घरात बाहेर पडवीत बसून आणि बाजूला कंदील ठेवून भाऊ वाचीत पडलेले असत. ते लहानपणी पाहिलेलं दृश्य एकदम लक्षात आले.). एका रात्रीत जवळजवळ दीडशे पानं वाचून होत. तीन-चारशे पानांचं पुस्तक २-३ रात्रींत पुरं करून परत पाठवीत होतो.

मी : तुम्ही १९३६ साली 'जोत्स्ना' मासिक सुरू केलं ते कशासाठी?

खांडेकर : खास काही कारण होतं असं नाही. 'प्रतिभे'तून आणि 'विविधवृत्ता'तून माझ्यावर, माडखोलकरांवर टीका होत होती. कदाचित ते एक कारण असू शकेल. आपल्याही हातात काही तरी असावं या दृष्टीने. पण मुख्य तो हेतू नव्हता. खरं म्हणजे मी, खंडेराव दौंडकर, विठ्ठलराव कुलकर्णी, प्रभाकर पाध्ये, वा. रा. ढवळे, वगैरेंचा एक चांगला ग्रुप जमला होता. त्या ग्रुपची ही कल्पना. प्रत्येकानं दोनशे-अडीचशे रुपये काढून मासिक सुरू केलं.

मी : हा ग्रुप जमला कसा?

खांडेकर : वाङ्मयाचं वेड. दुसरं काही नाही. पण हा ग्रुप फारच एकजीव झाला होता. तुला एक गमतीदार आठवण सांगतो. माझे मित्र श्री. घाटे यांचं लग्न झालं होतं. त्याची माधवाश्रमात मेजवानी होती. आम्ही सर्वजण जमलो होतो. तेवढ्यात चिपळूणचे आनंद कवी (वि. ल. बर्वे) आले आणि त्यांनी मला बाजूला बोलावून घेतलं. ते आपल्या बहिणीची सोयरिक घेऊन आले होते. मी विचारलं, 'कुणासाठी? दौंडकर सोडले तर आमची सर्वांची लग्नं झालेली आहेत.' त्यावर ते म्हणाले, 'दौंडकरांसाठी!' मी म्हटलं, 'तुमचं जातीपातीचं काय? आमचे दौंडकर हे बशह्मण नाहीत.' ते ऐकून आनंद कवींना धक्का बसला. ते म्हणाले, 'तुमचा हा एकजीव झालेला ग्रुप कऱ्हाड्यांचा आहे; त्या अर्थी दौंडकरही कऱ्हाडे असावेत असं मला वाटलं!' यावरून आमचा हा ग्रुप कसा होता ते तुझ्या लक्षात येईल. या

ग्रुपनेच 'जोत्स्ना' मासिक चालवलं.

मी : 'जोत्स्ना'चा खप किती होता?

खांडेकर : तीन हजार असावा.

मी : मग बंद का पडलं?

खांडेकर : जाहिरातींची बाजू लंगडी पडली; पण बंद झालं तेव्हा कुणाचा फारसा तोटा झाला नव्हता.

मी : तुम्ही कोल्हटकरांना गुरू मानता. गुरू म्हणजे काय?

खांडेकर : अरे, गुरू म्हणजे काही मी त्यांच्या मार्गदर्शनाने सारं लिहीत होतो असं नाही; पण लहानपणी मी सर्वांचं साहित्य वाचत असताना कोल्हटकरांचंही वाचत होतो. त्या वेळी आतून कुठं तरी कोल्हटकरांबद्दल जवळीक वाटत गेली. लिहावं तर कोल्हटकरांसारखं असं वाटत राहिलं. हा दोन समानधर्मी पिंडांचा भाग असतो. गुरू म्हणजे त्या काळात आदर्श वाटलेली व्यक्ती!

मी : श्रीपाद कृष्णांचा आणि तुमचा संबंध केव्हा आला?

खांडेकर : 'नवयुग' मासिकाच्या गडकरी स्मृतिअंकात माझा गडकरींवरील लेख वाचून कोल्हटकरांनी मला प्रशंसेचं पत्र पाठवलं आणि त्यानंतर माझा त्यांच्याशी पत्रव्यवहार सुरू झाला.

मी : तुम्ही कथालेखन कधी सुरू केलं?

खांडेकर : आधी मी विनोद, कविता, टीका लिहीत होतो. १९२३ साली महाराष्ट्र साहित्य मासिकानं मागणी केली म्हणून त्या वेळी लिहून ठेवलेली 'घर कुणाचे?' ही कथा मी पाठवली. ती हाती पडताच त्या मासिकाच्या संपादकांचं प्रशंसेचं पत्र आलं. अंक प्रसिद्ध होताच कोल्हटकरांचं प्रशंसेचं पत्र आलं आणि त्या पत्रात त्यांनी बजावलं की, तुम्ही विनोद, कविता लिहिणं ताबडतोब बंद करा. तुम्ही कथा-कादंबरी लिहिण्यासाठीच जन्माला आला आहात. त्यामुळे उमेद वाटली.

मी : ती कथा कुठल्या संग्रहात आली आहे?

खांडेकर : ती संगशहित झाली नाही; कारण त्या कथेचा पुढला भाग म्हणून मी आणखी एक-दोन कथा लिहिल्या होत्या. अशा सात कथा लिहून त्यांची कादंबरी करण्याचा विचार होता; पण ते राहून गेलं.

मी : त्यानंतर तुम्ही कविता आणि विनोदी लिहिणं बंद कधी केलं?

खांडेकर : विनोदी लिहिणं ताबडतोब बंद केलं. १९३०-३५पर्यंत कविता लिहीत होतो. हल्ली प्रसिद्ध करीत नसलो तरी मी कविता अजून लिहीत असतो. कारण, एकटाच फिरायला गेलो की आठ-दहा ओळी मनात तरंगतात. त्या लिहून ठेवतो. १९६२ साली डोळ्यांचं ऑपरेशन झाल्यामुळे बिछान्यावर पडून होतो. त्या वेळी लिहिलेल्या तीन कविता 'मनोहर'मध्ये 'अनाम' या टोपणनावाने प्रसिद्ध केल्या

होत्या; पण मी कवितेच्या मागे लागत नाही. लोकांनीही माझ्यावर कथाकार-कादंबरीकार म्हणूनच शिक्का मारला आहे; पण सुचतात म्हणून कविता लिहितो. मंगल वाचनमालेत कवीचे नाव नसलेल्या अनेक कविता माझ्याच आहेत. त्यातल्या सहाव्या पुस्तकातली 'युगायुगाची हीच कहाणी' ही माझीच कविता.

मी : तुम्हाला कोल्हटकरांचं आकर्षण का वाटलं?

खांडेकर : वयाच्या सातव्या-आठव्या वर्षांपासून कोल्हटकरांच्या शब्दचमत्कृतीचं, अर्थचमत्कृतीचं, विनोदाचं मला खूपच आकर्षण वाटलं आणि तसंच लिहावं असं वाटू लागलं. कारण माझा पिंड हा कल्पनारम्यतेचा, कल्पनाविलासाचा (रोमँटिक) होता व आहे. 'शारदा' नाटक हे फार चांगलं नाटक आहे हे मला कळत होतं; पण तसं काही लिहावं असं मला कधीच वाटलं नाही.

मी : हा कोल्हटकरी प्रभाव केव्हापर्यंत टिकला?

खांडेकर : 'उल्का' लिहीपर्यंत तो प्रभाव होता. हा प्रभाव कोल्हटकरांचा होता, तसा गडकरींचाही होता. गडकरींची कल्पनाविलासाची रीत ही कोल्हटकरांचीच. खोलवर अभ्यास केला तर पु. ल. देशपांडेंवरही कोल्हटकर-गडकरी यांची छाप आहे, हे लक्षात येईल. 'तुझे आहे तुजपाशी' या नाटकावर कोल्हटकरांच्या पद्धतीची छाप आढळेल. गडकरींचा भावनाविलास माझ्यात अधिक आला. माझा पिंड मूळचाच रोमँटिक असल्यामुळे मला कोल्हटकर-गडकरी सहाय्यक ठरले. अर्थात आमचा काळही मुख्यत्वे रोमँटिकच होता.

मी : हा कल्पनाविलास तुमच्यात नसता तर?

खांडेकर : तर मी लेखकच झालो नसतो. कल्पनाविलास टाळून मला लिहिताच आलं नसतं. याउलट, हरिभाऊंचा पिंड वास्तववादी असल्यामुळे त्यांना कल्पनारम्य असं काही चांगलं लिहिता आलं नसतं. अनेकदा वास्तव झोंबल्यामुळे मी वास्तववादी होण्याचा यत्न केला आहे; पण तो वास्तवसुद्धा मूळ पिंडानुसार मी कल्पनाविलासातच नेला.

मी : प्रखर वास्तव हे कल्पनारम्यतेनं लिहिणं कितपत इष्ट आहे?

खांडेकर : हे कोण ठरवणार?

मी : कल्पनारम्य लेखन श्रेष्ठ की वास्तववादी श्रेष्ठ?

खांडेकर : दोन्ही! कारण वाचकांचेही तसेच पिंड असतात आणि त्यांना त्या त्या पिंडाप्रमाणे आवडत असतं. कुठल्याही साहित्यात हे दोन्ही पिंड दिसतातच.

मी : कल्पनाविलासी लेखनात तुम्ही आधी मनाशी कल्पना करून, काही ठरवून लिहिता?

खांडेकर : नाही! जे सुचतं तेच कल्पनाविलासाच्या पद्धतीनं! विषय, पात्रे यांना तसाच रोमँटिक साज मिळत जातो. विचारांची आणि कल्पनाशक्तीची ती

प्रवृत्तीच असते. देवलांना कल्पनाविलासाच्या दृष्टीने फार मर्यादा होत्या. म्हणूनच त्यांनी 'शारदा' लिहिलं. वाङ्मयाच्या विकासाला या दोन्ही पिंडांची गरज आहे. हेमिंग्वे हासुद्धा रोमँटिक दृष्टीचाच लेखक होता. फक्त त्याने आपली भाषा विलक्षण काटछाट करून साफसूफ केली होती. रोमँटिक म्हणून काही त्याचा दर्जा कमी ठरत नाही.

मी : तुमच्या सर्व पात्रांतून तुम्ही स्वतःच बोलत असता, अशी जी तुमच्यावर टीका होते -

खांडेकर : ती प्राध्यापकांची! प्राध्यापक-टीकाकारांच्या कल्पना आधी ठरवलेल्या असतात (सेट आयडियाज). त्यातून ते टीका करतात. तसं पाहिलं तर शॉसुद्धा आपल्या पात्रांतून बोलतो. मी माझा बचाव करीत नाही. पण मॅट्रिक झालेली गडकरींची सिंधू जे बोलते ते सिंधूचं की गडकरींचं? शेक्सपिअरची सर्वच पात्रं स्वतःचं बोलतात की शेक्सपिअरच? गॅल्सवर्दी हा सोप्यातलं सोपं लिहिणारा, पण तोही आपल्या पात्रांकरवी स्वतः बोलत असतो. माझ्या लेखनावर कल्पनाविलासाची दाट छाया असल्यामुळे, सर्वत्र मी आहे, असं वाटत असावं.

मी : साहित्यानं समाजाचं उद्‌बोधन करावं असं तुम्हाला अजून वाटतं?

खांडेकर : वाटतं! साहित्यानं उद्‌बोधन करावं असं मी मानतो; पण ते प्रत्येकानं करावंच असा माझा आग्रह नाही. ज्यानं-त्यानं आपल्या पिंडाप्रमाणे लिहावं. ज्या काळात माझा पिंड घडला, त्या काळात समाजासाठी काहीतरी करण्याचा, समाजासाठी विचार मांडण्याचा दृष्टिकोन होता. त्यामुळे समाजाला काहीतरी सांगावं ही माझी दृष्टी असते.

मी : म्हणजे समाजाला काय सांगायचं ते आधी ठरवून -

खांडेकर : आधी ठरविण्याचा प्रश्न नसतो. सर्वजण जीवन जगत असतात; पण प्रत्येकजण आपल्या प्रकृतीप्रमाणे शोध घेतो, अनुभव आत घेतो, मनात रुजवतो. प्रत्येकाच्या पिंडाप्रमाणे त्याला काही गोष्टी भावतात, काही भावत नाहीत. प्रत्येक लेखकाच्या प्रतिभेला या मर्यादा असतात. फडके शृंगारकथा लिहून वाचकांची मने जिंकीत होते. तसे करण्यामध्ये आर्थिक फायदासुद्धा होता. पण तो प्रकार मला हाताळता आला नाही किंवा हाताळावा असंही वाटलं नाही. कारण, माझ्या पिंडानुसार शृंगारकथा माझं क्षेत्र नाही. शरच्चंद्रांचं घे. विशिष्ट व्यक्ती, विशिष्ट भावना यांचं त्यांना आकर्षण होतं. हार्डीच्या कादंबऱ्या क्रमानं वाचून बघ. माणूस हे नियतीच्या हातातलं खेळणं आहे, हे सूत्र पुनःपुन्हा येत राहतं आणि आपल्याला ढोबळपणे तोच तोच अनुभव मिळतो आहे असं वाटत राहतं. प्रत्येक लेखकाच्या अशा काही मर्यादा असतात.

मी : तुम्हाला उपमा-उत्प्रेक्षा यांसारख्या अलंकारांचा किंवा शाब्दिक कोटिक्रमाचा

हव्यास आहे किंवा होता; पण हे अलंकार भाषेच्या शोभेसाठी यावेत की अनुभवाचा विस्तार करण्यासाठी यावेत?

खांडेकर : अनुभवाचा विस्तार करण्यासाठी यावेत. अगदी प्रारंभी मी अलंकरणाच्या नादाला खूप लागलो होतो हे खरं. गडकरींनी जे नाटकात केलं ते आपण कादंबरीत करावं, ही सुप्त इच्छा त्याला कारणीभूत असावी. त्या दृष्टीने माझ्या पहिल्या दोन कादंबऱ्या अवजड झाल्या; पण भावनेचा प्रवाह सरळ जात असताना मध्येच बौद्धिक कोटी आली की खोळंबा होतो, रसहानी होते, हे नंतर माझ्या लक्षात आलं. त्यामुळे पुढे पुढे अस्थानी अलंकरण मी कमी केलं. पण पहिल्यावहिल्या कादंबऱ्या वाचून लोक जी टीका करीत होते, तीच आजवर होत आहे. पुढे माझ्यामध्ये काय बदल झाले हे पुष्कळांनी पाहिलेलेच नाहीत.

मी : तुमच्या मते तुमची सर्वोत्कृष्ट कथा कोणती?

खांडेकर : जुन्यांपैकी काही आठवत नाही. विचार करून सांगावं लागेल; पण अलीकडल्यांपैकी 'मुरली' ही कथा मला उत्तम वाटते.

मी : तुमची सर्वोत्कृष्ट कादंबरी कुठली?

खांडेकर : माझ्या मते 'उल्का!' तिच्यात दोष नाहीत असं नाही. ती मला उत्तम वाटते याचं कारण कदाचित असंही असेल की, त्या कादंबरीने मला प्रथमच स्वतंत्र कादंबरीकार म्हणून स्थान दिलं. ती लिहिल्यावर, मी माझं असं काही लिहिलं, असं मला प्रथमच वाटलं. निर्मितीचा आनंद झाला.

मी : पुन:पुन्हा वाचल्यानंतरसुद्धा?

खांडेकर : कादंबरी छापून झाली की मी ती पुन्हा वाचत नाही.

मी : का?

खांडेकर : कादंबरीचा विचार आणि लेखन यांत मी वर्ष वर्ष बुडून गेलेला असतो. त्यात पुन्हा बुडावंसं वाटत नाही. शिवाय पुन्हा वाचताना हे असंच का? ते तसंच का? असे प्रश्न डोक्यात येतात आणि मन अस्वस्थ होतं.

मी : तुम्हाला तुमच्या कादंबरीतली कुठली पात्रं अस्सल वाटतात? आणि कुठली कमअस्सल?

खांडेकर : 'उल्का'मधली उल्का, 'दोन ध्रुवा'मधील वत्सला, 'क्रौंचवधा'तली सुलोचना, 'अश्रूं'तली उमा ही पात्रं अस्सल वाटतात. 'दोन मने', 'हिरवा चाफा' यांतली पात्रं कमी दर्जाची आहेत.

मी : अस्सल पात्रं ओळखायची कशी?

खांडेकर : खरी पात्रं ही आपोआप उमलत, वाढत गेली पाहिजेत. कृत्रिम घटना घालून जी वाढवली-फुलवली जातात ती कृत्रिम, खोटी. हरिभाऊंची पात्रं मला खरी वाटतात.

मी : जागतिक तोलामोलाची मराठी कादंबरी कुठली?

खांडेकर : कुठलीच नाही असं मी म्हणेन. त्याचं कारण आपल्या जीवनाच्या आणि समाजाच्या मर्यादा. आर. के. नारायण हा जागतिक तोलाने सामान्य प्रतीचा लेखक आहे असं मला वाटतं. पण ग्रॅहॅम ग्रीनने त्याची स्तुती केली आहे. ते असो. पण आपल्या सामाजिक मर्यादांमुळे जागतिक तोलाची श्रेष्ठ कादंबरी झाली नाही. १९४७ पर्यंत आपल्या एकंदर जीवनात काही संकुचित समस्यांना आणि जीवनविषयक अनुभवांना फाजील महत्त्व दिलं गेलं. हरिभाऊंच्या केशवपनाच्या थीममध्ये युनिव्हर्सल असं काय आहे? ती एक कौटुंबिक करुणकथा. जेन ऑस्टिनच्या कादंबऱ्यात जेवढा 'युनिव्हर्सल टच' आहे, तसा आपल्या सामाजिक कादंबऱ्यात अद्याप आलेला नाही. त्याशिवाय, आधी आपल्याला वाङ्मयीन गद्य घडवावं लागलं. १९२० पर्यंत हे गद्य घडवलं जात होतं. त्यानंतर १९४७ पर्यंत इष्ट असो वा नसो - आपण काही गोष्टींना विशेष महत्त्व देत गेलो. या काळात जनमनावर राष्ट्रीय व सामाजिक चळवळींचा विलक्षण प्रभाव होता. १९४७ नंतर आपलं वाङ्मय खऱ्या अर्थानं मोकळं झालं; पण तुम्ही लोकांनी वैफल्यवाद आणला.

मी : त्यात बिघडलं काय?

खांडेकर : बिघडत काही नाही; पण जातिवंत लेखनाला जीवनावर श्रद्धा हवी की नको? श्रद्धा हिरीरीने बिंबवली पाहिजे असं नाही; पण तिचा व्यापक परिणाम तर झाला पाहिजे ना? दिघ्यांची 'कार्तिकी' वाचून कलात्मक दृष्टीने तुम्ही काहीही म्हणा; पण ती जिवंत वाटते की नाही? कारण दिघे त्या जीवनात वावरले आहेत.

मी : एक एकसंध असा अनुभव - ॲन एक्सपिरियन्स - या दृष्टीने निखळ वैफल्याचासुद्धा अनुभव वाचकांनी का घेऊ नये?

खांडेकर : वाचक म्हणून माझी जी श्रद्धा आहे, त्याविरुद्ध असलेलं चित्रण मला का आवडावं?

मी : आपल्या श्रद्धेप्रमाणेच वाचणार, असं प्रत्येकानं म्हटलं तर ते वाचन एकांगी नाही का होणार? अशानं, मानसिक पातळीवर का होईना, पण अनुभव-ग्रहणात समृद्धी कशी येईल?

खांडेकर : पण जीवनावरील अंतिम श्रद्धा तरी तुम्ही मान्य कराल की नाही? खानोलकरांचं 'एक शून्य बाजीराव' हे नाटक सुंदर कलात्मक आहे असं ऐकलं म्हणून वाचलं. त्यात लेखकाची धडपड दिसली; पण अंतिम ठसा काय उमटतो? काही नाही. बेकेटचं 'वेटिंग फॉर गोदो' वाचलं. त्यातसुद्धा जीवनावरली अंतिम श्रद्धा दिसते. त्याचा आनंद होतो, पण त्याची इतर नाटकं मात्र तितकी मला आवडली नाहीत.

मी : भाऊ, वेळ बराच झाला. तुम्हाला खूप बोलावं लागलं. त्रास झाला असेल.

खांडेकर : छे - छे! या बडबडीत मला त्रास होत नाही.

मी : मग व्यवसायाच्या दृष्टीने दोन-चार प्रश्न विचारू?

खांडेकर : विचार.

मी : तुम्ही दूर खेड्यात राहत होता. त्या दृष्टीने प्रकाशक मिळवायला तुम्हाला किती त्रास झाला?

खांडेकर : त्या दृष्टीने मी सुदैवी आहे. मला प्रकाशकांना शोधत फिरावं लागलं नाही. माझी तशी प्रकृतीही, तसा स्वभावही नाही. १९२९ मध्ये 'नवमल्लिका' हा पहिला कथासंग्रह सांगलीच्या त्रिवेणी बर्वे ॲण्ड सन्स यांनी काढला. आपणहून मागून घेतला.

मी : किती प्रती? आणि मोबदला?

खांडेकर : हजार प्रती असाव्यात. पानाला एक रुपया.

मी : आणि कादंबरी?

खांडेकर : 'हृदयाची हाक' ही पहिली कादंबरी भारत गौरव ग्रंथमालेसाठी गं. दे. खानोलकर आणि मंगेशराव कुळकर्णी यांनी मागून घेतली. १९३० साली. त्यानंतर ३२ साली 'कांचनमृग'. पानाला दीड रुपया घेऊन मी सगळे हक्क प्रकाशकांना दिले. त्यामुळे माझं नुकसान झालं; कारण त्यांच्या पुढं आवृत्त्या निघाल्या; पण मला काहीच मिळालं नाही.

मी : तुम्ही असे हक्क का दिले?

खांडेकर : एक तर व्यवहार कळत नव्हता. मिळत होता तो पैसा घेतला. शिवाय, आपल्या पुस्तकांची दुसरी आवृत्ती निघेल असं स्वप्नातही आलं नव्हतं. हरिभाऊंची 'पण लक्षात कोण घेतो' ही कादंबरी १८९०-९१ साली प्रसिद्ध झाली. त्यानंतर चाळीस वर्षांत तिच्या फक्त तीन-चार आवृत्त्या निघाल्या. त्या हिशेबानं, आपल्या नशिबी दुसरी आवृत्ती नाही, असं त्या काळात वाटलं.

मी : देशमुख कधी आले?

खांडेकर : १९३८-३९ साली. त्या वेळेपासून तेच माझे मुख्य प्रकाशक. एका प्रकाशकाकडे आपली सर्व पुस्तकं असणं हे दोघांनाही बरं असतं.

मी : तुम्ही, फडके, माडखोलकर, अत्रे यांना जी लोकप्रियता मिळाली - खपाच्या दृष्टीने आणि वैयक्तिक अशी - तेवढी नवीन लेखकांना का मिळत नाही?

खांडेकर : हे शल्य तुमच्यापेक्षा मला अधिक बोचत असतं. साहित्य हे नव्या नव्या तऱ्हेने प्रत्येक कालखंडात निर्माण होत असतं. ते त्या कालखंडातल्या समाजाला अधिक आवडायला हवं. मग तुम्हा नवीन लेखकांच्या कालखंडातल्या समाजाला तुमचं साहित्य का अपील होत नाही? गाडगीळ-गोखले लिहीत होते त्या काळात कॉलेजात गेलेला विद्यार्थी आज ४० वर्षांचा झाला असेल. म्हणजे आजही

२० ते ४० या वयाचा वाचक तुमच्यामागे का लागत नाही? आम्हीसुद्धा केळकर-गडकरी-खाडिलकर-परांजपे यांच्या डोळ्यांदेखतच मोठे होत होतो ना? मग आमच्या डोळ्यांदेखत तुम्हा नवीनांना मोठं व्हायला काय हरकत होती?

मी : आजही भावे-गाडगीळ-गोखले किंवा त्यानंतरचे लेखक घ्या... त्यांच्यापेक्षा तुमचीच पुस्तकं जास्त खपतात, असे प्रकाशकांचे आकडे आहेत.

खांडेकर : हे बरं नव्हे एवढं तुला सांगतो. आजचा वाचक तुमच्यामागे लागला असता तर आम्हालाही आमच्या लेखनाचा नव्याने विचार करावा लागला असता.

मी : पण असं का होत असावं? नवीन लेखक कसदार लेखन करीत नाहीत?

खांडेकर : तसं मुळीच नाही. तुम्ही लोक खूपच चांगलं लिहिता. अर्थात, लिहिता ते सगळंच चांगलं असतं असं नाही. गाडगीळांच्या अनेक कथांचा मी चाहता आहे. त्यांच्या कथा प्रामुख्याने 'सत्यकथे'त आल्या, हे एक कारण असेल का? माझा किंवा फडकेंचा प्रसार हा प्रामुख्याने 'किर्लोस्कर'ने केला. ते मासिक घरोघर जात होतं. तसा प्रसार 'सत्यकथे'ला करता आला नाही. मध्ये देऊळ असतं आणि भोवती छोटंसं आवार असतं. तसं सत्यकथेचं देऊळ झालं. भक्त वाचक फक्त आवारात. बाहेर काही नाही. खूप खपाच्या मासिकात यांच्या कथा आल्या असत्या तर त्यांना मोठा वाचकवर्ग मिळाला असता.

मी : कदाचित, नवीन साहित्याचे विषय, हेही कारण असेल. तुमचे विषय तत्कालीन सामाजिक जिव्हाळ्याचे होते. फडकेंचे प्रेमाचे विषय तर घरोघरचेच विषय; पण गाडगीळ-गोखले व नंतरचे लेखक यांचे अंतर्मनातील क्लिष्ट व्यापार आणि लैंगिक विषय यांमुळे वाचक दूर गेला असेल. सेक्स हा विषय निघाला की बहुतेक जण तो टाळायला बघतात.

खांडेकर : तेही शक्य आहे. पण माझ्या अनुभवाने सांगतो. नवीन लेखक-पुण्या-मुंबईच्या बाहेर मोठ्या प्रमाणावर गेले नाहीत. मराठी कथा गाडगीळ-गोखल्यांनी निश्चित पुढं नेली; पण ती अधिकाधिक वाचकांपर्यंत पोचली नाही.

मी : किर्लोस्कर मासिक तुम्हाला कथेला मोबदला किती देत होतं? सुरुवातीला -

खांडेकर : पहिल्या कथेला पाच रुपये. १९३० साली. पुढे साडेबारा-पंचवीस-पन्नास-पंचाहत्तर असा वाढत गेला. कोल्हटकरांच्या 'महाराष्ट्र गीता'ला किर्लोस्करने एक रुपया दिला होता. १९२८-२९ साली. अर्थात ते गीत लोकप्रिय झालं ते खूप नंतर. पण हाही मोबदला आताच्या मानाने कमी नव्हता हे तुला सांगतो. कारण, त्या काळात सोनं २२ रुपये तोळा होतं.

मी : मला वाटतं आता पुरे. तुमचा खूप वेळ घेतला. तीन तास गेले. तुम्हाला बोलून बोलून त्रास होईल.

खांडेकर : काही नाही रे. असल्या बडबडीतच वेळ बरा जातो. जरा बैस.

तुमच्या नवीन लेखकांपैकी कुणी काय बरं लिहिलंय?

मी : आम्ही नवीन लोक एकमेकांचं फारसं वाचत नाही.

खांडेकर : का?

मी : न वाचतासुद्धा एकमेकांची स्तुती करता येते!

खांडेकर : हे घातक आहे हे लक्षात ठेव. लेखक हा आपल्या लेखनाच्या क्षेत्रात वेडा झाला पाहिजे. त्यानं इतरांचं मराठी, इंग्रजी अधाशासारखं वाचायला पाहिजे. एकमेकांना मदत केली पाहिजे. माझे आता डोळे गेले म्हणून. नाही तर मी माझ्या समकालीनांचे आणि नवीनांचे साहित्य प्रसिद्ध झाल्याबरोबर झडप टाकून वाचीत होतो. बोरकर, कुसुमाग्रज हे पुढं यावेत म्हणून मी तळमळत होतो. कुसुमाग्रजांच्या 'विशाखा'ची वही माझ्याकडे आली. ही कविता प्रकाशात यावी म्हणून मी अधीर झालो होतो. कविता काढायला कुणी तयार नव्हता. मी कोल्हापूरच्या स्कूल अँड कॉलेज बुकस्टॉलच्या मोघ्यांना बोलावून घेतलं आणि सांगितलं, 'हे कवितांचं पुस्तक काढा. तुम्हाला जर तोटा आला तर तो मी भरतो.' मोघेंनी पुस्तक काढलं. त्या पैशाची तरतूद करून ठेवली होती, पण ४२चा काळ. त्यात 'गर्जा जयजयकार'सारख्या अनेक सुंदर कविता. हळूहळू या पुस्तकाच्या आवृत्त्या निघाल्या. तोटा होण्याचा प्रश्नच उरला नाही. हे मी माझा मोठेपणा म्हणून सांगत नाही. पण, एवढा मोठा कवी हा लोकांपर्यंत गेलाच पाहिजे, एवढीच माझी इच्छा होती. आमच्यासारखेच तुम्ही लोक साहित्यवेडे असावेत असं आपलं मला वाटतं.

मी : असलं वेड आमच्यात दिसत नाही.

खांडेकर : गाडगीळांचं काय चाललं आहे?

मी : काय चाललं आहे ते त्यांनासुद्धा माहीत नसेल.

खांडेकर : भेटतात ना तुला?

मी : भेटतात!

खांडेकर : सांग त्यांना! ते थांबले आहेत ते बरं नव्हे आणि ते काय करताहेत?

मी : नाटकं!

खांडेकर : आपल्या कादंबऱ्यांचीच ना? अरे, आतून स्फुरलं त्यांनी नाटक लिहावं. पण आमचा कादंबरीकार ना तो? त्यांनी कादंबरीवरून आपलं लक्ष विचलित का करावं? नाटकं का? पैशासाठी? (मी तोंड मिटून गप्प राहतो.) त्यांनी कादंबरीसाठी धडपडलं पाहिजे. नवीन अनुभव, नवीन विषय... प्रयोग त्यांनी करायला पाहिजेत. ही नाटकं कशासाठी?

मी : मागे एकदा आम्ही गाडगीळांच्या घरी बसलो होतो तेव्हा हा विषय निघाला होता. तेव्हा पेंडसे म्हणाले होते की, एकदम वरच्या दर्जाचं नव्हे, पण

मध्यम दर्जाची नाटकं दिली तर प्रेक्षकांची अभिरुची थोडी थोडी वर नेता येईल.

खांडेकर : मग गाडगीळ काय म्हणाले?

मी : गाडगीळ म्हणाले, तसं होणार नाही. उलट प्रेक्षकच नाटककाराला खाली खाली ओढतील.

खांडेकर : गाडगीळांचं म्हणणं अगदी बरोबर आहे.

मी : तुमच्या 'वृंदावन' कादंबरीचं काय झालं?

खांडेकर : दीडशे पानं छापून झाली होती; पण मध्येच आजारी पडलो आणि पुढला भाग लिहून झाला नाही. जे लिहिलं होतं तसंच छापावंसं आता वाटत नाही. सात वर्षं झाली. आता ती मनासारखी लिहून होणं कठीण. छापलेली दीडशे पानं सध्या नष्ट करून टाकली आहेत.

मी : दुसरी नवीन कादंबरी?

खांडेकर : 'वानप्रस्थ' ही कादंबरी लिहितोय. शंभरएक पानांची होईल. आता डोळ्यांमुळे अगदी थोडक्यात काय ते लिहायचं, असं वाटू लागलं आहे.

मी : आत्मचरित्र कुठपर्यंत आलं?

खांडेकर : दोनशे पानं झाली. सात-आठशे पानं होतील. त्यातली व्यक्तिचित्रं वेगळी काढीन म्हणतो आणि चारशे पानांचं आत्मचरित्र वेगळं करीन. आत्मचरित्र लिहिणं सोपं वाटतं; पण ते सर्वांत कठीण कर्म आहे.

मी : नाव काय देणार आत्मचरित्राला?

खांडेकर : 'एका पानाची कहाणी' (हसत) असं म्हणून पाचशे पानं करायची. हा विनोद सोड. कोल्हटकरी स्कूलचा विनोद. पण आपलं जीवन हे एका पानात सांगण्यासारखं असतं हा एक अर्थ होऊ शकेल किंवा झाडावरचं एक पान सर्व ऋतू पाहतं आणि मग गळून पडतं - हा दुसरा अर्थ. म्हणून मी निरनिराळ्या विभागांना वसंत, हेमंत अशी ऋतूंची नावं दिली आहेत.

मी : लवकर पूर्ण करा.

खांडेकर : बघायचं प्रकृतीनुसार –

– ललित

फेब्रुवारी, १९७०

साहित्यातून सामान्यांची उंची वाढली पाहिजे

उच्च भारतीय साहित्याचा सर्वांगीण विकास साधून व भारतीय भाषांतील उच्चतम साहित्य अन्य भाषांतून भाषांतरित करून त्याचा प्रसार करणाऱ्या अखिल भारतीय स्तरावरील 'साहित्य अकादमी' या संस्थेच्या वतीने भाऊसाहेबांना 'अकादमी'चे सन्माननीय सदस्यत्व 'महदत्तर / सदस्यत्व '- इात्त्दैप्ज बहाल करण्यात आले असून, हा अर्पण समारंभ शुक्रवार ता. २५ सप्टेंबर, १९७० रोजी शिवाजी विद्यापीठाचे तत्कालीन कुलगुरू डॉ. अप्पासाहेब पवार यांच्या हस्ते झाला. या निमित्ताने त्यांची ही मुलाखत घेण्यात आली.

'मला कल्पनाविलासाबरोबर भावनाविलास आणि वैचारिक मंथनही हवं आहे. म्हणूनच कादंबरीच्या माध्यमातून लोकचिंतन करण्याचा माझा प्रयत्न आहे. समाजात जी जी दु:खे मला जाणवली वा पाहायला मिळाली, ती मी नि:संकोचपणे 'हृदययात्रे'त स्पष्टपणे मांडणार आहे,' असं सांगून भाऊसाहेब म्हणाले, 'सर्वच सामाजिक व राजकीय स्थित्यंतरांचा आढावा घेऊन, सर्वस्पर्शी लिखाण करण्याची माझी इच्छा 'हृदययात्रे'ने सफल होईल. कलिंगडाच्या एखाद्या फाकीप्रमाणे एकच विषय वेगळा करण्याऐवजी विविध विषयांच्या फाकी एकत्र करून, कादंबरीरूपाने त्यांचं एकच फळ तयार करणे मला आवडतं.'

हे सारे करण्यासाठी प्रकृतीची साथ मिळणे अत्यावश्यक आहे. नाहीतर ही संकल्पसिद्धी होणार नाही, अशी भाऊसाहेबांना राहून राहून भीती वाटते. याकरिता त्यांना किमान एक वर्षाची अखंड बैठक लागणार आहे. रक्तदाबाच्या विकाराने आजारी असतानासुद्धा आजही लेखन, मनन आणि चिंतनाचे त्यांचे कार्य अखंडपणे सुरू आहे.

मराठी साहित्याच्या वाट्याला भारतीय ज्ञानपीठाचे पारितोषिक अद्याप आले नाही, याबद्दल खांडेकरांना खंत वाटते. सर्वश्रेष्ठ साहित्यिकांच्या संपूर्ण विवंचना दूर करून, साहित्यसेवेसाठी त्यांना उत्तेजित करण्याच्या उद्देशाने ज्ञानपीठाच्या वतीने दर वर्षी एक लाखाचे पारितोषिक देण्यात येते. हा मान सुविख्यात केरळीय कवी शंकर कुरुक, बंगाली साहित्यिक ताराशंकर बॅनर्जी, कन्नड कवी पुटाप्पा व चालू वर्षी गुजरात विद्यापीठाचे कुलगुरू डॉ. उमाशंकर जोशी या नामवंत साहित्यिकांना मिळाला. या संदर्भात मराठी साहित्याच्या अपयशाची कारणमीमांसा सांगताना भाऊसाहेब म्हणाले, 'मराठीतही चांगले लेखक पुष्कळ आहेत; पण द्वितीय श्रेणीतून प्रथम श्रेणीत येताना ते कोठेतरी मध्येच थबकतात.'

'झपाट्यानं होणाऱ्या शहरीकरणाचा वेग पचविणं अवघड आहे. आजही नव्या, प्रगत विज्ञानयुगाच्या बालवर्गात आमचा साहित्यिक घुटमळत आहे. नवं यंत्र, नवं तंत्र केवळ पुस्तकी पठणाने सर्वांनाच माहीत आहे; पण ते रक्तात भिनले नसून, यंत्रयुगाच्या 'वर' पाहिजे असतील तर 'शाप' पचविण्याचीही ताकद अंगी निर्माण झाली पाहिजे. समृद्धीकडे पाठ फिरविण्यापेक्षा प्रथम ती निर्माण केली पाहिजे आणि मगच ती मारक होऊ नये म्हणून प्रयत्न केले पाहिजेत. आमचा साहित्यिक नवे आणि जुने याच्या संधिप्रकाशात सापडला असून, त्याचे मन एकाकी आहे. त्यामुळे 'ज्ञानपीठा'चं पारितोषिक मिळवणारी एकही मराठी कादंबरी निर्माण झाली नाही.

'जमिनीत पिकत नाही म्हटल्यावर एक तर जमिनीचा दोष असेल, म्हणून साहित्यिकांनी अंतर्मुख होऊन आपल्या गुण-दोषांचे सूक्ष्म अवलोकन केलं पाहिजं. सामाजिक मनाशी साहित्यिकाचं मन समरस झालं पाहिजं.' असे सांगून नामदार गोखले यांच्या ६० वर्षांपूर्वीच्या एका विधानाची पुन:स्मृती करून देताना भाऊसाहेब म्हणाले, 'पाश्चात्त्य लेखकाइतका अथवा बुद्धिवंताइतका मुक्तजीवनाचा आनंद, भारतीय साहित्यिक अथवा विद्वानांस मिळत नसला तरी पाश्चात्त्यांइतकीच बुद्धिवान माणसं आपल्या देशात आहेत, पण पाश्चात्त्य देशांतील सामान्य माणसांची जी मानसिक उंची आहे, ती भारतीय सामान्यांपेक्षा कितीतरी प्रमाणात अधिक आहे. आपल्याकडे शिक्षणाचं संस्कृतीशी नातं तुटलं आहे; यामुळे विशेष सुधारणा होतील, असं वाटत नाही.'

प्रत्येक भारतीयाला व्यक्तिगत, सामाजिक आदी विविध पातळ्यांवर दुहेरी-तिहेरी आच निर्माण झाली पाहिजे. ज्ञान-विज्ञानाचे नव्या प्रगमनशील युगात विद्या-व्यासंगानं जन्मभर विशिष्ट विद्येला वाहून घेणारे विद्वान ही देशाची शक्तिस्थानं असून, ज्याप्रमाणे संस्कृत साहित्यात पंडित बाळाचार्य खुपेरकर शास्त्री निर्माण झाले, तद्वतच प्रत्येक भारतीय भाषेतील साहित्यात व शास्त्रात अनेक खुपेरकर शास्त्री निर्माण झाले पाहिजेत, अशी भाऊसाहेबांची तीव्र इच्छा आहे. भाऊ पाध्येंची

'वासुनाका' व जयवंत दळवींची 'चक्र'या कादंबऱ्या व जुन्या कादंबऱ्यांमध्ये लेखकांच्या दोन पिढ्यांतील भयानक अंतर असल्याचं सांगून नवसाहित्याबद्दल बोलताना भाऊसाहेब म्हणाले, '१९४७ नंतर भारतीय जीवनात आमूलाग्र बदल झाला आहे. या बदलामुळे आणि १९२० नंतर पाश्चात्त्य वाङ्मयात झालेल्या बदलामुळे भारतीय वाङ्मयावर त्याचे पडसाद उमटले आहेत. या नवसाहित्यातून अश्लीलतेची भीती वाटत नसली तरी, पोट जाळण्यासाठी व अश्लील लिखाण लिहिणाऱ्या बाजारू व धंदेवाल्या लोकांपासून खरा धोका जाणवतो. भारतीय जीवनात स्त्री-पुरुष संबंधाकडे भीतीनं पाहिलं जातं. भारतीय संस्कृतीनं स्त्री-पुरुषास मोकळेपणानं एकत्र येऊ दिलं नाही; म्हणून परस्परांबद्दल विकृत दृष्टिकोनातून पाहण्याची परंपरा आजही शिल्लक आहे. नीतीमत्तेच्या जुन्या कल्पना व नवं जीवन यांचा संघर्ष सुरू असलेल्या या काळात पूर्वीची विकृत दृष्टीची मळमळ साफ धुऊन गेली पाहिजे. स्त्री-पुरुषांनी एकत्र येऊन आपल्या व्यक्तिगत व सामाजिक जबाबदाऱ्या संयुक्तपणे पार पाडल्या पाहिजेत. हे होताना स्त्री-पुरुष संबंधात येणारे अपघात क्षम्य मानून पातिव्रत्य व वैवाहिक नीतीची जुनी मूल्यं नवी करून घेतली पाहिजेत. स्त्रीतील स्त्रीत्व आणि भोग्यत्व विसरण्याची ताकद आज भारतीय पुरुषांमध्ये निर्माण झाली पाहिजे. या विचाराशी मराठी साहित्याची काही कर्तव्ये आहेत, ती नवसाहित्यिकांनी पार पाडली पाहिजेत.'

माणसाच्या भावना उद्दीपित करणाऱ्या नाटक-सिनेमांच्या जाहिरातींची शीर्षके पाहून आज कोणालाही वैषम्य वाटत नाही काय? असा संभ्रम भाऊसाहेबांना पडला आहे. ते म्हणतात, 'समाजात जे वास्तव, अमंगल आहे ते साहित्यिकाने केवळ छायाचित्रकाराच्या दृष्टिकोनातून न पाहता सूचकतेनं मांडलं पाहिजे. कथा रंगविणं हे लेखकाच्या कौशल्यावरच अवलंबून आहे. समाजात पदोपदी दृष्टीस येणारी सामाजिक आणि आर्थिक विषमतेची भयानकता, माणसाला पशू बनविणारं झोपडपट्टीचं जीवन या गोष्टींचे चित्रण करणे कथाकाराला शक्य आहे. या दृष्टीने हरिभाऊ आपटेंच्या 'पण लक्षांत कोण घेतो?' या कादंबरीने महाराष्ट्रीयन जीवनात खळबळ उडवून दिली आहे. समाजात प्रत्येकाला नीतिमान होणं शक्य आहे; पण सर्वच आदर्श त्याला पचनी पडतील असं नाही. माणसाला त्याच्या किमान गरजा भागवून माणसासारखं जगू द्या व मग तरीही तो नीतिभ्रष्ट झाला तर तेथे नीतिच्या मर्यादा घाला. पुढाऱ्यांपासून अनुयायांपर्यंत हे कोठेच दिसत नाही. याकडे साहित्यिकांनी आपली दृष्टी वळविली पाहिजे.' चिंतन करून नवनिर्मिती करण्याचा नवलेखकांना उत्साह नसला तरी त्याची निंदा करून चालणार नाही, अशी भाऊसाहेबांची धारणा आहे.

खेडेगावातील ऐकीव उचापतींवर कथा-कादंबऱ्या लिहिण्यापेक्षा रसरशीत ग्रामीण जीवनाचे यथार्थ दर्शन देणारे साहित्य आज निर्माण होत नाही, याबद्दल भाऊसाहेबांना

काहीशी चिंता वाटते. पंजाबातील राजेंद्रसिंग बेदींप्रमाणे मराठीतही वाकबगार राजेंद्रसिंग निर्माण व्हावेत असं त्यांना वाटतं. सुप्रसिद्ध साहित्यिक व्यंकटेश माडगूळकरांनी 'बनगरवाडी,' 'मायदेशी माणसं' अशा ग्रामीण जीवनावर आधारित सुरेख, वास्तववादी कादंबऱ्या लिहिल्या; पण त्यानंतर त्यांची ही दृष्टी बदलली.

वर्तमानकाळाची दखल जर आजच्या साहित्यिकांना घेता येत नाही तर भूतकाळात जाऊन ऐतिहासिक कादंबऱ्या लिहिण्यात काय स्वारस्य आहे, असं विचारता भाऊसाहेब म्हणाले, 'हे पाप मी स्वतःच केलं आहे. 'ययाति' लिहून मला आता पश्चात्ताप झाला. 'स्वामी' लिहून रणजित देसाईंनी एक अद्‌भुत गोष्ट केली असून, ती नाहीशी होत चालली. एक इतिहास प्रगाढ अभ्यासाने व परिश्रमाने पुनरुज्जीवित करण्याचा प्रयत्न केला आहे; पण यानंतरच्या काळात इतिहासातील १०० पाने गोळा करून ५०० पानी कादंबरी लिहिण्याचे प्रकार घडले आहेत. इतिहास किंवा पुराण म्हणजे कादंबरी नसून, इतिहासाच्या आधारातून साहित्य निर्माण करण्याची प्रतिभेची ताकद फार थोड्या लोकांत आहे. त्याकरिता इतिहासाकडे पाहण्याची विशाल दृष्टी, व्यक्तिमत्त्वाची विलक्षण जाणीव व जीवनाकडे पाहण्याचा विशिष्ट दृष्टिकोन लागतो.'

मराठी पाठ्यपुस्तकांबद्दल बोलताना भाऊसाहेब म्हणाले, 'मराठी पुस्तकं ही बाह्यत: तर निश्चितपणे चांगली आहेतच; पण किमान ५ वर्षे तरी शिकवली गेली पाहिजेत. या पुस्तकांतील काही धडे चांगले असून, त्यातून संकटाचे आणि वाङ्मयसंस्कारांचे विचार विद्यार्थीजीवन घडविण्यास उपयुक्त आहेत. सरकारने स्वतःच पुस्तकं काढल्यामुळे खासगी प्रकाशकाचं आणि संपादकाचं उत्पन्न बुडाल्याबद्दल मला मुळीच दुःख होत नाही; पण लायक, विद्वान माणसांनी एकत्र येऊन या पुस्तकांमध्ये काही सुधारणा करणेही आवश्यक आहे.'

भाऊसाहेबांनी आता आपलं आत्मचरित्र लिहावयास घेतलं असून, या आत्मचरित्रात आपल्या जीवनातील बऱ्या-वाईट सर्वच घडामोडींचा परामर्श ते निःसंकोचपणे घेणार आहेत; पण सध्याच्या सामाजिक परिस्थितीला न पेलणारा असा काही भाग आपल्या मृत्युनंतर प्रसिद्ध करण्याचा त्यांचा इरादा आहे. आपण कोणाची बदनामी करतो असं संबंधितांना वाटू नये म्हणून मी हे ठरविल्याचे ते म्हणतात. आत्मचरित्र लिहिल्याशिवाय मात्र कोणतीही कादंबरी लिहावयास न घेण्याचा त्यांचा निर्धार आहे. 'आत्मचरित्र' लिहिल्यानंतर 'वानप्रस्थ' नावाची पौराणिक कादंबरी लिहिण्याचाही त्यांचा मनोदय आहे. आणखी तीन-चार कादंबऱ्यांचे विषय त्यांच्या डोक्यात घोळत आहेत व त्याप्रमाणे त्यांनी आराखडेही तयार केले आहेत. अनेक ललित निबंध टिपणेही त्यांच्याकडे पडून आहेत. प्रकृती सांभाळून त्यांचे हे कार्य करायचे आहे. लेखकाचे मन म्हणजे एक वर्कशॉप आहे. वर्कशॉपमध्ये ज्याप्रमाणे कच्चा माल

भरपूर येऊन पडावा, तद्वतच भाऊसाहेबांच्या साहित्यिक मनाच्या वर्कशॉपमध्ये आज अनेक कथा-कादंबऱ्या घोळत आहेत. प्रकृतीनं सवड दिली आणि लिहावयास मन फुललं तर या कच्च्या मालाचं रूपांतर पक्क्या मालात होईल; अन्यथा कारखान्यातील वेस्टेजप्रमाणे तेही पडून राहील, असे भाऊसाहेबांना वाटते.

भाऊसाहेबांनी आजवर विविध विषयांवर १५ कादंबऱ्या, ३० कथासंग्रह, १० लघुकथासंग्रह, १२ टीकात्मक ग्रंथ लिहिले असून, सुमारे ३० पुस्तकं संपादित केली आहेत. त्यांच्या बहुसंख्य कथा-कादंबऱ्या आज तमिळी, गुजराती, हिंदी, सिंधी, कानडी, मल्याळी, आदी विविध भाषांमध्ये भाषांतरित झाल्या आहेत. लोकमान्य टिळक, रवींद्रनाथ टागोर व शरद्च्चंद्रांनंतर अधिक भाषांमध्ये साहित्य प्रकाशित होण्याचा मान संपूर्ण देशात फक्त भाऊसाहेबांना मिळाला आहे. दिल्लीच्या अखिल भारतीय ग्रंथ प्रदर्शनात 'लोकमान्यांचा गीतारहस्य' चौदा भाषांत प्रकाशित झाल्याचे दिसून आलं. याच प्रदर्शनात भाऊसाहेबांच्या कादंबरीच्या नऊ भाषांतील आवृत्त्या पाहावयास मिळाल्या; पण भाऊसाहेबांना हे माहिती नव्हते.

सन १९५४ मध्ये स्थापन झालेल्या साहित्य अॅकॅडमी फेलोंची संख्या गेल्या वर्षीपर्यंत अवघी ५ होती व ती चालू वर्षी नऊ झाली असून, घटनेप्रमाणे २१ फेलोशिप अॅकॅडेमी देते. डॉ. सर्वपल्ली राधाकृष्णन, राजगोपालाचारी, ताराशंकर बॅनर्जी, सुमित्रानंदन पंत, कानडीचे महाकवी बेंद्रे हे पहिले पाच सदस्य असून, आता भाऊसाहेबांबरोबर मल्याळी, उर्दू व तेलगू अशा तीन कवींनाही ही फेलोशिप बहाल करण्यात आली. मराठीतील हा मान मिळविणारे श्री. खांडेकर पहिले होत.

'अखिल भारतीय स्तरावरील उच्चतम अशा या संस्थेचं सन्माननीय सदस्यत्व मला मिळालं, याचं खरं श्रेय ज्यांच्या खांद्यावर मी वाढलो, त्या हरिभाऊ आपटे, श्रीपाद कृष्ण, गडकरी यांच्यासारख्या महान साहित्यिकांना आहे,' असं भाऊसाहेब विनयाने म्हणाले.

– साप्ताहिक स्वराज्य
३ ऑक्टोबर, १९७०

शिक्षण व तरुणांतील वैफल्य

'साप्ताहिक साधना'ने सन १९७० च्या दिवाळी अंकात 'आजच्या महाराष्ट्रातील
जीवनाचा दर्जा' या विषयावर परिसंवाद योजला होता. त्या अंतर्गत पुरुषोत्तम
शेठ यांनी वि. स. खांडेकरांचे 'शिक्षणव्यवस्था व भारतीय तरुण विद्यार्थी' या
विषयावर विचार जाणून घेण्याच्या उद्देशाने त्यांच्याशी साधलेला हा संवाद.

प्रश्न : आपल्या काळातील शिक्षणाची उद्दिष्टं व आजच्या काळातील
शिक्षणाची उद्दिष्टं यांत काही फरक पडला आहे का? कालानुरूप ती उद्दिष्टं आज
साकार झाली आहेत का?

उत्तर : शैक्षणिक उद्दिष्ट म्हणजे शासनाने, समाजाने आणि शैक्षणिक
तज्ज्ञांनी एखादी योजना आखून कार्यवाहीत आणणे; परंतु एखादी योजना आखून
माझ्या काळात व आजच्या काळात शैक्षणिक वाटचाल केली असती तर
उद्दिष्टांचा व त्या उद्दिष्टांच्या साफल्याचा विचार करता आला असता. उलट
स्वातंत्र्यपूर्वकाळातील चाकोरीतूनच स्वातंत्र्योत्तर काळातील शिक्षण जात असल्याने
त्याच्या उद्दिष्टात फरक झाला आहे, असं म्हणता येणार नाही. स्वातंत्र्यानंतर
नियोजनपूर्वक शैक्षणिक सुधारणा करण्याचा सातत्याने प्रयत्न झाला नाही, हे
खेदानं सांगावं लागत आहे.

माझ्या काळात सर्वसामान्य पांढरपेशा वर्गातील मुले शिकत होती. त्यांच्यावर
परंपरागत संस्कारांचा प्रभाव होता व त्यामुळे त्यांनी आंग्लाई येताच संस्कृतची
पठडी बदलून इंग्रजी विद्या आत्मसात केली होती; परंतु शैक्षणिक उद्दिष्टांच्या दृष्टीने
त्या काळातील बहुसंख्य विद्यार्थ्यांचे उद्दिष्ट चरितार्थाचे साधन प्राप्त करणे हेच होतं.
जास्तीत जास्त म्हणजे वकील होणं, डॉक्टर होणं, इतक्याच आकांक्षा मर्यादित
होत्या. आय. सी. एस. झाला म्हणजे 'गंगेत घोडं न्हालं.' ते चरितार्थाच्या साधनाचे

उद्दिष्ट पाहता गेल्या पन्नास वर्षांत हिंदुस्थानवर यंत्रयुगाचे आक्रमण होऊनही शैक्षणिक उद्दिष्टांत फार मोठा फरक पडला आहे, असं काही दिसत नाही.

प्रश्न : भाऊसाहेब, तुमच्या काळातील खासगी शिक्षणसंस्था स्वातंत्र्यपूर्व काळात देशभक्तीचे उद्दिष्ट ठेवून होत्या असे म्हणतात; परंतु आपल्या बोलण्यात त्याचा विचार आलेला दिसत नाही?

उत्तर : त्या वेळी वातावरण देशभक्तीचे होते. परकीय सत्तेबद्दल चीड निर्माण करण्याचे होते; परंतु सर्वच शिक्षणसंस्था देशभक्तीचे उद्दिष्ट समोर ठेवून चालल्या होत्या, असं मानता येणार नाही. माझ्या काळातील शिक्षणसंस्था देशभक्ती निर्माण करीत होत्या हा आभास आहे. चिपळूणकर, टिळक, आगरकर यांनी केलेली 'न्यू इंग्लिश स्कूल', 'फर्ग्युसन कॉलेज'ची स्थापना व 'केसरी,' 'मराठा'सारखी काढलेली मराठी वर्तमानपत्रे यांमुळे आपण शैक्षणिक उद्दिष्टांबाबत गल्लत करतो. माझ्या काळातील शैक्षणिक सुधारणेचे उगम, निर्भीड पत्रकारित्वाचे उगम, सुधारक विचारांचे उगम व स्वतंत्र साहित्याचे उगम एकाच संस्थेतून निघाल्यासारखे दिसत असल्यामुळे, माझा काळ हा शिक्षणातून देशभक्ती करण्याचा होता, असा आभास निर्माण होतो. तसे असते तर टिळक महाराष्ट्र विद्यापीठ हजारो देशभक्तांची पूर्तता करू शकले असते. त्या काळात संस्थांनी 'देशभक्ती' हा शब्द उच्चारणं हा गुन्हा होता.

आमचं शिक्षण देशभक्तीने प्रेरित होते. बंगालच्या फाळणीचे, खुदीराम बोसांच्या फाशीचे, गांधींच्या आगमनाचे काही ओरखडे आमच्यावर (अंत:करणावर) जरूर उमटले असतील; कारण तो काळ ईर्षेने पेटलेला असल्यामुळे व्यक्ती या नात्याने समाजप्रवाहापासून विद्यार्थी अलिप्त राहू शकत नव्हता. परंतु देशभक्तीच्या विचाराचा आचार करणारी शेकडा ५ टक्केसुद्धा विद्यार्थी मंडळी नव्हती. त्यामुळे देशभक्ती हे माझ्या काळातील शिक्षणाचे फार मोठे उद्दिष्ट होते असं मानणे आत्मवंचना होईल. त्या काळात खरेखुरे देशभक्तीपर शिक्षण देण्याचा प्रयत्न प्राध्यापक विजापूरकरांनी केला. माझ्या काळातील शिक्षण देशभक्तीपर नाही हे पाहूनच विजापूरकरांना राष्ट्रीय शिक्षणसंस्था काढण्याचा मोह झाला.

प्रश्न : आजच्या उद्दिष्टांमध्ये स्वातंत्र्योत्तर काळात काही बदल झालेला तुम्हाला दिसतो आहे का?

उत्तर : माझ्या मते माझ्या काळाची व आजच्या काळाची तुलना करणे योग्य होणार नाही; कारण माझ्या काळातील शिक्षण हे वर्गीय शिक्षण होते, पांढरपेशांचे शिक्षण होते. परंपरागत संस्कार लाभलेल्या घराण्यांचे शिक्षण होते. त्या काळात पाच ते सहा हजार मुले मॅट्रिकला बसत असत. त्यामुळे आज बसत असलेल्या दीड

लाख मुलांच्या संख्येकडे पाहता तुलना करणे योग्य होणार नाही. आज प्राथमिक शिक्षण सक्तीचे झाले आहे. रु. १२००च्या सवलतीमुळे खेडोपाडी माध्यमिक शाळांचा वटवृक्ष बहरला आहे. खासगी शिक्षणसंस्थांना विज्ञानाची उपकरणे, इमारती, शैक्षणिक साहित्यावर अनुदान मिळत आहे. माझ्या काळात खासगी शिक्षणसंस्थांना आपल्या प्रपंचाचा ताळमेळ जुळविताना दमछाक करावी लागत होती. आजच्या शिक्षणसंस्थांच्या योगक्षेमाची जवळजवळ सर्व जबाबदारी शासनाने उचलली आहे. शंभर कोटींवर शैक्षणिक खर्च करून सरकार भांडवली गुंतवणूक करीत आहे; त्यामुळे व्यापक शैक्षणिक प्रसाराचे उद्दिष्ट सफल झाले आहे. समाजातील अगदी खालच्या थरांपर्यंत ज्ञानगंगेचे झरे झिरपले आहेत.

व्यापक प्रसाराबरोबर मात्र शैक्षणिक गुणवत्ता घसरू लागली आहे असं म्हणावे लागेल. अर्थात हा दोष एकट्या विद्यार्थ्यांचा नसून पालक-शिक्षक व शैक्षणिक संस्था यांच्याकडेही तो पोहोचतो. यंत्रयुगानुसार व स्वातंत्र्यानुसार आमच्या शिक्षणाची उद्दिष्टे बदलली नाहीत. आजच्या शिक्षणातून विज्ञाननिष्ठ जिज्ञासू विद्यार्थी निर्माण झाला पाहिजे, परंतु आज आपणास असे दिसते की, आम्ही परक्या देशांत शोध लागल्यानंतर ५० वर्षे मागे राहून; त्याचा अभ्यास करतो; यामुळे जिज्ञासेने भारावलेला, भविष्याकडे झेप घेणारा असा विद्यार्थी आज निर्माण होत नाही. उलट आम्ही विज्ञानातील पोपटच निर्माण करतो. उदार शिक्षणा-मधून, मानव्यशास्त्रामधून जे गणपती आम्ही निर्माण केले, तेच गणपती आज तयार करतो आहोत. जीवनात प्रवेश करण्याची ताकद आमचे शिक्षण देत नाही. माझ्या मते, विज्ञानाने कल्पनेच्या गरूडभराऱ्या मारणारे मन मानव्यशास्त्राच्या व साहित्याच्या संस्कारांनी अभिजात करणे, व्यावहारिक बनविणे हे प्रमुख उद्दिष्ट असलं पाहिजे.

आजच्या आपल्या दैनंदिन जीवनात आपण विज्ञानाची सुखे उपभोगतो; परंतु त्यामागे त्याग करणाऱ्या वैज्ञानिकांची दृष्टी आपणाला येत नाही. तसेच आजच्या काळात वैयक्तिक सुखाची हावही आपण मर्यादित करीत नाही; त्यामुळे या देशाचे विघटन त्वरेने होत आहे. स्वातंत्र्यानंतर हा देश माझा आहे, हा समाज माझा आहे, हे म्हणण्याची वृत्ती कमी झाली आहे. त्यामुळे आमच्या देशात शिक्षणामधून देशभक्तीची प्रबल प्रेरणा आम्हाला मिळत नाही. उलट, या देशात शैक्षणिक संधी मिळत नाही, आमच्या स्वप्नांचे तुकडे होतात, अशा अनेक सबबी सांगून परदेशात ठाण मांडणारे विद्यार्थी पाहिले की माझं मन व्यथित होते. माझ्या पिढीने स्वातंत्र्य मिळविले, तुमच्या पिढीचे कर्तव्य माझ्यापेक्षा दसपटींनी मोठे आहे. स्वातंत्र्यानंतर देश मोठा करण्याचे कष्टप्रद काम तुमच्या वाटणीला आले आहे; परंतु पालक, शिक्षक, विद्यार्थी यांना देशभक्तीच्या या नवीन भावनेची जाणीव नाही आहे.

प्रश्न : भाऊसाहेब, सर्व समाजच खालपासून वरपर्यंत स्वार्थाने लडबडलेला असल्यामुळे शैक्षणिक उद्दिष्टांत 'देशभक्ती' हा सवंग शब्द झालेला आहे, असं नाही का तुम्हाला वाटत? आम्हाला येथे संधीच मिळत नाही?

उत्तर : शैक्षणिक संधीचे हे रडगाणे आता ऐकवत नाही. खरे पाहता शिक्षकाच्या अप्रत्यक्ष शिकविण्यातून देशभक्ती प्रकट झाली पाहिजे; परंतु बहुसंख्य शिक्षकांना आज याची जाण दिसत नाही; कारण पोटाची आग भागविण्याकरिता या व्यवसायाबद्दल प्रेम नसलेली भरताडच आज अधिक आहे. बहुसंख्य शिक्षणसंस्था व शिक्षक हे स्वार्थापोटी, स्थैर्यापोटी सत्तेशी व शासनाधिकाऱ्यांशी जखडलेले आहेत आणि आजचा काळ पूर्वीच्या सुळावरच्या पोळीपेक्षा पुरणपोळी खाण्याचा असल्यामुळे शिक्षक, शैक्षणिक संस्था, शैक्षणिक उद्दिष्टांशी फारकत करू लागल्या आहेत. त्या सर्वांचा परिणाम विद्यार्थ्यांवर होणे स्वाभाविक आहे.

आज आम्ही लोकशाही समाजवादाची पालखी खांद्यावर घेतली आहे. लोकशाहीचा प्रयोग करीत आहोत. समान वितरणाच्या घोषणा करीत आहोत. औद्योगिक विकासाच्या योजना आखीत आहोत; परंतु याचे चित्र आमच्या पाठ्यक्रमात कुठेच व्यक्त होत नाही. चरितार्थाचे परंपरागत उद्दिष्ट आजही आम्हाला जखडून आहे. आमची सर्वांचीच देशभक्ती खालावली आहे. तेव्हा आमच्या शिक्षणाच्या उद्दिष्टांची पुनर्मांडणी २५ वर्षांनंतर परत करण्याची वेळ आली आहे. आमचे शैक्षणिक धोरण नियोजित करून, सुखाच्या आकांक्षा मर्यादित करून विज्ञानसन्मुख समतेच्या तत्त्वज्ञानावर आधारलेले, देशभक्तीने प्रेरित झालेले शैक्षणिक उद्दिष्ट डोळ्यांसमोर ठेवून शिक्षणाची पुनर्मांडणी केली पाहिजे. आज आपणास असे दिसते की, नोकरी नाही म्हणून इंजिनिअर बेकार, वैद्यक विद्यालयात ॲडमिशन नाही म्हणून मनोभंग; - हे निराश तरुण सगळ्या ठिकाणी उद्‌गार काढीत असतात की, आमच्या देशाने आमचा घात केला, या देशात जन्म कशाला घेतला? हे ऐकल्यावर माझे मन सांगते की, आम्ही शिक्षणाचा नुसता प्रसार केला; परंतु अंतर्मुख होऊन विचार केला नाही. भारत हा गरीब देश आहे, याची साधनसामग्री मर्यादित आहे; त्यामुळे सर्वांच्याच सुखाच्या आकांक्षा तृप्त करता येणार नाहीत. विद्यार्थ्यांना जर खरी देशभक्ती दिली तर हे पटेल. देशभक्ती जागी झाली तरच हा मनोभंग लोक सहन करू शकतील. माझी देशभक्तीची प्रेरणा म्हणजे केवळ देशावर प्रेम करण्याची प्रेरणा इतकी मर्यादित नाही, तर संधी न मिळालेल्या विद्यार्थ्याला कृतिशीलतेच्या नवीन वाटा दाखवून राष्ट्र निर्माण करण्याच्या, राष्ट्र-परिवर्तनाच्या कल्पनेइतकी विशाल आहे; म्हणूनच आजच्या शैक्षणिक संस्थांनी सामाजिक मत परिवर्तनाचे व्रत आचरले पाहिजे. विघटित होऊ पाहत असलेल्या या देशाला शैक्षणिक संस्था शिक्षण व शिक्षकच वाचवू

शकतील अशी माझी श्रद्धा आहे.

प्रश्न : भारतीय तरुणाचा असंतोष आणि पाश्चात्त्य विद्यार्थ्यांचा असंतोष यांमध्ये एखादे समान सूत्र आहे काय?

उत्तर : आपल्या देशातील तरुण हाही संतप्त तरुणांत जमा होऊ लागला आहे. पाश्चात्त्य राष्ट्रांतील विद्यार्थ्यांचा असंतोष हा अतिरिक्त भोगातून आला आहे. पाश्चात्त्य राष्ट्रांतील भोगवादामुळे नैतिकता खालावली; चरितार्थाची जरी साधने मिळाली तरी आत्म्याची भूक भागविणारे वातावरण पाश्चात्त्य देशात नाही. तेथील कुटुंबसंस्था ढिली झाल्यामुळे मनाला शून्यता प्राप्त झाली आहे. वर्णभेदामुळे मने दुभंगली आहेत. लाइफ एंजॉय करण्याकरिता सर्व मिळूनही भावनिक समाधान नसल्यामुळे तेथील विद्यार्थी असंतुष्ट आहे आणि म्हणूनच भोगाकडून योगाकडे, सुखाकडून त्यागाकडे, नागरिकत्वाकडून जंगलीपणाकडे त्याची वाटचाल चालली आहे.

याच्या उलट अमेरिकन विद्यार्थ्याला सुख खुपते म्हणून तो असंतुष्ट आहे, तर भारतीय विद्यार्थ्याला आपल्या सुखाची वाढलेली क्षितिजे आवाक्यात आणता येत नाहीत म्हणून तो असंतुष्ट आहे. हा असंतुष्टपणा दारिद्र्याच्या पोटी व समान संधीच्या नकारामुळे निर्माण झाला आहे. कॉन्व्हेंट स्कूल, वैद्यकीय प्रवेश ही मूठभर लोकांची मिरासदारी झाली आणि तळाचा माणूस गुणवत्तेने श्रेष्ठ असूनही त्याला संधी नाकारली जात आहे. यामुळे तो असंतुष्ट आहे. हा विद्यार्थ्यांचा असंतोष केवळ विद्यार्थीवर्गापुरता मर्यादित आहे असे मानणे चूक आहे. हा असंतोष बहुजन समाजाचा आहे.

या असंतोषाची अप्रत्यक्ष जबाबदारी स्वातंत्र्यपूर्वकाळातील नेत्यांवर अधिक येते; कारण स्वातंत्र्य मिळाले की कुबेराचे भांडार सर्वांना मोकळे झाले, अशी आम्ही कल्पना केली. आर्थिक परिवर्तनापेक्षा राजकीय स्वातंत्र्याला महत्त्व दिले. आमच्या विकासाच्या वाटा इंग्रजांनी रोखून ठेवल्या आहेत असे चित्र रंगविले आणि स्वातंत्र्य मिळाले की देश सुखी होईल, दारिद्र्य यक्षिणीच्या कांडीने नाहीसे होईल, अशी भ्रामक कल्पना आम्ही समाजात फैलावली. स्वातंत्र्यानंतर देश बांधण्यासाठी करावयाच्या अपरिमित कष्टांची, त्यागाची जाणीव जनतेला, तरुणांना दिली नाही आणि त्यामुळे सुखाच्या उंचावलेल्या आकांक्षेचा फुगा वस्तुस्थितीची टाचणी लागताच फुटला आणि त्यामधून आजचा विद्यार्थ्यांचा असंतोष निर्माण झाला. भोगाकडे विद्यार्थी झेपावू लागला. दोन हजार कोटींचे स्मगलिंग आणि तीन हजार कोटींचा काळा पैसा समाजात चैनीचे वातावरण निर्माण करतो आणि मग आजच्या तरुण पिढीच्या भुका त्यामुळे चाळविल्या जातात आणि म्हणून हिंदुस्थानातील विद्यार्थ्यांचा असंतोष समाजाच्या भोगवादी, अनैतिक व सत्तालोलुप वातावरणातून निर्माण झाला आहे.

प्रश्न : विद्यार्थ्यांच्या या प्रवृत्तीमुळे नक्षलबारी संप्रदायाकडे विद्यार्थ्यांत काम करायला वाव मिळत नाही का?

उत्तर : आपले म्हणणे काही अंशी खरे आहे. पोटातील भूक, वैयक्तिक स्वप्नांचा ढासळणारा मनोरा, सामाजिक नीतिमत्तेची घसरण यांमुळे विद्यार्थी नक्षलबारी संप्रदायाकडे खेचला जाईल; परंतु त्यांनी साम्यवादाचे अध्ययन केले आहे असे गृहीत धरू नका. साम्यवाद हे माझ्या पिढीप्रमाणे त्यांचेही एक स्वप्न आहे. साम्यवादाच्या प्रत्यक्षतेचे चटके बसताच हा संतप्त तरुण आपली दिशा बदलेल. इतर साम्यवादी राष्ट्रांशी तुलना करून साम्यवादाचा आचार करणे हे योग्य नाही. हा साम्यवादाचा अंगिकार Life enjoy न करता आल्यामुळे भोगलालसेतून केला आहे, विफलतेतून केला आहे. या देशामध्ये फार मोठे परिवर्तन करण्याच्या उद्देशाने विद्यार्थी 'नक्षलाइट' होत नाही. त्याचा साम्यवादाचा ओढा बेगडी आहे. लक्षावधी लोकांच्या दारिद्र्याच्या कणवेतून तो निर्माण झालेला नाही तर स्वत:च्या सुखाच्या वैयक्तिक आकांक्षा पुऱ्या करता न आल्यामुळे, मानसिक दुर्बलतेतून हा तरुण संतप्त झाला आहे. तेव्हा आजच्या शिक्षणामधून स्वातंत्र्यपूर्व काळापेक्षासुद्धा स्वातंत्र्योत्तर काळात अधिक त्याग केला पाहिजे. दारिद्र्य नीलकंठ बनवून पचवले पाहिजे हे अप्रिय सत्य तरुण पिढीला सांगण्याचे धैर्य आपल्यात आले पाहिजे. हेच अप्रिय सत्य विद्यार्थ्यांच्या मनावर आम्ही बिंबवले तर निश्चितपणे कष्ट करणाऱ्या भगीरथाचे पुत्र आम्ही निर्माण करू शकू. सुखाच्या मृगजळापेक्षा कष्टाचे डोंगर उपसण्याचे कठोर सत्य त्याला सांगून त्याची वाटचाल बदलविली पाहिजे.

प्रश्न : आजच्या विद्यार्थ्यांची गुणवत्ता घसरली आहे काय?

उत्तर : शिक्षणाचा प्रसार व त्याची गुणवत्ता यांचे व्यस्त प्रमाण आहे. माझ्या काळात विषय मर्यादित होते. वर्ग छोटे होते. त्यामुळे शिक्षकांचे वैयक्तिक लक्ष राहून मर्यादित विषयांत खोलवर जाता येत असे. आजच्याएवढे विषय माझ्या काळात नव्हते. माध्यमिक शाळेचा तर पत्ताच नव्हता; परंतु आज विद्यार्थ्यांची वाढलेली संख्या, अनेक विषयांचा गोतावळा यांमुळे माझ्या काळापेक्षा विशिष्ट विषयात गुणवत्ता दाखविण्यास अवसर कमी मिळतो. माझ्या काळातील विद्यार्थ्यांपेक्षा आजचा विद्यार्थी सामान्यज्ञानात सरस आहे. आजच्या सामान्यज्ञानाने संपन्न असलेल्या विद्यार्थ्याला मात्र मार्गदर्शन करणाऱ्या शिक्षकाचे ज्ञान त्याच्यापुढे तोकडे पडते. आज माझ्या काळातील शिक्षकाप्रमाणे शिक्षणाशी एकरूप झालेला शिक्षक विरळाच दिसतो. शिक्षण हे शेवटी भावनांचे संक्रमण आहे. शिक्षकानेच जर चरितार्थाचे उद्दिष्ट म्हणून शिक्षकी पेशा अंगिकारला असेल तर विद्यार्थ्यांच्या पदरात तो काय टाकणार? गुरुवर्य नारळकरांसारखे अंत:प्रेरणेने प्रेरित झालेले शिक्षकच शैक्षणिक

घसरण थांबवू शकतील. शिक्षकापुढे जर व्हिजन असेल तरच तो गुणवान विद्यार्थ्यांची परंपरा निर्माण करू शकेल; परंतु याचबरोबर आज शिक्षकाला नियंत्रित करणारी पुढारी मंडळी, शैक्षणिक संस्थाचालक आणि शिक्षणाबद्दल प्रेम नसणारी बरीचशी शासकीय मंडळीही थोडीफार जबाबदार आहेत. कारण शिक्षकाच्या स्वातंत्र्याला मर्यादाही पडू लागल्या आहेत. यामुळे राष्ट्राला अमर्याद समाधान देणारे शिक्षण आपण देऊ शकत नाही, हे खेदाने नमूद करावेसे वाटतं. — **साप्ताहिक साधना**
(दिवाळी), १९७०

साहित्यमंदिरातील नंदादीप

सुप्रसिद्ध साहित्यिक भाऊसाहेब तथा वि. स. खांडेकर यांची त्यांचे लेखनिक राम देशपांडे यांनी घेतलेली मुलाखत.

मी : बालपण रम्य असतं अशी एक प्रचलित समजूत आहे. तुम्हाला ती कितपत बरोबर वाटते?

भाऊसाहेब : बालपण रम्य असतं ही कविकल्पना आहे. माणूस ज्या वेळी वयानं वाढतो, संसाराच्या धारेला लागतो, जीवनातले आंतरिक आणि बाह्यसंघर्ष जेव्हा त्याला अस्वस्थ करून सोडतात, तेव्हा या सर्वांपासून कुठं तरी दूर दूर जावं असं त्याला वाटतं; अशी सुरक्षित जागा म्हणजे बालपण, असं माणसाला जे वाटू लागतं ते पुढल्या वयात शारदेच्या तोंडी देवलांनी 'बाळपणीचा काळ सुखाचा आठवतो घडीघडी' या चरणानं प्रारंभ होणारं पद घातलं आहे. शारदा ही कांचनभटासारख्या लोभी भिक्षुकाची मुलगी. तिच्या बालपणात अशी मोठी सुखं कुठली असतात? पण जगरहाटीप्रमाणं आपल्या लग्नाचं वय झालं आहे, बरोबरीच्या मैत्रिणी लग्न होऊन सासरी गेल्या आहेत आणि आपलं मात्र अजून कुठंच जुळत नाही, या चिंतेनं ती व्याकूळ झाली आहे. अशा स्थितीत दूरत्वामुळं, अंधुक आठवणींमुळं आणि सुरक्षितपणाच्या आभासामुळं बालपण रम्य असतं, असं प्रौढपणी मनुष्य म्हणतो. पण वस्तुत: ते खरं नसतं. बालपण काय, तरुणपण काय किंवा वृद्धपण काय? या तिन्ही अवस्था जवळजवळ सुखदु:खाच्या ऊन-सावल्यांचा खेळ असतो.

मी : या विशिष्ट दृष्टीनं तुमच्या बालपणाविषयी तुम्ही काही सांगू शकाल का?

भाऊसाहेब : पाचव्या-सहाव्या वर्षांपासूनच्या काही आठवणी - ज्या मला आहेत त्यात सुखाच्या फार थोड्या आहेत. आजार, गरिबी, प्रिय व्यक्तीचा मृत्यू, अभ्यासाला आवश्यक असलेल्या रुपया-आठ आण्यांचं पुस्तकं विकत घेण्याची असमर्थता आणि या सर्व गोष्टींमुळे जगातल्या दु:खाची होणारी तीव्र जाणीव यांनीच

माझ्या बालमनावर खोल ठसे उमटविले आहेत.

मी : सांगली ही तुमची जन्मभूमी. नाटककार देवल हे सांगलीचे. त्यांच्याविषयीच्या बालपणाच्या काही आठवणी आहेत का?

भाऊसाहेब : देवल हे माझ्या लहानपणीचे एक अतिशय लोकप्रिय नाटककार. ते मूळचे हरिपूरचे. हरिपूर सांगलीहून दोन-तीन मैलांवर आहे. सांगलीचे डॉ. देव, न्यायाधीश पाटकर, वगैरे ज्या मंडळींशी माझ्या वडिलांचा घरोबा होता, त्या मंडळींशी देवलांचेही स्नेहसंबंध होते. त्यामुळं एक-दोनदा देवल आमच्या घरी आल्याचं आठवतं. अधिक स्पष्ट आठवण आहे ती - माझे वडील अर्धांगवायूनं आजारी पडल्यानंतर देवल त्यांच्या समाचाराला आल्याची. डॉ. देवांनी माझ्या वडिलांना विशेष उपचारांकरिता हॉस्पिटलमध्ये नेलं होतं. आम्ही सारी घरची मंडळीही त्या वेळी हॉस्पिटलच्या आवारातच राहत होतो. तो स्वदेशी व्रताचा जमाना होता. त्यामुळं देवलांनी कॉफी घेतली ती गूळ घातलेली, एवढं मला पक्कं आठवतं.

मी : तुमच्या शालेय जीवनात वाचनाच्या बाबतीत तुम्हाला कुणाचे मार्गदर्शन लाभले? ते कशा स्वरूपाचे होते?

भाऊसाहेब : त्या काळी अभ्यासाच्या पुस्तकांव्यतिरिक्त नाटकं, कादंबऱ्यांसारखी पुस्तकं वाचणं हे वडीलपिढीला मंजूर नव्हतं. अशा पुस्तकांच्या वाचनानं मुलांचं अभ्यासावरलं लक्ष उडून जातं, असं वडीलमंडळींना वाटत असलं तर त्यात नवल नाही, ते सर्वस्वी खोटं आहे असंही नाही. मात्र हरिभाऊंसारख्या लेखकांच्या ज्या सामाजिक कादंबऱ्यांविषयी शिकल्या-सवरलेल्या मंडळींमध्ये अनुकूल मत होतं, त्यासुद्धा मुलांना आवर्जून वाचण्याविषयी कुणी सांगत नसे. 'पण लक्षांत कोण घेतो?', 'गड आला, पण सिंह गेला', 'उषःकाल' यांसारख्या हरिभाऊंच्या ऐतिहासिक कादंबऱ्या अधिक सोवळ्या मानल्या जात असत; कारण त्यांच्या वाचनानं मुलांमध्ये देशभक्तीची भावना वाढीला लागेल, असा वडीलमंडळींचा समज होता. अशा परिस्थितीत हे वाच, ते वाचू नकोस किंवा हे पुस्तक अमूक कारणांसाठी चांगलं आहे असं सांगणारे शिक्षक अथवा पालक विरळच असणार! माझ्या वाट्याला अशी कुणीच व्यक्ती आली नाही. वाचनाचा नाद बालपणीच लागला; त्यामुळं कौटुंबिक दुःखं तात्पुरती विसरण्याचा एक मार्ग मिळाला. तो नाद बळावत गेला. कुठूनही कोणतंही पुस्तक मिळो, ते एका दमात वाचून काढायचं असा त्या वेळचा माझा खाक्या होता. त्यातलं किती वाचन पुढं माझ्या उपयोगी पडलं आणि निरर्थक वाचनात माझा किती वेळ गेला, हा हिशेब सांगणे कठीण आहे.

मी : तुमच्या आयुष्यातील आनंदाचा परमोच्च क्षण कोणता?

भाऊसाहेब : आपण जे आयुष्यातले विशेष आनंदाचे क्षण मानतो ते आपल्या

सुखाशी, यशाशी आणि लाभाशी किंवा अन्य प्रकारे 'स्व'शी निगडीत असतात. त्यामुळं त्या त्या वेळी ते जरी अतिशय उत्कट वाटले तरी त्या त्या वेळी झालेला तो आनंद पुढं ओसरून जातो.

मॅट्रिकमध्ये आठवा नंबर आल्याचं कळलं, तेव्हा माझं मन आनंदानं भरून गेलं; पण पुढं लवकरच त्या गोष्टींचं मला काही वाटेनासं झालं. बहुतेक आनंदक्षणांची स्थिती अशीच असते. अशा कोणत्याही प्रकारे 'स्व'शी संबंध नसलेला आणि स्मरण झालं की, अजूनही आनंद देणारा एक क्षण सांगतो. समुद्रात बुडत असलेल्या माझ्या एका विद्यार्थ्याला वाचविण्याकरिता मी धावलो; तो क्षण मला या दृष्टीनं अधिक महत्त्वाचा वाटतो. मी पोहून दमलो होतो. बाहेर आलो होतो; पण तो मुलगा बुडत आहे, मदतीकरिता हाका मारीत आहे, याची जाणीव झाल्याबरोबर मी पुन्हा समुद्रात शिरलो. त्या क्षणी माझे पाय रेंगाळले असते, आपलं लग्न नुकतंच झालंय हे आठवून काय करावं या विचारात मी पडलो असतो किंवा मरणाचं भय माझ्या मनात डोकावलं असतं आणि तो मुलगा बचावला गेला नसता तर त्या प्रसंगाचा विषारी काटा जन्मभर माझ्या काळजात सलत राहिला असता. 'स्व'च्या साऱ्या मर्यादा मागं टाकून पलीकडं स्वत:ला झोकून देण्याचा तो क्षण होता. त्या वेळी मी चुकारतट्टू ठरलो नाही, म्हणून तो माझ्या मनात घर करून बसला आहे.

मी : कथा-कादंबरी लेखनाच्या बाबतीत टेपरेकॉर्डरचा उपयोग तुम्हाला कितपत होईलसे वाटते?

भाऊसाहेब : गेल्या दहा-पंधरा वर्षांत प्रकृतीचं कमालीचं अस्वास्थ्य व आत्यंतिक दृष्टिमांद्य यांमुळे तोंडानं मजकूर सांगून मी थोडं लेखन कसंबसं करीत असतो; पण माझी मूळची प्रवृत्ती स्वत: लिहिणं आणि लिहिता-लिहिता त्यात रमून जाणं ही आहे. स्वत: लिहिताना एक प्रकारची गोड धुंदी चढते. लेखक आपण निर्माण केलेल्या सृष्टीत रमून जातो आणि मग जे अंतरंगात फुललेलं असेल त्याचा सारा सुगंध तो शब्द, कल्पना, भावना आणि विचार या सर्वांच्या एकरस झालेल्या मिश्रणातून प्रगट करू लागतो. लेखक आणि लेखन यांचं ते अद्वैत असतं; पण तोंडी मजकूर सांगताना या अद्वैताचा फारसा प्रत्यय येत नाही. अशा वेळी सांगायचा मजकूर नीट सांगता येतो; पण उत्कृष्ट लेखनाला जी एक उत्कटता लागते, मनामध्ये जो फुलोरा फुलावा लागतो, तो अशा वेळी लाभतोच असं नाही. साहजिकच आपण लिहिलेल्या मजकुरात काहीतरी कमतरता आहे, अशी रुखरुख वाटत राहते. लेखनिकाला मजकूर सांगायचा म्हणजे ठराविक वेळी तो सांगावा लागतो. दुर्बल प्रकृतीच्या मनुष्याचं स्वास्थ्य चंचल असतं. त्यामुळं लेखनाला जो एक मूड लागतो, तो प्रत्येक दिवशी ठराविक वेळी पैदा करणं माझ्यासारख्याला कठीण जातं. कथा किंवा कादंबरी टेप करणं अशक्य आहे असं नाही; पण लेखनाची

लहर येईल त्या वेळी मजकूर टेप करणं, त्यानंतर दुसऱ्या कुणीतरी तो व्यवस्थित उतरवून काढणं, त्यानंतर त्याचं पुन:पुन्हा संस्करण होणं वगैरे गोष्टी केवळ एकावर अवलंबून नसल्यामुळं मी त्या दृष्टीनं अजून प्रयत्न केलेला नाही. मात्र पंचवीस-तीस वर्षांपूर्वी अशा सोई माझ्यासारख्या मराठी लेखकाला सहज उपलब्ध होण्यासारख्या असत्या तर कदाचित ध्वनिमुद्रणासारख्या साधनांचा उपयोग करून घेण्याची सवय मला लावून घेता आली असती.

मी : 'घरि एकच पणति मिणमिणती' या मराठी वाचकांना अतिशय आवडणाऱ्या कवितेचा जन्म कसा झाला?

भाऊसाहेब : ज्या वेळी 'उल्का' कादंबरी लिहायला मी बसलो तेव्हा ही कविता या कादंबरीत येणार आहे, याची मला बिलकुल कल्पना नव्हती. मी चिंतन केलं होतं उल्केचे वडील, भाऊ यांच्या स्वभावाचं आणि त्याच्या पार्श्वभूमीचं. ते स्वभावचित्रण आकार घेऊ लागलं आणि अचानक या कवितेच्या पहिल्या ओळी मला स्फुरल्या. भाऊंच्या तोंडी त्या कवितेची मध्यवर्ती कल्पना अतिशय शोभून दिसेल, त्यांच्या स्वभावावर ती अधिक प्रकाश टाकील याची मला जाणीव झाली. मी ती कविता तशीच पुढं लिहीत गेलो. त्यांतली तीन-चार कडवी गद्य लिहावं इतक्या सुलभतेनं मी लिहिली आहेत.

मी : दृष्टिमांद्यामुळं वाचनाचं प्रमाण कमी होणं स्वाभाविक आहे. तरीपण सध्या तुम्ही जे वाचन करता त्याचं स्वरूप कसं असतं?

भाऊसाहेब : हल्ली मी स्वत: फार थोडं वाचू शकतो. चांगल्या रीतीनं मराठी वाचन करणारी माणसं दुर्मिळ झालेल्या या काळात इंग्रजी नीट वाचून दाखविणारा मनुष्य मिळणं फार अवघड आहे. साहजिकच मी जे थोडे वाचतो त्यात नव्या-जुन्या इंग्रजी ग्रंथांना प्राधान्य असते. ललित वाङ्मय, वैचारिक साहित्य, टीकात्मक पुस्तक वगैरेंपैकी जी चांगली पुस्तकं मला उपलब्ध होतील ती मी वाचतो. वाचनामुळे जसा आपणाला कलात्मक आनंद लाभला पाहिजे, तसं आपल्या विचारांना खूप खाद्य मिळालं पाहिजे, असं मी मानीत आलो आहे. माझ्या या दोन्ही भुका भागवू शकणारी पुस्तकंच बहुधा मी निवडतो. मात्र मला हवी असलेली सारीच पुस्तकं वेळेवर मिळतातच असं नाही. ती मिळाली तरी सद्य:स्थितीत त्यांचा उपयोग करू शकत नाही; कारण मी फक्त दिवसाच वाचू शकतो. तेही पंधरा-वीस मिनिटं वाचायचं, मग दृष्टीला विश्रांती द्यायची. मग पुन्हा पंधरा-वीस मिनिटं वाचायचं अशा पद्धतीनं. त्यामुळं दिवसाकाठी एक-दोन तासांपेक्षा अधिक मी स्वत: वाचू शकत नाही. हाताला एखादं चांगलं पुस्तक लागलं आणि असं थोडंसं वाचन झालं तरी माझा तो दिवस मोठ्या आनंदात जातो.

मी : तुम्ही मराठी ग्रंथांची खरेदी कोणत्या कसोट्या लावून करता?

भाऊसाहेब : साहित्यप्रेमी माणसाला आपल्या आवडीचे लेखक संग्रही असावेत असं नेहमीच वाटतं. साहजिकच माझ्या आवडत्या काही लेखकांची पुस्तके मी प्रसिद्ध होताच विकत घेतो. ते आपल्याला दगा देणार नाहीत अशी खात्री असते. नव्या अपरिचित किंवा अल्पपरिचित लेखकांच्या बाबतीत मात्र एखाद्या विश्वासार्ह टीकाकारांचा अभिप्राय किंवा एखाद्या रसिक स्नेह्याची भलावण आवश्यक असते. तशी संग्रहणीय पुस्तके पुष्कळ असतात; पण मनसोक्त मराठी पुस्तकं विकत घेण्याच्या बाबतीत माझ्यासारख्या साहित्यप्रेमी वाचकाच्या आड दोन गोष्टी येतात. एक तर सारी बरी वाटणारी पुस्तकं विकत घ्यायची म्हटले तर ते खिशाला परवडत नाहीत. दुसरं, घेतलेली पुस्तकं ठेवायला जागा मिळणं दिवसेंदिवस मुष्कील होत आहे. शिवाय जी पुन:पुन्हा आपण वाचणार नाही, ज्यांचा संदर्भ म्हणूनसुद्धा आपल्याला कधीकाळी उपयोग होण्याचा संभव नाही, अशी पुस्तकं विकत घ्यावीशी वाटत नाहीत. ती ग्रंथालयातून आणवून चाळता येतात. आता दोन खोल्यांतल्या किंबहुना एका खोलीतल्या संसाराचे दिवस आलेत. तेव्हा अगदी निवडक पुस्तकं विकत घेतली तरी ती ठेवायची कुठं? हा कुणाही साहित्यप्रेमी गृहस्थापुढं आणि विशेषत: त्याच्या सहचारिणीपुढं प्रश्न पडणार आहे. या परिस्थितीविषयी मी विचार करतो तेव्हा खूप वर्षांपूर्वी वाचलेला On Destroying Books (ऑन डिस्ट्रॉइंग बुक्स) हा मजेदार लघुनिबंध मला आठवतो. त्यातला मी घरात पुस्तकांची अतोनात गर्दी झाल्यामुळं रात्रीच्या वेळी ती पोत्यात घालून नदीत बुडवायला जातो. अपरात्री पाठीवर असलं ओझं घेऊन जाणारा मनुष्य पाहून पोलिसांना संशय येतो असा काहीतरी भाग त्या निबंधात आहे.

मी : तुमचा आवडता मराठी कथाकार कोण?

भाऊसाहेब : एक नाही, अनेक आहेत. विद्यार्थीदशेत हरिभाऊ आपटे व वि. सी. गुर्जर यांच्या गोष्टी मी वाचल्या. आजही त्या वाचनाचं स्मरण आनंदप्रद वाटतं. माझ्या पिढीतले दिवाकर कृष्ण, माझ्यापाठोपाठ आलेल्या कथाकारांतले वामन चोरघडे, कुसुमावती देशपांडे, माझ्यानंतरच्या पिढीतले गंगाधर गाडगीळ आणि त्यानंतरच्या कथाकारांपैकी जी. ए. कुलकर्णी हे सारे मला आवडतात.

मी : तुम्ही रोजनिशी लिहिता का? पूर्वी लिहीत होता का? रोजनिशी ठेवली गेली पाहिजे असं तुम्हाला वाटतं का?

भाऊसाहेब : दैनंदिनी लिहावी असं पूर्ववयात मला अनेकदा वाटत असे; पण मी ती कधी दोन दिवस सरळ अशी लिहिली असेल असं मला वाटत नाही. प्रकाशकाकडून डायऱ्या भेट म्हणून यायला लागल्या, तरीसुद्धा त्यांचा उपयोग पत्नी व मुली कौटुंबिक जमाखर्च ठेवण्याकरिताच करीत गेल्या आहेत. दैनंदिनी ठेवण्यापेक्षा दैनंदिन जीवनाचं संध्याकाळी पाच मिनिटं अंतर्मुख होऊन चिंतन करणं

मला अधिक सोपं, उपयुक्त व आनंदप्रद वाटतं. शिस्तप्रिय व टापटिपीची लेखक मंडळी डायऱ्या व्यवस्थित ठेवू शकतील; पण हे दोन्ही गुण माझ्या अंगी नाहीत. माझ्या मनात जे चिंतनचक्र सुरू असतं, तीच माझी डायरी ठरते.

मी : तुम्हाला येणाऱ्या पत्रांचे स्वरूप कशा प्रकारचे असते?

भाऊसाहेब : लेखकाला येणाऱ्या वाचकांच्या पत्रात बराचसा भरणा तरुण, कोवळ्या पत्रलेखकांचा असतो. शाळा-कॉलेजांतल्या मुलं-मुली, पंचविशी-तिशीतले वाचक हे एखाद्या पुस्तकाच्या वाचनानं भारावून जातात. मग त्यांना लेखकाला पत्र पाठविण्याची लहर येते. लेखकाकडून उलट उत्तर यावं, ही अर्थात त्या पत्रलेखनाच्या पोटी अपेक्षा असते. येणाऱ्या पत्रांपैकी शेकडा नव्वद पत्रांत कुठल्याच प्रकारचा खोलपणा नसतो. मात्र उरलेल्या पत्रांवरून वाचकांच्या आवडीनिवडी, लेखकाला प्रेरणा देण्याची शक्ती इत्यादींविषयी तर्क करता येतो. मात्र अजून अशा प्रकारच्या वाचकांच्या पत्रव्यवहाराला प्रगल्भता आली आहे असं म्हणवत नाही.

मी : तुमचा देवावर विश्वास आहे का?

भाऊसाहेब : अगदी बालपणी हिंदू धर्मातल्या तेहेतीस कोटी देवांवर माझा विश्वास होता. पुढं वाचू लागलो, विचार करू लागलो. थोडंसं कळू लागलं. आगरकर-कोल्हटकरांसारख्यांच्या लेखनाने मनातली पुष्कळशी कोळिष्टकं झाडून टाकली. मानवी समाजात देवकल्पना कशी रूढ झाली असावी, हेही ध्यानी आलं. त्यामुळं प्रचलित देव-देवता, त्यांची पुराणांतरीची वर्णनं, त्यांच्याविषयीच्या अद्‌भुतरम्य कथा, त्यांच्या सामर्थ्याविषयीच्या समाजमनात अगदी खोल जाऊन रुजलेल्या कल्पना या सर्व गोष्टींचा बुद्धिवादी बैठकीवरून विचार करायला मी शिकलो. साहजिकच बालपणीची अंधश्रद्धा नाहीशी झाली. रूढ अर्थानं मी आस्तिक नाही. मात्र जन्म-मृत्यू आणि जीवनातली सुखदु:खं या गोष्टी हे मानवाला न उलगडणारं कोडं आहे आणि विश्वाची वैचित्र्यपूर्ण संसार चालविणारी जी शक्ती आहे - मग तिला निसर्ग म्हणा, ईश्वर म्हणा, अथवा अन्य काही म्हणा - तिच्यापुढं मनुष्याला नतमस्तक व्हावंच लागतं. या विश्वचालक शक्तीच्या संदर्भात मानवी जीवनाचा विचार करणं हे जर आस्तिकतेचं लक्षण असेल तर त्या दृष्टीनं मी आस्तिक आहे. एरव्ही नाही. मात्र देव, ईश्वर या शब्दांचे जे मूळचे ध्यात्वर्थ आहेत ते लक्षात घेतले म्हणजे देव शोधायला कल्पित स्वर्गात जाण्याची जरुरी नाही असे मला वाटते. ऐहिक जीवनात आणि सर्व मानवी व्यवहारांत ही दिव्यत्वाची प्रचिती अधूनमधून येतच असते. माझ्या लहानपणी प्रथम मला ती आली डॉ. देव या माझ्या वडिलांच्या स्नेह्यांच्या रूपानं. त्यांचं आडनाव देव होतं आणि त्यांना मी आज घटकेलाही मनातून फार मानतो. तेव्हा या सर्व दृष्टींनी मी देव मानतो असं म्हणायला हरकत नाही.

मी : तुमचा जीवनविषयक दृष्टिकोन काय?

भाऊसाहेब : मनुष्याला जे जीवन मिळतं ते कितीही दु:खमय असलं - अगदी तुकोबा म्हणतात त्याप्रमाणं जीवनात दु:ख पर्वताएवढं असलं तरी - ते जिद्दीनं जगण्यासारखं असतं. जगात दुसऱ्याच्या उपयोगी पडता आलं तर उत्तमच. ते पडता आलं नाही तरी कुणालाही आपला उपद्रव होऊ नये ही जाणीव सतत मनात कायम ठेवणं आणि त्याप्रमाणं वागणं, हे माणसानं आपलं पहिलं जीवनविषयक सूत्र मानलं पाहिजे. मनुष्य हा शेवटी निसर्गाचाच एक भाग आहे, हे लक्षात घेऊन जीवनातील सुखदु:खांचा आपण सर्वांनी विचार केला पाहिजे. आनंदाचे नानाविध झरे आपल्या भोवताली खळखळत असतात. सृष्टिसौंदर्याचा आनंद, साहित्य-संगीत-कला यांचा आनंद, बालकांची मनं फुलविण्याचा आनंद असे कितीतरी निरनिराळ्या प्रकारचे आनंद माणसाला सहजासहज उपलब्ध होऊ शकतात. अशा आनंदाची प्राप्तीही जीवनातल्या सर्व दु:खांवर आणि निराशांवर मात करू शकते, हे माणसानं कधीही विसरू नये. आपल्या जीवनाचा विचार भोवतालच्या सामाजिक जीवनाच्या आणि मानव्य संस्कृतीच्या संदर्भात जो करायला शिकेल त्याला जीवन अर्थशून्य वाटत नाही. ते केवळ दु:खमय आहे असेही वाटणार नाही. अंतरीची करुणा आटू न देता दैवानं आपल्याला जे कार्यक्षेत्र उपलब्ध करून दिलं असेल त्यात काहीतरी विशेष करून दाखविण्याची ईर्षा बाळगण्यानं सामान्य मनुष्याच्या मनाचा विकास होऊ शकतो. हा विकास अंतिम. हेच त्याचं मानवी जीवनातलं साध्य आहे.

– सुगंध
१९७०

सांस्कृतिक बदल टिपणं हे साहित्याचं कार्य

मराठी साहित्यिक गिरिजा कीर यांनी वि. स. खांडेकरांशी केलेले हितगुज.

दुपारचे पावणेचार वाजले आहेत. चार वाजता लॅमिंग्टन रोडवरल्या भडकमकरांकडे मुलाखत ठरलीय. टॅक्सी जोरात चाललीय. अप्पा इतके गप्प बसलेयत की ते जसे एकटेच आपल्या सरांना भेटायला चाललेयत. प्रेसमधलं एक महत्त्वाचं काम बाजूला सारून ते मुद्दाम आलेयत. बरोबर चार वाजता आम्ही दारात पोहोचतो...

'मी ब्रह्मानंद -'

'या. बसा.' भाऊसाहेब हळू कॉटवरून उठतात. तशाच पावलांनी आत जाऊन चूळ भरून येतात. टेबलावर ठेवलेल्या फुलपात्रातलं दोन घोट पाणी पिऊन हलकेच कॉटवर येऊन रेलतात. गती इतकी संथ आहे की, वेळ थांबल्यासारखा वाटतो. डोक्याखाली उशी घेऊन ते कॉटवर अंग टेकतात. 'मी झोपून बोलतो. चालेल ना?'

का कोण जाणे, मला एकदम वाईट वाटतं (खांडेकरांच्या शब्दांचं सामर्थ्य त्यांच्या देहात का येऊ नये, असा एक खुळा विचार मनात येतोय.)अप्पा आपल्या सरांच्या पायांशी कॉटवरच बसलेयंत. मी खुर्ची टेबलजवळ ओढून हातातलं पेन सरसावून बसलेय.

'मौज', 'नवनीत' किंवा 'धरती'मध्ये छापून आलंय. त्यातलं काहीही विचारायचं नाही आहे. पहिल्याच प्रश्नाला मी थोडी अडखळते -

प्रश्न : 'जाणवलेलं उत्कटतेनं व्यक्त करावं असं केव्हापासून वाटू लागलं? खास वातावरणाचा किंवा बदललेल्या जीवनमार्गाचा लेखनावर काही परिणाम घडला काय?' (एकाच प्रश्नानं मला बालपणापासून ते लेखनाच्या सुरुवातीपर्यंतचा टप्पा गाठायचा होता.)

उत्तर : साधारण आठवत असल्यापासून, म्हणजे वयाच्या नवव्या-दहाव्या वर्षांपासून लिहिण्याचा नाद लागला; पण त्या वेळच्या लिहिण्यात अनुकरण जास्त

होतं. नवनीतातली आख्यानं वाचली किंवा 'शिवलीलामृता'तला अध्याय वाचला की त्या धर्तीवर काहीतरी लिहीत असे. वयाच्या बारा-तेराव्या वर्षी 'शनिमाहात्म्या'च्या कथेवर मी 'शनिप्रभाव' हे नाटक लिहिलं. त्यातलं विनोदी पात्र - 'आचरट' हे होतं. त्यावरून काय ते समजा.

मी कॉलेजला जायला लागल्यावर माझ्या विचारात फार मोठा फरक पडला. त्याच वेळी गडकरींचा सहवास मला मिळाला हा फार मोठा लाभ. शिवाय आम्हाला प्राध्यापकही फार चांगले होते. वासुदेव बळवंत पटवर्धन आम्हाला कविता शिकवीत. डॉ. पी. डी. गुणे संस्कृतला होते. ते 'शाकुंतल' शिकवीत. या सर्वांचा मिळून परिणाम झाला. काही चांगलं लिहावं ही जाण तेव्हा प्रथम आली.

त्या वेळचा काळ असा होता की - एक तुम्हाला लहानशी आठवण सांगतो -

हैद्राबादच्या न्यायमूर्ती केशवराव कोल्हटकरांनी गडकरींची 'राजहंस माझा निजला' ही कविता वाचली. त्या कवितेने ते इतके प्रभावित झाले की, ते हैद्राबादहून गडकरींचा शोध घेत पुण्याला आले. लेखकाचं हे केवढं मोठेपण की त्याला असे रसिक वाचक मिळावेत!'

'तुम्हालाही असे तुमच्यावर प्रेम करणारे केवढे तरी वाचक मिळालेत.'

'ते खरं आहे. माझ्या सुदैवानं माझ्यावर प्रेम करणारे वाचक मला नेहमीच मिळत गेले आहेत. हां, तर त्या वेळचं पुण्याचं वातावरण देशभक्ती आणि साहित्यभक्ती यांना अनुकूल असं होतं.

आम्हा विद्यार्थ्यांतसुद्धा जंगी वादविवाद होत. शि. म. परांजपे, केळकर, खाडिलकर यांची एकेकानं बाजू घ्यायची. त्यांवर उलटसुलट विचार मांडायचे. अशा आमच्या चर्चा चालत. त्यामानानं आजच्या विद्यार्थ्यांत एकूणच साहित्याबद्दल उदासीनता दिसून येते...' (मध्यंतरी एखादं मिनिट शांततेत जातं. आजच्या विद्यार्थ्यांविषयीचा प्रश्न मी पुढे विचारण्यासाठी राखून ठेवला आहे; म्हणून मीही गप्प राहते. तेवढ्यात चहापानात पाचएक मिनिटं जातात.) पुन्हा भाऊसाहेब - आता खांडेकर हा उल्लेख परका वाटू लागतो - बोलायला सुरुवात करतात.

त्यांचं बोलणं संथ आहे. तरी शब्द काळजीपूर्वक ऐकावा लागतो. प्रत्येक शब्दाला वजन आहे. स्वत:चा असा एक स्वयंपूर्ण अर्थ आहे. त्यामुळं ऐकलं नि काहीबाही लिहून घेतलं हा बेसावधपणा इथं उपयोगाचा नाही. त्यांच्या आवाजावर, बोलण्यावर कमकुवत तब्येतीचा एवढाही परिणाम झालेला नाही. वाणी स्वच्छ आहे. विचार ऐकणाऱ्याला बांधून ठेवणारे आहेत.

'वयाच्या १४ ते १६व्या वर्षांत व्यवस्थित कसं लिहावं याचा मी विचार करू लागलो. १९१६ ते २० मी सावंतवाडीला नानेली नावाच्या खेड्यात होतो. तिथला मलेरिया मला लागला. अंथरुणावर खिळून पडलेला असताना मी खूप काही शिकलो.

आपली खेडी कशी आहेत, समाजरचना कशी आहे, तिथं दारिद्र्य किती आहे, हे मी प्रथम पाहिलं. देशावर राहून भागेल्यांचं जिणं काय असतं, हे मी कधीच समजू शकलो नसतो. फुलणं आणि जळणं या दोन्ही गोष्टींचा परिचय तिथं मला प्रथम झाला. कोकणच्या सृष्टिसौंदर्यानं मी फुलत गेलो आणि तिथलं दारिद्र्य पाहून जळत गेलो. कोकणात मी प्रथम समुद्र पाहिला किंवा असं म्हणतो की, तिथल्या सौंदर्याच्या सागरात मी फेकला गेलो. एरव्ही, माझ्या पहिल्या कथेत, आकाशातून बाहेर पडणाऱ्या विजेला समुद्रातून वर येणाऱ्या देवमाशाची उपमा, मला सुचली नसती.

तोपर्यंत माझे आगरकर वाचून झाले होते. गडकरींच्या शब्दसौंदर्याचा परिणाम झाला होताच. केशवसुत वाचून मी झपाटला गेलो होतो. २० ते २५ या कालातले लेखन, शैलीच्या दृष्टीने, अनुकरण होते. त्या वेळच्या लेखनात शाब्दिक कोट्या, अर्थचमत्कृती अधिक आढळेल. त्या लेखनाचं त्या वेळी कौतुक झालं म्हणून मी पुढे गेलो असं म्हणता येईल.

१९२२-२३ मध्ये 'महाराष्ट्र साहित्या'त माझी पहिली कथा प्रसिद्ध झाली. छापून आली म्हणून तिचं कौतुक झालं तरी ती मला भिकार वाटत होती.' इथं क्षणभर मी चुळबुळते. लिहावं – न लिहावं या विचारात गप्प राहते. तेवढ्यात श्री. भडकमकर येतात. 'भाऊसाहेबांना उशीवर मान वाकडी करून बोलावं लागतं. तुम्ही जरा टेबल सरकवून घेता का?' मी काही बोलण्यापूर्वीच ते टेबल लावून देतात. पडल्या-पडल्याच भाऊसाहेब हसत हसत म्हणतात, 'त्या तिथं बसल्या तरी मी त्यांच्याकडे वाकड्या नजरेनं पाहणार नाही.' यावर आम्ही सगळीच मोठ्यानं हसतो. 'पाहण्याचं वय होतं तेव्हाही कधी कुणाकडं वाकड्या नजरेनं पाहिलं नाही. आज तर दृष्टीच अधू झालीय.' शेवटच्या वाक्यानं एकदम आठवण होते. भाऊसाहेबांचं डोळ्यांचं ऑपरेशन व्हायचं आहे. आठवण नकोशी वाटते. मी घाईघाईत विषय पुढे सरकवते - 'सुरुवातीचं लिखाण सामान्य होतं, इथंवर आपण आलो होतो.'

भाऊसाहेब पुन्हा हसतात. 'सामान्य नव्हे - मी भिकार हा शब्द वापरलाय. तोच ठेवा. सामान्य याचा अर्थ, चांगलं नव्हते, एवढाच होतो.'

माझी कथा कोल्हटकरांनी वाचली आणि कळविलं की, तुम्ही आपली शक्ती ओळखा आणि लेखन करा.

आपण कोण आहोत हे माणसानं जाणलं पाहिजे. आत्मशक्ती जाणायला वेळ लागतो. कोल्हटकरांनी मला ती जाणवून दिली नसती तर मी कविता करीत, नाहीतर विनोदी नाटकं लिहीत बसलो असतो आणि अपयशाचा धनी झालो असतो. कोल्हटकरांच्या नि:स्पृह टीकेचा माझ्यावर फार मोठा परिणाम झाला; त्यामुळे 'हृदयाची हाक'पासून माझ्या लेखनाला जाणीवपूर्वक सुरुवात झाली असं मी समजतो.

प्रश्न : लेखन हे जीवनाचं प्रतिबिंब की केवळ तात्कालिक मनोभावनांचं प्रगटीकरण? म्हणजे त्या त्या वेळच्या लेखनाचा तेव्हाच्या घटनांपुरताच संबंध की, त्याचं स्वरूप चिरस्थायी आहे? लेखनात विचारांचा भाग अधिक, की भावनांचं स्वामित्व अधिक?

उत्तर : कल्पना, भावना आणि विचार यांनी जीवनाचं जे आकलन होतं, त्यातून रिॲलिस्टिक आणि रोमँटिक सृष्टी निर्माण होते. अशा वेळी आकाश आणि पृथ्वी मिळाल्यासारखं वाटतं. आदर्श आणि वास्तव एकवटल्यासारखी होतात. या सर्व जाणिवांतून साहित्य निर्माण होतं. साहित्य हे जीवनाचं एन्लार्जड् पिक्चर आहे. लेखनात तात्कालिक पुष्कळ असूनही त्या पलीकडे जाण्याची शक्ती नसते. वाङ्मयाचा जन्म हा तात्कालिक सुखदुःखातूनच होत असतो. तरी त्याची झेप ही सनातन सत्य शोधण्याकडे असते. त्यामुळे ते सर्वस्पर्शी असते. आता उदाहरण घ्या - कोल्हटकरांची नाटकं ही तात्कालिक प्रश्नांवर, घटनांवर, प्रसंगांवर आधारित आहेत; पण त्यांतला विनोद सनातन सत्याकडे नेणारा आहे.

त्यांचं 'चोरांचं संमेलन' आज इतक्या वर्षांनंतरदेखील तुम्ही वाचायला घेतलं, तरी त्यातला विनोदाचा भाग तुम्हाला हसवू शकतो. त्यातला आनंद तुम्ही आजही लुटू शकता. हरिभाऊंची यमू आज तुम्हाला दिसणार नाही; पण दुःख आजही जाणवतं; कारण सनातन सुखदुःखं ही चिरंजीव असतात.' (विचार आणि भावना यांसंबंधीच्या माझ्या प्रश्नाला उत्तर देताना) भाऊसाहेब म्हणाले, 'ललित लेखनात विचार हा आत्म्यासारखा अंतर्भूत असावा लागतो. लेखकाला वैचारिक बैठक नसेल तर ते केवळ खेळणं होतं. लेखनात चांगलं आणि वाईट असा भेद करूच नका. 'सजीव' आणि 'निर्जीव' असा भेद करा. सजीव वाङ्मयात कलात्मकतेच्या दृष्टीने जरी दोष असले किंवा काही उणेपणा असला तरी त्यात मानवाला आव्हान हवे. वाङ्मयात विचारांचा आत्मा घेऊन भावना व्यक्त व्हायला हवी.'

प्रश्न : साहित्याची प्रकृती 'जसं सुचेल तसं लिहावं' अशी असावी की तिनं तंत्राचा अवलंब करावा? त्या दृष्टीने हल्लीच्या लेखकांविषयी - त्यांच्या लेखनाविषयी - आपलं काय मत आहे? हल्लीचं साहित्य खऱ्या अर्थी प्रगत आहे की ते केवळ जीवनाचं दैन्य दाखवतं?

उत्तर : मूलतः ललित वाङ्मय हे कलात्मक आहे. सुंदर रीतीनं सांगणं ही मूळ प्रकृती. स्वातंत्र्याच्या वातावरणात आणि त्यानंतर वाढलेले लेखक यांची तशी तुलना करता येणार नाही. दोघांची वाढच निराळ्या प्रकारे झाली आहे.

आजच्या लेखकांचा विचार करताना हे पाहिले पाहिजे की, ते मानवी जीवनाचं चित्रण वरवरचं करतात की खोलवर जाऊन करतात? झोपडपट्टीविषयीचं वाङ्मय

आपण वाचतो. झोपडपट्टी ही खरीच! त्यातलं दैन्य, दारिद्र्य हेही खरं. हा नुसता वरवरच्या वर्णनाचा भाग नाही, तो इंडस्ट्रियालिझमचा आणि भारतातल्या दारिद्र्याचा प्रश्न आहे, हे लेखनातून जाणवलं पाहिजे. झोपडपट्टीचं वर्णन वाचताना अश्लीलता न जाणवता करुणा दाटून आली पाहिजे. यातला महत्त्वाचा भाग दु:ख आहे. जे जीवन आपण जवळून पाहिलं नाही, ज्याविषयी आपल्याला काही ठाऊक नाही, ते लेखकानं रंगवायला जाऊ नये. मी माझ्या लेखणीतून झोपडपट्टीतल्या जीवनाचं वर्णन करणार नाही. माझ्या लेखणीनं पांढरपेशा वर्गच पाहिलाय. आजच्या लेखकातल्या बाबूराव बागुलांच्या कथा मला चांगल्या वाटतात. नारायण सुर्वे यांच्यासारख्यांचं काव्य जिवंत वाटतं. मुख्य म्हणजे, त्या त्या समाजाचं चित्रीकरण तेवढ्या समर्थपणानं झालं पाहिजे. बहुजन समाजाच्या प्रश्नाकडे आता वळलं पाहिजे. त्या लेखनातून अधिक कारुण्य, अधिक गंभीर विचार पुढे आले पाहिजेत. कुणीही उठून कोणत्याही विषयावर लिहू नये. त्यासाठी समाज पाहायला हवा.'

बरेचसे इतर प्रश्न विचारल्यावर मी पुन्हा भाऊसाहेबांच्या लेखणीकडे वळले. त्यांनी स्वत:च्या लेखनाबद्दल सविस्तर बोलावं, या इच्छेने मी प्रश्न केला.

प्रश्न : 'पहिल्या कादंबरीतले खांडेकर अन् आजच्या ('अमृतवेल'पर्यंतचे) कादंबरीतून दिसणारे खांडेकर यांचा विचार केला तर त्यांच्या साहित्यात कसकसा बदल होत गेला? कोणती नवी दिशा त्यांनी दाखवली? तुमच्याच लेखनाचे मूल्यमापन तुम्ही कसं कराल?'

उत्तर : या बाईनं मैलभर लांबीचा प्रश्न विचारून मला खूप बोलायला भाग पाडलंय, असा मजेदार भाव भाऊसाहेबांच्या चेहऱ्यावर उमटला. मी थोडीशी वरमले. 'आपल्याला त्रास नाही ना होत बोलायला?'

'नाही, नाही. भीती थोडी आवाजाचीच आहे. एखाद्या वेळी ब्लड-प्रेशर वाढतं. डोळ्याचं ऑपरेशन होणार आहे. डॉक्टर येणार आहेत आता. मग पुन्हा भेट उद्या, परवावर टाकली तर मुलाखत अर्धवट राहील. आणखी कुणी येईपर्यंत, तुमचं समाधान होईपर्यंत, बोलणार आहे.'

खरं तर मला अपराधी वाटतंय. त्यांना त्रास होणार ही बोचणी मनाला लागलीय. तरी इथून उठवत नाही. या शब्दातलं सामर्थ्य अजब आहे. हे ज्ञान, साहित्याविषयीचं हे अपार भान आणि सतत चिंतनातून आकारित झालेली ही बांधेसूद विचारसरणी ऐकणाऱ्याला खिळवून ठेवतेय, मीही तशीच खिळलेय.

भाऊसाहेब बोलू लागतात, 'माझ्या लेखनाचे तसे तीन टप्पे करता येतील.' 'हृदयाची हाक' आणि 'कांचनमृग' हा पहिला टप्पा. 'कांचनमृग'मधला विषय जास्त अस्सल म्हणता येईल. कोकणातल्या खेड्यातलं जीवन तेव्हा मी स्वत:

पाहत होतो. दुसरा टप्पा 'उल्का' आणि 'दोन ध्रुव' असा आहे. 'दोन ध्रुव'ने मला लोकप्रियता मिळवून दिली. सौंदर्य जाणणारा विचारवंत ललित लेखक म्हणून लोक मला ओळखू लागले. १९१७-१८पासून माझ्या मनात रुजत असलेला विषय १९३८ मध्ये 'दोन ध्रुव'मध्ये आकारला. 'उल्का'ही अशीच लोकप्रियता मिळवलेली कादंबरी. त्यातल्या भाऊसाहेबातला भाऊ हा अर्धा सत्य आहे आणि अर्धा जीवनातून येणाऱ्या अनुभवाच्या कल्पनेतून निर्माण झालेला आहे.'

प्रश्न : 'एक प्रश्न विचारू का? तुमचे टीकाकार असं म्हणतात की, तुम्ही सुरुवातीला पुढे ठेवलेला ध्येयवाद फसला. तरी पण पुढल्या कादंबऱ्यांतून (शिरोडे सोडल्यावर) तुम्ही तोच पुन्हा व्यक्त केला आहे.'?

उत्तर : अशी वस्तुस्थिती नाही. एवढंच म्हणता येईल की, त्या कोवळ्या वयातला माझा स्वप्नाळूपणा संपला; पण शिरोडे सोडल्यावर मी सत्याच्या अधिक जवळ गेलो.

मला तिथं असताना फुरसं चावलं आणि बौद्धिक काम जास्त करायचं नाही, असं डॉक्टरांनी सांगितलं. त्याच वेळी विनायक येऊन मुलांना आणि बायकोला कोल्हापूरला घेऊन गेले. प्रकृती चांगली असती तर मी शिरोडं सोडलंही नसतं. शारीरिक स्वास्थ्य महत्त्वाचं होतं. पैशाचा प्रश्न हा नंतरचा.

त्यातून सिनेमाच्या माध्यमावर माझी श्रद्धा आहे. जे लिहून, बोलून, तुम्ही सांगू शकत नाही, तेवढं तुम्ही चित्रपटाद्वारे सांगू शकता. मला लोकांपर्यंत पोचायचं होतं. जे दुःख मला समाजासमोर मांडायचं होतं, त्याकरिता मला चित्रपटाचा उपयोग करून घेता येईल - यावर विश्वास होता.

तुम्ही पहिल्यापासूनचं माझं लेखन बघा. 'हिरवा चाफा' आणि 'दोन मनं' यातून समाजाच्या निरनिराळ्या जाणिवा मी प्रतिबिंबित केल्या आहेत. माझी प्रत्येक नायिका एक-एक पाऊल पुढे टाकते आहे. 'सुलू', 'उल्का' या घरोघरी दिसणाऱ्या मुली नाहीत; पण अशी मुलगी दिसावी या दृष्टीने, बदलत्या विचारांची मी मांडणी केली आहे. त्या दृष्टीने 'पांढरे ढग,' 'क्रौंचवध' हा माझ्या लेखनाचा तिसरा टप्पा म्हणता येईल.

मध्यंतरी १३ वर्षे मी लेखन केलं नाही. ४२च्या चळवळीपासून मी अस्वस्थ होतो. चळवळ मान्य होती; पण तिचं स्वरूप मला पचू शकलं नाही. नैतिकता कुठे तरी ढासळते आहे, ही जाणीव मला पोखरीत होती. लढाईचे परिणाम म्हणून बकालपणा, काळाबाजार या गोष्टी दिसत होत्या. लोकांनी धैर्य दाखवलं होतं; पण नैतिकतेचा आधार तुटला होता. नीतिमत्ता ढासळणं म्हणजे समाजाच्या मनाला महारोग जडणं असं मी समजतो. माझा ध्येयवाद हादरल्यासारखा झाला. स्वातंत्र्याच्या आनंदात लोक होते; पण माझ्या मनापुढे भीषणताच होती. मी स्वतःचाच विचार

करीत होतो की, नव्या समाजाचं आकलन मला बरोबर झालंय का? आणि ते झालं नसेल तर खोटं लिहिण्यापेक्षा न लिहिणं बरं! त्या वेळच्या समाजाचं चित्र मला जे रंगवायचं होतं किंवा मला जे सांगायचं होतं, ते मी 'ययाती'त सांगून मोकळा झालो. १९५२ मध्ये मी 'ययाति'ची ८० पानं लिहिली. मग ५९ मध्ये ती पुरी होऊन प्रसिद्ध झाली. (मध्यंतरी १९५३ मध्ये मी 'अश्रू' लिहिली.). त्यानंतर पत्नी आजारी होती, तेव्हा लेखन होऊ शकले नाही. कुणी काहीही म्हणो, पण जगाचा सगळा वाईटपणा बघूनही माझ्या मनाचा हळवेपणा गेलेला नाही...

'अमृतवेल,' (१९६७), मधली 'नंदा' ही पुढच्या पिढीची प्रतिनिधी आहे. जग हे चांगलं आहे, तसंच वाईटही आहे, या जाणिवेनं ती भारलेली आहे. या कादंबरीच्या बाबतीतली आठवण सांगतो; माझ्या माहितीतल्या एका कुटुंबानं ही कादंबरी अतिशय आवडल्याचं आवर्जून कळवलं, पण मग मला विचारलं, 'काय हो, या नंदाचं शेवटी तुम्ही लग्न का लावून दिलं नाही नायकाशी?' मी त्यांना बोललो, 'तुम्हाला कादंबरी काऽही कळली नाही - प्रेम, विरह, लग्न असल्या त्रिकोणातली ही कादंबरी नाही आहे. निरपेक्ष प्रेम माणसाला किती वर खेचतं, हे मला दाखवून द्यायचं आहे.'

भाऊसाहेब बोलत असतानाच श्री. तांडेल डोकावून जातात. डॉक्टरांची त्यांनी वर्दीही दिली आहे. तास सव्वातास केव्हाच उलटून गेलाय. मी घाईघाईत विचारतेय, 'आणखी एकच प्रश्न विचारू?'

'विचारा. दुसरं कुणी येईपर्यंत माझी हरकत नाही. तुमची मुलाखत अपुरी राहायला नको.'

माझा शेवटचा प्रश्न.

प्रश्न : प्रत्येक कवी हा तत्त्ववेत्ता असतो आणि तत्त्ववेत्त्यात कवी वास करीत असतो, असं एका आंग्ल लेखकानं म्हटलंय ते कितपत सत्य आहे? आपल्यात 'जीवनाचा भाष्यकार' अधिक आहे, असं म्हटलं तर ते योग्य ठरेल का?'

उत्तर : काव्य, नाट्य आणि तत्त्वज्ञान ही तिन्ही एकत्र करून ललित लेखक जन्माला येतो. लेखनात महत्त्वाचा भाग असतो तो जीवनाचा शोध. अहो, मी कसला भाष्यकार! त्याला प्रतिभा केवढी मोठी हवी! दृष्टी व्यापक हवी. व्यास हा खरा जीवनाचा भाष्यकार. आमच्यावर एवढीशी कुणी टीका केली तर आम्ही चिडतो. कुणी स्तुती केली की फुशारतो. मी एवढं जरूर म्हणेन की, माझ्या परीनं मी जीवनाचा अर्थ लावण्याचा, सांगण्याचा प्रयत्न केलाय.'

'तुम्ही म्हणता त्याप्रमाणं जीवनाचा शोध घ्यायला किंवा अर्थ लावायला आजचं जीवन सरळ आहेच कुठं? आजच्या लेखकांच्या पुढे जीवनाचा फक्त

कंगालपणा आहे.'

'तुम्ही म्हणता हे संपूर्ण सत्य नाही. आम्ही जोपासलेल्या श्रद्धा त्या वेळच्या समाजानं आम्हाला दिल्या होत्या. टिळक, गांधींसारख्या थोरांनी दिल्या होत्या. मला हे मान्य आहे की, लेखक स्वत:च्या श्रद्धा स्वत:च नाही निर्माण करू शकत; पण त्यानं श्रद्धास्थानांचा शोध नको का घ्यायला? आमचे प्रश्न हरिभाऊंपेक्षा गुंतागुंतीचे होते हे निश्चित; पण फडके-खांडेकरांच्या वेळेपेक्षा आताचे प्रश्न आणखीच गुंतागुंतीचे झाले आहेत. त्याचं आकलन आजच्या पिढीला नीट होत नाही आहे. कृषिप्रधान संस्कृतीपासून आजचा समाज यंत्रप्रधान संस्कृतीकडे वळला आहे. हा बदल लेखणीनं नीट पेलला नाही तर सामाजिक जाणिवा कशा पेलता येणार?

कबूल की, श्रद्धा ठेवावी अशी जागाच शिल्लक राहिली नाही; पण माणुसकीवर तर तुमची श्रद्धा आहे ना? (या बाबतीत मी 'धरती'मध्ये सविस्तर लिहिलंय.) आपण माणसं आहोत हे विसरून चालणार नाही. आदिमानवापासून आजच्या मानवापर्यंतच्या वाटचालीत सदसद्विवेकबुद्धी, सर्वत्र विखुरलेले सौंदर्य पाहण्याची दृष्टी आणि क्षणभर का होईना, स्वत:ला पूर्णपणे विसरून दुसऱ्याकरिता जगण्याची शक्ती या तीन देणग्या मानवजातीनं मिळविल्या आहेत. प्रेम, सेवा, निष्ठा, त्याग, करुणा, कृतज्ञता, पराक्रम अशा अनेक मूल्यांची प्राणपणानं पूजा करणारे महाभागही तिनं दिले आहेत. या सर्वांच्या प्रकाशातच आजच्या मानवाला पुढचा मार्ग शोधून काढावयाचा आहे.

जगताय त्या जीवनात तुम्ही उदासीन आहात ना, सगळ्या स्वप्नांची मोडतोड झाली ना - मग आहे त्या परिस्थितीतून बाहेर पडण्याची कधी धडपड नको का? त्याकरिता जीवनात वैचारिक संघर्ष निर्माण झाला पाहिजे. अर्थजीवन, यंत्रजीवन, कुटुंबजीवन सगळंच नवं आहे. नवखेपणातून तुम्ही चिरंतन सत्याचा शोध घेतला पाहिजे.'

भाऊसाहेबांचा प्रत्येक शब्द कसा अंत:करण पेटून बाहेर आल्यासारखा वाटत होता. नव्या पिढीविषयीची तळमळ अन् 'जगण्यात अर्थ नाही' या दुबळ्या विचारसरणीविषयीची मनस्वी चीड त्यांच्या शब्दाशब्दांतून उसळून येत होती. कोण म्हणेल भाऊसाहेब आजारी आहेत, अशक्त आहेत, वयस्कर आहेत? त्यांच्या शब्दांना शरीराचा स्पर्श नव्हताच. हृदयात उफाळून येणारी ती ज्वालाफुलं वाटत होती.

जीवनातलं सौंदर्य टिपणारा कवी अन् त्यातल्या चिरंतन सत्याचा शोध घेणारा तत्त्ववेत्ता, कुठल्याही व्याख्येनं मला कळला नसता तेवढा भाऊसाहेबांच्या भावपूर्ण विचारसौंदर्याच्या दर्शनानं कळला.

पेन, डायरी सगळा जामानिमा आवरून मी उठले. 'बरं येते' एवढंच म्हणून मी त्यांना लवून अभिवादन केलं (भेटायला आलेली मंडळी तिष्ठत होती.)

भाऊसाहेब अंथरुणावरून उठून बसले. हात जोडून नम्रपणानं म्हणाले, ''बरं आहे गिरिजाबाई! या निमित्तानं तरी आपली ओळख झाली...''

खरं तर हे सगळं मी म्हणायचं; पण शब्दच हरवले होते. मला बोलायचं नव्हतं मुळीच! कारण मी आज केवढी तरी श्रीमंत झाले होते! केवढं मोठं विचारधन सोबत घेऊन चालले होते!

बस वेगानं धावत होती. मावळतीच्या तांबूस, सोनेरी किरणांत समुद्राचं पाणी चमचमत होतं. वातावरण प्रसन्न होतं. माझंही मन आनंदानं फुललं होतं. सुंदर श्रद्धेची सोनपिवळी ज्योत माझ्या मनाचा गाभारा उजळीत होती.

— अनुराधा
मार्च, १९७२

प्राचीन व अर्वाचीन संस्कृतीतील मूलभूत फरक

गुजरातमधील प्रथम दर्जाचे नियतकालिक 'कुमार'मध्ये सन १९७२ साली चंपकलाल मेहता यांनी अखिल भारतीय कीर्तीच्या साहित्यिकांचा परिचय करून देणारे एक सदर सुरू केले होते. त्यांना वि. स. खांडेकरांची सविस्तर माहिती, दृष्टिकोन, विचार, इत्यादींबद्दल जिज्ञासा होती. त्यांनी मृणालिनी देसाईंमार्फत वि. स. खांडेकरांकडे एक प्रश्नावली धाडली. खांडेकरांनी त्यांची उत्तरे पाठविली. या उत्तरांचा गुजराती अनुवाद मृणालिनी देसाईंनी करून दिला होता. ती एक सर्वस्पर्शी मुलाखतच होती. तिचा हा मूळ मसुदा.

प्रश्न : मराठी साहित्याची महत्ता आपल्या मते कशात आहे?

उत्तर : प्राचीन मराठी साहित्यातलं ज्ञानेश्वर, तुकारामांसारख्या संतश्रेष्ठांचं वाङ्मय आणि अर्वाचीन मराठी साहित्यातलं कलात्मकता व लोकजागृती यांची सांगड घालणारं ललित व वैचारिक वाङ्मय या दोन गोष्टींनी मराठी साहित्य केवळ समृद्ध नव्हे तर उन्नत केलं आहे.

प्रश्न : मराठीतील संतवाङ्मयाची जीवनात व संगीतात जी सिद्धी आहे, त्याबद्दल आपला अभिप्राय, आपली आवडती संत विभूती?

उत्तर : मराठी संतवाङ्मयातला सामान्य मनुष्याविषयीचा कळवळा आजच्या अश्रद्ध रसिकालाही जाणवेल इतका उत्कट आहे. मात्र संतांची भूमिका मूलतःच पारमार्थिक असल्यामुळे त्या कळवळ्याला ऐहिक जीवनाच्या दृष्टीनं मर्यादा पडणं अपरिहार्य होतं. भागवत धर्माच्या निशाणाखाली संतांनी बहुजन समाज आणला. पारतंत्र्याच्या काळात त्याला धीर व दिलासा दिला. केवळ साहित्यगुणांच्या दृष्टीनं पाहिलं तरी ज्ञानेश्वरीनं कल्पकता व चिंतनशीलता यांना मराठीच्या बाल्यावस्थेतच

एका अत्यंत उच्च स्तरावर नेऊन ठेवलं. पांडित्य आणि करुणा, आध्यात्मिकता व विश्वाविषयीची चिंता अशा स्वभावत: परस्परांपासून दूर असणाऱ्या घटकांचा संतवाङ्मयात मनोहर संगम आढळून येतो. ज्ञानेश्वर, नामदेव, एकनाथ, तुकाराम, रामदास यांच्यासारख्या संतांनी संस्कृत साहित्याइतकीच प्रभावी काव्यरचना मराठीत केली. सर्व मराठी संतांत तुकोबा मला अधिक आवडतात. अनुभव ऐहिक असोत अथवा आध्यात्मिक असोत; ते तुकारामांइतक्या परखडपणानं सांगणारा आणि आपल्या शब्दाशब्दांतून सामान्य मनुष्याशी जवळीक साधणारा दुसरा मराठी संत नाही. संतवाङ्मयाच्या संगीत सिद्धीबद्दल लिहिण्याचा मला काही अधिकार नाही.

प्रश्न : 'कादंबरी' या वाङ्मयप्रकाराबद्दल आपली मान्यता?

उत्तर : बदलत्या जीवनाबरोबर निरनिराळे वाङ्मयप्रकार उत्कर्ष पावतात किंवा क्षीण होतात. कादंबरी हा पाश्चात्त्य देशांत गेल्या दोन-तीन शतकांत समृद्ध होत गेलेला वाङ्मयप्रकार. आपल्या संस्कृत परंपरेत काव्य आणि नाटक यांच्यासारखा कादंबरीचा विकास आढळत नाही. मात्र हरिभाऊ आपटेंच्या काळापासून मराठीत या वाङ्मयप्रकारानं बाळसं धरलं असून कलात्मकता व सामाजिकता या दोन्ही दृष्टींनी त्याचा विस्तार आणि विकास झाला आहे. नाटकं आणि चित्रपट यांची सध्या चलती असली तरी कादंबरीची लोकप्रियता अणूभरही कमी झालेली नाही. शिक्षणाच्या प्रसारामुळे सर्वसामान्य मनुष्याला करमणुकीसाठी किंवा वेळ घालविण्यासाठी थोडं वाचन आवश्यक वाटतं. त्यामुळं एका बाजूला उथळ किंवा भडक प्रकारचं कादंबरीलेखन विपुल होत असलं, तरी दुसऱ्या बाजूला कलात्मक, जीवनस्पर्शी आणि वाचकाला अस्वस्थ किंवा अंतर्मुख करणाऱ्या कादंबऱ्याही लिहिल्या जात असतात. मराठीतल्या कादंबरी या वाङ्मयप्रकाराचं वैभव वाढत आहे, ते या दुसऱ्या जातीच्या कादंबऱ्यांमुळं. कादंबरी ही लघुकथेप्रमाणं एकच एक अनुभव चित्रित करीत नाही. साहजिकच लेखकाच्या आत्माविष्काराला, अनुभवसंपन्नतेला आणि यंत्रयुग, औद्योगिक संस्कृती व वैज्ञानिक प्रगती यांनी निर्माण केलेल्या नव्या जीवनाचं गुंतागुंतीचं स्वरूप चित्रित करायला तिच्याइतका समर्थ वाङ्मयप्रकार नाही.

प्रश्न : वर्तमान साहित्याचे वळण योग्य आहे?

उत्तर : साहित्याचं बाह्यरूप पिढीपिढीला बदलत जातंच. कलेसंबंधीच्या अनेक कल्पना काही अंशी त्या त्या समाजाच्या श्रद्धांवर, तत्कालीन जीवनपद्धतीवर आणि सामाजिक व भावनिक गरजांवर अवलंबून राहतात.

नाटक शोकान्त असू नये हा संस्कृत साहित्यातला दंडक. तो भारतीय संस्कृतीच्या जीवनविषयक दृष्टिकोनातून निर्माण झाला होता. त्यामुळं सीतात्यागाच्या कथेवर लिहिलेलं 'उत्तररामचरिता'सारखं नाटक कवीला सुखान्त करावं लागलं. सामान्य मनुष्य हा कथा-कादंबऱ्यांचा नायक होण्याची प्रथा आपल्याकडं पूर्वकाळी

रूढ होऊ शकली नाही. ही चाकोरी एकोणिसाव्या शतकाच्या उत्तरार्धात पुसट होऊ लागली. आता सामान्य व्यक्ती ललित वाङ्मयाच्या नायकपदी येऊन बसली आहे. हे सर्व लक्षात घेऊन वर्तमानकाळातल्या वाङ्मयाकडं पाहिलं पाहिजे. सन १९४० नंतरच्या मराठी साहित्यानं आशय व आविष्कार या दोन्ही बाबतींत अनेक नव्या वाटा चोखाळल्या. त्या नावीन्याच्या मुळाशी पाश्चात्त्य वाङ्मयातल्या अशा प्रकारच्या प्रेरणा असल्या तरी गेल्या तीस वर्षांतल्या काही ललितकृतींनी मराठी साहित्य संपन्न केलं आहे, यात संशय नाही. सन १९४०पूर्वीच्या शंभर वर्षांतलं मराठी वाङ्मय काही विशिष्ट श्रद्धांनी भारलेलं होतं. परंपरागत संस्कृतीच्या मूल्यांना जबरदस्त धक्का न देता देशभक्ती, व्यक्तिस्वातंत्र्य, रूढीभंजन, सामाजिक धर्मबुद्धी, इत्यादी मूल्यांचा त्याने पुरस्कार केला. या काळातल्या वाङ्मय निर्मात्यांची बैठक आदर्शवाद, आदर्शोन्मुख वास्तववाद, सौंदर्यवाद, इत्यादिकांशी आपलं नातं जोडणारी होती; पण पहिल्या महायुद्धानंतर पश्चिमेकडं आणि दुसऱ्या महायुद्धानंतर सर्व जगात जुन्या श्रद्धा झपाट्यानं उद्ध्वस्त झाल्या. त्यांची जागा ज्या नव्या श्रद्धांनी घेण्याचा प्रयत्न केला, त्यांची निष्फळता दुसऱ्या महायुद्धानं सिद्ध केली. आदर्शवाद, सौंदर्यवाद किंबहुना निखळ वास्तववाद मागे पडून त्याची जागा अस्तित्ववाद घेऊ लागला. मात्र पश्चिमेकडं रूढ झालेला अस्तित्ववाद हा यंत्रसंस्कृती, तिच्यामुळं वाढत जाणारी भावनांची शुष्कता, त्या संस्कृतीशी संलग्न असलेली जिवघेणी स्पर्धा आणि मानवतेला सुखी करू शकणाऱ्या विज्ञानाचं साहाय्य असूनही उद्भवलेली दोन महायुद्धं व त्यांनी केलेला माणसांचा आणि माणुसकीचा संहार यांच्या वणव्यातून निर्माण झाला. तो बेगडी नाही. यामुळंच कामूसारख्या लेखकाचं साहित्य भारतीय वाचकाला बेचैन करतं, विचार करायला लावतं; पण या सर्व गोष्टींचा उत्कट अनुभव भारतीय जीवनाला अद्यापि आलेला नाही. कृषिप्रधान संस्कृतीचा अस्त आणि यंत्रप्रधान संस्कृतीचा उदय यांच्या संधीप्रकाशात ते चाचपडत आहे. त्यामुळं इथल्या अस्तित्ववादी कलाकृतीत नाटकीपणा, कृत्रिमता व अनुभवांचा उथळपणा पुष्कळदा आढळतो. कथा-कादंबऱ्यांत या उथळपणाला अनेक अपवाद असले तरी अस्तित्ववाद हा भारतीय जीवनाचा स्थायीभाव झालेला नाही. इथला वाचक अजून जुन्या श्रद्धांत आणि अंधश्रद्धांत गुरफटला गेला आहे. त्याला अश्रद्ध अस्तित्ववाद आवाहन करू शकत नाही. मात्र या प्रकारचं लेखन अनेकदा दुर्बोध अगर कृत्रिम वाटलं तरी त्याच्या पाठीमागं खरा संवेदनशील साहित्यिक असू शकतो. अभिजात साहित्याला खरं भय निर्माण झालं आहे ते बाजारी वाङ्मयाचं - कामगंड, भयगंड, सनसनाट गंड इत्यादिकांचा फायदा घेणाऱ्या आणि अस्सल साहित्यगुण नसलेल्या वाङ्मयाचं. असं वाङ्मय शहरं वाढत जातील, तो तो अधिक प्रसार पावत जाईल हे उघड आहे.

प्रश्न : प्राचीन व अर्वाचीन संस्कृतीतला मूलभूत फरक कशात आहे?

उत्तर : प्राचीन भारतीय संस्कृतीत आत्मा व शरीर यांत शरीराला नाही म्हटलं तरी दुय्यम स्थान दिलं गेलं आहे. विश्वाचं अनाकलनीय गूढ उकलण्याच्या प्राथमिक मानवी प्रयत्नात असं होणं अपरिहार्य होतं; पण त्यामुळं ही संस्कृती पिढ्यान्पिढ्या परलोकवादीच राहिली. ऐहिकाकडं तिचं दुर्लक्ष झालं. धर्मतत्त्व बाजूला राहून ती रूढीग्रस्त झाली. अर्वाचीन भारतीय संस्कृतीचा मोहरा ऐहिकतेकडं वळला आहे. धर्माच्या नावाखाली निर्माण झालेल्या अनेक अंधश्रद्धांच्या साखळदंडांतून ती अंशत: मुक्त झाली आहे. मात्र परंपरागत संस्कृतीनं जशी शरीरधर्माची उपेक्षा केली, तशी आजची संस्कृती आत्मधर्माकडं दुर्लक्ष करीत आहे. मनुष्य हा इतर प्राण्यांप्रमाणे केवळ शारीरिक गरजा तृप्त झाल्याने सुखी किंवा समाधानी होऊ शकत नाही. पोटाची भूक व लैंगिक भूक यांच्याइतक्याच त्याच्या अनेक प्रबळ भावनिक भुका असतात. त्या भुकांतूनच संस्कृतीची स्वप्नं निर्माण होतात. ती स्वप्नं साकार करण्याकरिता मनुष्य सतत अज्ञाताचा, सौंदर्याचा आणि चैतन्याचा शोध घेत आला आहे. या शोधातूनच नव्या, सुंदर जगाकडं जाणाऱ्या वाटा अंधुकपणे त्याला दिसू लागतात. प्राचीन संस्कृतीला अभिप्रेत असलेलं आत्मज्ञान आणि अर्वाचीन संस्कृतीला मान्य असलेलं ऐहिक जीवन यांचा समतोल व्यक्ती आणि समाज यांच्या जीवनात जेव्हा सांभाळला जाईल, तेव्हाच नवा मानव निर्माण होऊ शकेल.

प्रश्न : तुमचे आवडते पुस्तक? आवडता लेखक? आवडता कवी?

उत्तर : आयुष्याच्या निरनिराळ्या कालखंडांत माणसाला भिन्न भिन्न पुस्तकं आवडतात, वेगवेगळ्या लेखकांचं आकर्षण वाटू लागतं. लहानपणी मला 'इसापनीती' फार आवडे. आजही ती आवड कमी झालेली नाही. याचा अर्थ आज मी ती केव्हा तरी उघडून वाचतो, असा नाही अथवा तिच्याइतकी नंतर वाचलेली काही दुसरी पुस्तकं मला आवडत नाहीत असा नाही. व्यास-वाल्मिकी आणि टॉलस्टॉय, शेक्सपिअर यांच्यापासून टागोर-जिब्रान आणि हरिभाऊ, गडकरी यांच्यापर्यंत माझ्या मनाच्या देव्हाऱ्यात अनेक लहान-मोठी दैवतं मी गेल्या साठ वर्षांत पुजली आहेत. त्यामुळं एकच एक आवडतं पुस्तक अथवा एकच एक आवडता ग्रंथकार मला सांगता येणार नाही.

प्राचीन मराठी कवींत तुकाराम आणि अर्वाचीन मराठी कवींत केशवसुत हे माझे अद्यापि आवडते राहिले आहेत, एवढंच मी म्हणू शकेन. अशा आवडीनिवडींची कारणं वाचकांच्या बुद्धीच्या, भावनेच्या आणि व्यक्तित्वाच्या विविध भुकांत असू शकतात.

प्रश्न : आपल्या साहित्यातील आपले आवडते पात्र?

उत्तर : मी जी कथा किंवा कादंबरी लिहीत असतो, तिच्यातले एखादे पात्र त्या

वेळेपुरते माझे फार आवडते असते; कारण त्या वेळी त्यानं माझ्या मनात घर केलेलं असतं; पण दुसरी कथा किंवा कादंबरी हाती घेतली की त्या पात्राविषयीचं माझं प्रेम कमी होत जातं. त्यामुळं माझ्या कथा-कादंबऱ्यांतलं अमूक एक पात्र माझ्या विशेष आवडीचं आहे असं म्हणता येणार नाही. 'उल्का' कादंबरीनं मला माझ्या कादंबरीलेखनाची पाऊलवाट स्पष्टपणे दाखविली; त्यामुळं त्या कादंबरीविषयी मला अधिक प्रेम वाटत आलं आहे एवढंच! पण या प्रेमाची, पहिल्या अपत्याच्या जन्मामुळं मातेला किंवा पित्याला होणाऱ्या अननभूत आनंदातच गणना केली पाहिजे.

प्रश्न : आपला छंद?

उत्तर : विविध प्रकारचं वाचन व निसर्गाच्या सान्निध्यात एकट्यानंच केलेली भ्रमंती हे माझे दोन मुख्य छंद होते; पण अलीकडे आलेल्या अंधत्वामुळे त्या दोन्हींच्याही बाबतीत मी परावलंबी झालो आहे. त्यामुळं चिंतन एवढाच माझा खराखुरा छंद राहिला आहे असं म्हणता येईल.

प्रश्न : संस्मरणीय दिवस?

उत्तर : असा दिवस आठवतो; पण त्याची तारीख आता लक्षात नाही. मी शिरोड्याला शिक्षक होतो. विद्यार्थ्यांसह समुद्रावर पोहायला गेलो होतो. ओहोटी असल्यामुळं पाणी विलक्षण आत ओढत होतं. अनवधानानं एक विद्यार्थी फार पुढं गेला, बुडू लागला. त्याच्या हाका ऐकताच नुकतंच झालेलं लग्न, कष्टानं वाढविलेली शाळा, लेखनाचे सारे संकल्प, इत्यादी सर्व गोष्टी मी क्षणार्धात विसरलो, त्याच्या मदतीला धावलो. त्याचं वजन माझ्यापेक्षा जास्त होतं. त्यामुळं त्याला धीर देताना व त्याचा भार अंगावर घेऊन परतताना माझ्या नाकी नऊ आले; पण किनाऱ्याला पाय लागेपर्यंत आपण मृत्यूच्या जबड्यात प्रवेश केला होता, याची जाणीव मला झाली नाही. स्वत:ला काही काळ का होईना, अगदी सहजतेनं विसरायला लावणारा तो दिवस, मला नेहमीच संस्मरणीय वाटत आला आहे. मी स्वभावत: भित्रा असलो तरी, खराखुरा माणूस आहे याचा निर्वाळा त्या दिवसाने मला दिला. 'आत्मनस्तुकामाय सर्वं प्रियं भवति' हे याज्ञवल्क्याचं म्हणणं नव्याण्णव टक्के खरं असलं तरी मानवी संस्कृतीची प्रगती या नव्याण्णव टक्क्यांतला एकेक टक्का कमी होत जाण्यावरच अवलंबून आहे, ही शिकवणही त्या दिवसानं मला दिली.

प्रश्न : नवरसातील कोणता रस प्रिय आहे?

उत्तर : करुण.

प्रश्न : कला, सौंदर्य व प्रेम यांच्या व्याख्या?

उत्तर : कला, सौंदर्य व प्रेम या तिन्ही शब्दांच्या व्याख्या करणं हे शिंपलीनं समुद्र

उपसण्यासारखं आहे. हे तिन्ही शब्द पौर्णिमेच्या चांदण्यांसारखे आहेत. सभोवताली पसरलेल्या त्या चांदण्यांचा शीतल प्रकाश आणि त्याची मोहक स्निग्धता माणसाला जाणवत असली तरी त्याला ते हाताने धरता येत नाही. भल्याभल्या प्रज्ञावंतांनी आणि प्रतिभावंतांनी या तिन्ही विषयांवर अगणित ग्रंथ लिहिले असले, शाब्दिक चाळा करायचा तर माझ्यापुरत्या या शब्दांच्या व्याख्या मी अशा करीन : १) नवनिर्मितीद्वारे जीवनाला सुरूपता, सरसता आणि संपूर्णता आणण्याची मानव अनादिकालापासून करीत असलेली धडपड म्हणजे कला. २) विरूपता, विसंगती व विसंवाद यांनी भरलेल्या जीवनसागराच्या तळाशी असलेले मौक्तिकयुक्त शिंपले शोधण्याची मानवाची अखंड धडपड म्हणजे सौंदर्य. ३) अंतर्मनातल्या एकाकीपणाच्या व क्षणभंगुरतेच्या जाणिवेचा विसर पडावा म्हणून बाह्य सृष्टीशी व तिच्यातल्या चैतन्याशी समरस होण्याची मानवाची धडपड म्हणजे प्रेम.

प्रश्न : देवाबद्दलची आपली कल्पना?

उत्तर : या विश्वसंसाराच्या मुळाशी असलेली अज्ञेय, अनामिक शक्ती.

प्रश्न : आपली एकंदर पुस्तके किती?

उत्तर : सुमारे ६०-६५ असावीत. त्यांशिवाय १५-२० संपादित पुस्तके.

— **कुमार (गुजराती)**
सन, १९७२

आज बहुजन, दलितांतील हरिभाऊ हवेत...

सुप्रसिद्ध कादंबरीकार भाऊसाहेब खांडेकर यांच्या वयाला दिनांक ११ जानेवारी, १९७३ रोजी ७५ वर्षे पूर्ण झाली. त्या निमित्ताने साहित्यविषयक अनेक प्रश्नांबाबतची त्यांची भूमिका समजावून घेण्याचा हा प्रयत्न. तो केला आहे जयवंत दळवी यांनी खास अमृतमहोत्सवाच्या निमित्ताने.

प्रश्न : 'महाराष्ट्र टाइम्स'च्या सांगण्यावरून मी मुद्दाम आलो आहे. 'महाराष्ट्र टाइम्स'च्या वाचकांच्या वतीने मी तुमचे अभिष्ट चिंतितो. तुमच्या वयाची ७५ वर्षे पूर्ण होत आहेत. अशा वेळी तुमच्या मनात प्रकर्षाने जाचणारे विचार खूप असतील. एखादा सांगाल का?

उत्तर : एवढी वर्षे घालविल्यानंतर आता माझ्या मनात प्रश्न येतो की, मानवी जीवनाविषयीचे सत्य आपल्याला खरोखरच कळते का? एक उदाहरण असे पाहा - मी वीस वर्षांचा होतो, तेव्हा माझे दत्तक वडील साठ वर्षांचे होते. त्यांच्याशी माझी नित्याची भांडणे होत. त्यांचे म्हणणे मी त्यांच्या गावी राहून वकिली करावी, जमीनदारी सांभाळावी. माझे स्वप्न, ध्येय, वेड काहीही म्हण, वेगळं होतं; त्यामुळे माझं म्हणणे वडिलांना पटत नव्हतं आणि त्यांचं म्हणणे मला पटत नव्हतं. आता मात्र मला असं वाटतं की, मी त्यांच्याशी अधिक समजूतदारपणाने, अधिक गोड वागायला हवं होतं.

प्रश्न : म्हणजे त्यासंबंधात तुम्हाला आता पश्चात्ताप होतो का?

उत्तर : पश्चात्ताप नाही; पण अलिप्तपणे विचार केला की तसं वाटतं. एकूण सगळ्याच मानवी व्यवहारांबद्दल असं काही वेगळं वाटू लागतं. कारण आवश्यक तो अलिप्तपणा आता येतो. माणूस जेव्हा प्रत्यक्षपणे जीवन जगत असतो तेव्हा तो

खराखुरा अलिप्त विचार करू शकत नाही. मी माझ्या आत्मचरित्राच्या शेवटी एक प्रकरण 'सिंहावलोकन' या नावानं लिहिणार आहे. त्यात यावर मी अधिक लिहिणार आहे.

प्रश्न : तुमच्याशी अनेकदा बोलत बसलो असताना तुम्ही साहित्याचा बोधवादी दृष्टीने विचार करता असं दिसते. हे कशासाठी लिहायचं? याचा हेतू काय? यानं समाजाला काय दिले? असे प्रश्न तुम्ही वारंवार उपस्थित करता. साहित्य म्हणजे ललित साहित्य - समाजावर खरोखरच काही बरे-वाईट परिणाम करते असं आपणास वाटतं काय?

उत्तर : साहित्याचा - कलात्मक साहित्याचा समाजावर निश्चितपणे परिणाम होतो; पण तो परिणाम संस्कारात्मक असतो. असे संस्कार घडत गेले तर लोकांच्या मनावर त्याचा परिणाम होतो, त्यांची संकुचित दृष्टी बदलायला मदत होते. निदान या संकुचित दृष्टिकोनाहून भिन्न असा दृष्टिकोन आहे याची जाणीव होते आणि ती जाणीव अनेकदा विचार करायला भाग पाडते, मन अस्वस्थ करून सोडते.

प्रश्न : हे असं तुम्हाला फक्त वाटतं हे तुमचे इच्छापूर्तीचे वाटणे असते की, याला काही पुरावा असतो?

उत्तर : 'पण लक्षांत कोण घेतो?' ही कादंबरी घे. ही कादंबरी वाचल्यानंतर त्या काळातील २०-२५ वर्षे वयाच्या लोकांची दृष्टी बदलली असं मी म्हणेन.

प्रश्न : याला पुरावा काय?

उत्तर : मी ही कादंबरी १९१०-११च्या सुमारास वाचली. एकदा मी माझ्या मामीला ही कादंबरी वाचून दाखविली. स्वयंपाक करता-करता ती माझे वाचन ऐकत होती आणि घळघळा रडत होती. हा परिणाम नव्हे?

प्रश्न : असा परिणाम सगळ्याच प्रकारच्या बऱ्या-वाईट साहित्याचा सगळ्याच प्रकारच्या बऱ्या-वाईट वाचकांवर होत असतो; पण ज्या परिणामामुळे काही बदल घडवून आणण्यासाठी समाज कृतिशील कार्याला उद्युक्त होईल, असा काही परिणाम होईल का?

उत्तर : कृतीला उद्युक्त करणारा परिणाम होतो असे मी म्हणणार नाही; पण वारंवार होणाऱ्या संस्कारांमुळे समाजाचे मन तयार होत असते. सूर्यप्रकाशामुळे वाळू तापते आणि मग थंड होते. तरी त्या वाळूवर काही परिणाम होतोच ना? बांगला देशचे युद्ध घे. त्या वेळी आपण तापलो, नंतर थंड झालो; पण त्या तापण्याने आपल्या मनावर काही मूल्यांचा संस्कार झालाच की नाही? तसा संस्कार होतो.

प्रश्न : पण एकूण मराठी समाजाच्या दृष्टीने विचार करता समाजाचा केवढा तरी भाग अशिक्षित! त्यातही पुन्हा हरिभाऊंसारख्यांचं साहित्य पांढरपेशा वर्गाचं. या

पांढरपेशा वर्गातल्याही एका छोट्याशा घरात ते वाचले जाणार. मग त्याचा खरोखरच परिणाम किती होणार?

उत्तर : साहित्य संस्कारात्मक परिणाम करते असे मी म्हणतो. समाजातील वर्गाबद्दल तू म्हणतोस ते खरं आहे. आम्हाला पांढरपेशांचे हरिभाऊ मिळाले; परंतु बहुजन समाजातले, दलित समाजातले 'हरिभाऊ' निर्माण व्हायला हवेत. ते मात्र निर्माण झाले नाहीत. अद्याप निर्माण झाले नाहीत. आजही आपल्याकडे ग्रामीण म्हणून जे काही लिहिले जाते, ते काहीतरी तिसरेच असते. आज गावातले चित्र वेगळेच आहे. गावात संपत्ती येते आहे. विशिष्ट लोक श्रीमंत होत आहेत. जुन्या रूढी तशाच आहेत. नवीन गुंतागुंत वाढते आहे; पण त्यांवर कोणी लिहीतच नाही.

प्रश्न : त्यावर तुम्हाला काही लिहावंसं का वाटत नाही?

उत्तर : मला लिहिण्याची ऊर्मी येते, लिहावंसं वाटतं; पण मग खूप विचार केल्यानंतर त्याला मी समर्थ आहे असं मला वाटत नाही. याला धर्म जबाबदार आहे.

प्रश्न : तुम्हाला असं का वाटतं?

(इथे मुळात मजकूर सुटला आहे, असे वाटतं.)

उत्तर : कादंबरीचं कथाबीज मनात रुजते आणि फुलते ते बुद्धीच्या उन्हाने आणि भावनेच्या पाण्याने. आजच्या बदलणाऱ्या खेड्यांसंबंधी मी पाहतो, वाचतो, ऐकतो तेव्हा मी बुद्धीने काही गोष्टींचे आकलन करू शकतो; पण भावनिक जवळीक निर्माण होऊ शकत नाही. त्या वर्गाशी, त्या वर्गाच्या सुखदुःखांशी साहचर्य निर्माण होत नाही. त्यामुळे मी त्यांच्यावर कादंबरी लिहू शकत नाही.

प्रश्न : मग याचाच अर्थ असा नाही का की, आपल्या साहित्यात समग्रता, व्यापकता, विविधता येत नाही, त्याला बव्हंशी लेखक जबाबदार नसून, आपला हिंदू धर्म जबाबदार आहे? कारण ब्राह्मण वर्गातील लेखक विशिष्ट तटबंदीत जगतो. त्याला मराठा, दलित यांच्या तटात डोकावता आलं तरी शिरता येत नाही. मराठा लेखकाला दलितांच्या प्रश्नांत, जीवनात खोल जाता येत नाही; म्हणजे साहित्यातल्या या त्रुटींना शेवटी आपला धर्मच कारणीभूत नाही का?

उत्तर : अगदी खरं आहे. मी शिरोड्याला असताना १९३५-३६च्या सुमारास 'जगन्नाथाचा रथ' या नावाची एक प्रचंड मोठी कादंबरी संकल्पिली होती. त्यात एकूण समाजातील तीन पिढ्या मला रंगवायच्या होत्या. त्यांत कुणबी समाज, महार-चांभार हे सगळे घटक आणावेत असा माझा विचार होता; पण ती कल्पना बारगळली होती. अमेरिकेत स्टाइनबेक हा आपल्या एकूण समाजाचा सर्व थरांसकट विचार करू शकतो. मी करू शकत नाही. वास्तवाचा स्पर्श करायचा तर त्या

जीवनाचा काही अनुभव हवा. त्या जीवनाचे काही पीळ कळायला हवेत. अगदी अलीकडे एक सरकारी अधिकारी मला भेटला. तो हरिजन असल्यामुळे त्याला गावात राहायला जागा कशी मिळेना, याचं त्यानं केलेलं वर्णन मी ऐकलं आणि तुला सांगतो, मी अगदी अस्वस्थ झालो. त्यावर लिहावं असं मला प्रकर्षाने वाटू लागले. पण तो अधिकारी लहानपणी वाढला कसा, शिकला कोणत्या परिस्थितीत, त्या वेळी त्याच्या मनावर कसे आणि कोणते आघात झाले याचा मी विचार करू लागताच माझ्या कल्पनेला पांगळेपण आले.

प्रश्न : आतापर्यंत आपण जे लेखन केले त्यात वास्तवता किती आहे, वास्तवतेचा स्पर्श किती आहे असे आपणास वाटते?

उत्तर : माझं लेखन हे हरिभाऊ किंवा देवल यांच्यासारखे वास्तव नाही. मी कल्पनेत रमणारा माणूस. माझी प्रकृती, माझी घडणच बव्हंशी कल्पनारम्यतेत वावरणारी. शिरोड्यासारख्या दरिद्री गावात मी राहिलो. तिथली काही सुखदुःखे पाहिली. त्यांतून माझे विषय बदलत गेलो. मी पुण्या-मुंबईसारख्या शहरांत राहिलो असतो तर माझे विषय वेगळे झाले असते; पण त्याचा आविष्कार मात्र कल्पनारम्यच झाला असता.

प्रश्न : पेशांचे वर्तुळ आता कितपत नष्ट झाले आहे असे आपणास वाटते? विशेषतः गेल्या आठ-दहा वर्षांत समाजातल्या वेगवेगळ्या थरांतून लेखक वर येत आहेत आणि आपापल्या जोमाने लिहीत आहेत. त्यामुळे आजवरचे पांढरपेशांचे वर्तुळ छेदले गेले आहे असे तुम्हाला वाटते का?

उत्तर : मला तसं वाटत नाही. पांढरपेशांचे वर्तुळ फुटले आहे, छेदले गेले आहे असे मला वाटत नाही. कारण जे लोक आपापल्या वर्गातून वर येऊन लेखन करीत आहेत, ते आपापल्या वर्गाचे उद्गाते वाटत नाहीत.

प्रश्न : उद्गाते म्हणजे काय?

उत्तर : हरिभाऊ हे मध्यमवर्गाचे उद्गाते होते. ते मध्यमवर्गाची सुखदुःखे वेशीवर टांगणारे होते. त्यांची कादंबरी वाचताना मध्यमवर्गीय वाचकांना ही सुखदुःखे आपली आहेत असे वाटत होते. त्यांच्याशी ते वाचक सहजगत्या समरस होत होते. आज दलित समाजाबद्दल लिहिले जाते; पण दलित वाचकांना त्याच्याशी समरस होता येते का? ही सुखदुःखे आपली आहेत असं त्यांना वाटते का?

प्रश्न : सोमनाथच्या विदर्भ साहित्य संमेलनात अध्यक्षीय भाषण करताना श्री. विश्राम बेडेकर यांनी तुम्ही, फडके आणि माडखोलकर यांच्या कादंबऱ्यांतील प्रेमविषयावर टीका केली आहे. १९७० मध्ये जेवढ्या आत्महत्या झाल्या त्यांत

प्रेमभंगामुळे ज्यांनी आत्महत्या केल्या त्यांचे प्रमाण अल्प होते असं दाखवून तुमच्या कादंबऱ्यांत मात्र प्रेमाची भरताड आहे असं म्हटले आहे. तसेच तुम्हा तिघांचे प्रेमविषय हे परकीय वाटतात. तरुण-तरुणींच्या गाठीभेटी होऊन प्रेम जमणे, लग्न जमणे ही भारतीय कल्पना नव्हे; हे परकीय विषय आहेत असं त्यांनी म्हटलं आहे. तुम्हाला काय वाटते?

उत्तर : बेडेकरांचे छापील भाषण मी वाचून घेतले होते. त्यांनी जी आत्महत्यांची आकडेवारी दिली आहे, त्यातून कोणताही निष्कर्ष काढणे चूक आहे. बहुसंख्य लोक आत्महत्या करीत नाहीत. ते प्रेमाचा देखावा करीत कुचंबणा सहन करतात. प्रेम विफल झाले तरी असं आलेले जीवन सहन करतात. हे लोक कुठल्या आकडेवारीत येतील? ते कुणाला सांगतील की आमचे प्रेम विफल झाले म्हणून?

दुसरं असं की, आम्हा तिघांचे प्रेमविषय वेगवेगळ्या स्वरूपांचे आहेत. फडके-माडखोलकर यांचे प्रेमविषय हे काही प्रमाणात मलाही परकेच वाटत आले आहेत; पण माझ्या कादंबऱ्यांतले प्रेमविषय हे फडकेंप्रमाणे प्रधानरूप घेऊन येत नाहीत. लहानपणापासून एक मुलगा आणि आसपासची किंवा नातेवाईकाची एक मुलगी एकत्र आली तर त्यांना एकमेकांबद्दल जी ओढ वाटते, तिचाच मी उपयोग केला आहे. हा प्रकार आपलाच आहे. अर्जुन-सुभद्रेसारखे ते हिंदू प्रेमच असते.

प्रश्न : फडकेंचे प्रेमविषय परके वाटणारे होते असे म्हटले तर त्यांना एवढी प्रचंड लोकप्रियता कशी लाभली?

उत्तर : रंजनाकरिता वाचणाऱ्या बहुसंख्य वाचकांना हा प्रश्न सलत नाही. फडकेंच्या कादंबऱ्यांनी १५ ते २५ वर्षे वयाच्या तरुण-तरुणींवर खूपच भुरळ टाकली. त्यांच्या मनात प्रेमाची स्वप्ने निर्माण केली. हे वाचक खोलवर विचार करीत नाहीत. त्यांना त्याची गरजही वाटत नाही.

प्रश्न : वाचक मुळात कशासाठी वाचतो? रंजनासाठी की, कलात्मक जाणिवेसाठी?

उत्तर : प्राथमिक पातळीवर किमान रंजन हे हवेच; पण ती कादंबरी जेव्हा कलात्मक असते तेव्हा त्या रंजनाला एक वेगळा गहिरा रंग येतो. पण मुळात वाचक कादंबरी घेऊन वाचायला बसतो तो रंजनासाठी. वाचता-वाचता वेळ घालवण्यासाठी! पण ती कादंबरी कलात्मक असली तर कलात्मक अनुभव येतो. कलात्मक अनुभव हा कोणी घेण्यासाठी बसत नाही आणि तो हुकमी मिळतही नाही. तो अनुभव आपल्यास येतो; पण आपल्या बऱ्याचशा वाचकांना त्याची जाणीव नसावी.

प्रश्न : पण एखाद्या कादंबरीतली कलात्मकता कोठे आणि कशी ढळली ते वाचकाने कसं ओळखावं?

उत्तर : ते वाचता-वाचता लक्षात येतं. उदाहरणार्थ - फडकेंची 'दौलत' कादंबरी कितीतरी लोकप्रिय झाली. परंतु, त्यातले प्रेम हे फडकेंनी फुलू, आकारू दिलेले नाही, हे बहुसंख्य वाचकांना ओळखता आले नाही. त्यातल्या प्राथमिक रंजकतेवर ते खूष झाले असावेत. अगदी साधी गोष्ट म्हणजे वारुणी नावाच्या दुय्यम तरुणीसाठी फडकेंनी त्या कादंबरीत पानेच्या पाने लिहिली आहेत. ती एकूण आकाराला मारक आहेत. हरिभाऊंची 'पण लक्षांत कोण घेतो?' ही कादंबरी मी लहानपणी प्रथम वाचली, तेव्हासुद्धा रघुनाथाच्या मृत्यूपर्यंत सगळे ठीक वाटले. मग मध्ये कोठेतरी स्त्रीशिक्षणाची चर्चा आली. तिथे मला काहीतरी चुकत असल्यासारखे वाटले. मला वाटते, हीच कलात्मक जाण.

प्रश्न : तुम्ही स्वत: लिहिता, तेव्हा ही कलात्मक जाण आणि बोधवादी किंवा संस्कारवादी म्हणा - दृष्टी यांची सांगड कशी घालता?

उत्तर : मला बोधवादी जाणीव तशी प्रकर्षाने नसते. ती असलीच तर विषय मनात घोळवताना असते. परंतु, कथाबीज प्रारंभीचे रूप घेते, तेव्हा ते मध्यवर्ती पात्रांच्या आणि त्यांच्या सुखदु:खांच्या रूपानेच रूप घेते. पण लिहिता-लिहिता सूचकतेने काही सांगितले, तर वाचकांच्या ते यावे तेवढे लक्षात येणार नाही, असे मला वाटते. 'ययाति' या कादंबरीची शेवटची २०-२५ पाने नसती, तर बरे झाले असते, असे काहींनी मला सांगितले; पण वाचकांचा विचार मनात आला की, काही स्पष्ट करण्याचा मोह होतो. तिथे कलात्मकता ढळत असावी.

प्रश्न : लिहिताना वाचकांचा विचार मनात असणे कितपत योग्य? तो विचार नेहमीच तुमच्या मनात असतो का?

उत्तर : होय! वाचकांचा विचार सुप्तपणे का होईना, माझ्या मनात असतोच! आणि तो सर्वच लेखकांच्या मनात असावा, काहींच्या मनात ठळकपणे असेल, तर काहींच्या मनात तो अजाणता असेल. वाचकांचा विचार हा अनुभवाने येतो. आपल्या वाचकांची कल्पना अनुभवाने येते. उदाहरणार्थ, मी वरच्या वर्गाच्या वाचकांसाठी काही लिहिले नाही. माझा वाचक म्हणजे कारकून, शिक्षक, प्राध्यापक, छोटे व्यापारी, सर्वसाधारणपणे थोडाफार शिकलेला आणि गरिबातच मोडणारा. हरिभाऊंना जो वाचकवर्ग मिळाला तोच मला मिळाला, असे सर्वसामान्यपणे म्हणता येईल.

प्रश्न : नाटकांच्या सेन्सॉरशिपबद्दल तुम्हाला काय वाटते?

उत्तर : सेन्सॉरशिप मुळीच नसावी, असे माझे मत आहे. प्रेक्षकांनीच नाटक सेन्सॉर करावं; नाही तरी आता जे परीक्षण मंडळ आहे ते काय, फक्त अश्लीलतेपुरतेच आहे. अश्लीलतेसाठी वेगळा कायदा आहे आणि त्या कायद्यानुसार जे काही करायचे ते करावे. विरोध करणाऱ्यांनी त्या कायद्याला विरोध करावा आणि तो हवा तसा

बदलून घ्यावा.

प्रश्न : काही जणांची अशी ओरड असते की, अश्लीलतेमुळे सामाजिक अभिरुची बिघडते. म्हणून अश्लील नाटके असतील त्या नाटकांवर बंदी घालावी?

उत्तर : सामाजिक अभिरुची काय एकाच पातळीवर असते? ती काय कॅब्रेने बिघडत नाही? मुख्य म्हणजे सामाजिक अभिरुची हा काय सरकारचा प्रश्न आहे? सरकारने कायदा आणि सुव्यवस्था यांचे पालन करावे. अभिरुची हा आपल्या एकूण संस्कृतीचा प्रश्न आहे.

प्रश्न : काही जणांचं म्हणणं असं आहे की, अगदीच काही सेन्सॉरशिप हवी असेल, तर फिल्म सेन्सॉर बोर्डासारखे नाटकांसाठी अखिल भारतीय स्वरूपाचे मंडळ असावे किंवा फिल्म सेन्सॉर बोर्डाकडेच नाटकांचेही काम द्यावे. म्हणजे अधिक जाण असलेली माणसे त्यात येतील आणि स्थानिक माणसांना त्यात वाव कमी झाला, तर स्थानिक हेवेदावे त्यात फारसे येणार नाहीत. शिवाय महाराष्ट्रात बंदी घातलेले नाटक बेळगाव, दिल्ली वगैरे ठिकाणी होऊ शकते. हा हास्यास्पद प्रकार होणार नाही. उदाहरणार्थ - 'सखाराम बाईंडर!' महाराष्ट्रात या नाटकावर बंदी होती, तेव्हा हे नाटक बेळगाव वगैरे ठिकाणी होत होते. म्हणजे तिथला समाज बिघडत नाही आणि मुंबईचा समाज बिघडतो, हे हास्यास्पद नाही का?

उत्तर : खरे आहे! अनेक गोष्टी भारतीय पातळीवर व्हाव्यात, असे मला वाटते. सिनेमा, नाटकच नव्हे, तर दारूसंबंधीचे धोरण, शिक्षणव्यवस्था, अन्नप्रश्न या सगळ्या गोष्टी भारतीय पातळीवरच घेतल्या पाहिजेत.

प्रश्न : सखाराम बाईंडर हे नाटक तुमच्या डोळ्यांमुळे तुम्हाला पाहणे शक्यच नाही. पण, तुम्ही ते वाचून घेतले का? तुमचे मत काय झाले?

उत्तर : मी ते नाटक वाचून घेतले. मला पहिला अंक बरा वाटला. दुसरे दोन शिथिल वाटले. पण एकूण नाटक मात्र मध्यम दर्जाचे वाटले. ते कलात्मक वाटले नाही. ते कलात्मक होण्यासाठी मांडणी निराळी करावी लागली असती.

प्रश्न : म्हणजे कशी?

उत्तर : असे पहा - सखारामसारखा मनुष्य असतो किंवा असू शकतो हे सांगावे की, त्यांच्यासारख्या माणसाच्या सुखदु:खाकडे लक्ष वेधावे? सखाराम इतका निगरगट्ट आहे की, त्याच्याबद्दल कुठेही सहानुभूती वाटत नाही. एक कोळी आपल्या जाळ्यात काही मासे धरतो, एवढीच शेवटी गोष्ट होते. सखाराम हा ओव्हरसेक्स आहे ना? मग विशिष्ट दंडकाखाली दबलेल्या समाजात ओव्हरसेक्स माणसाची दु:खं काय? त्याला तो जबाबदार किती? निसर्ग जबाबदार किती? ओव्हरसेक्स असणं हा शाप आहे का?

त्याची कुचंबणा होते ती कोणती? तिच्याबद्दल कणव वाटते का? यांसारखे प्रश्न यायला नकोत का? अँगलबद्दल माझी तक्रार नाही. सखाराम, लक्ष्मी, चंपा... कुणीही घ्या. कुणाबद्दल तरी काही वाटले पाहिजे की नको? लेखकाच्या मूळ प्रेरणेमध्ये ती सहानुभूती किंवा तिरस्कार फुलला पाहिजे. त्याच्या पद्धतीने फुलला पाहिजे. ते सखाराम बाईंडरमध्ये झाले नाही.

प्रश्न : देशातल्या एकूण राजकारणाचा विचार करता तुम्हाला कोणत्या पक्षाबद्दल आकर्षण वाटतं?

उत्तर : मी कधीच कुठल्या पक्षाचा सभासद नव्हतो; पण प्रथमपासून मला समाजवादाचे आकर्षण होते आणि म्हणून मी समाजवादी पक्षाचा सहप्रवासी होतो. परंतु, त्या पक्षाने घोर निराशा केली. आता मला इंदिरा गांधीच नेतृत्व देऊ शकतील, असं वाटतं. त्या स्वत: प्रामाणिक आणि जिद्दीच्या आहेत. परंतु, शेवटी त्यांनाही पक्षाकडून योग्य ती साथ मिळणं आवश्यक आहे.

प्रश्न : लेखकाने राजकीय किंवा सामाजिक चळवळीत कितपत अग्रभागी असावे?

उत्तर : मी शिक्षक असलो तर शैक्षणिक चळवळीत मी असणं इष्ट! पण लेखक म्हणून अनेक चळवळींत वावरणे कठीण असते आणि तसे वावरून त्याचा साहित्याला काही उपयोग होतो असंही नाही. परंतु, सर्व चळवळींचे मनात विश्लेषण करता येईल इतका त्या चळवळींशी संबंध असावा, अभ्यास असावा; कारण शेवटी कादंबरीत व्यक्तीचे मन आणि सामाजिक प्रश्न यांतले संघर्ष येतात. ते जाणण्याइतपत जवळीक असावी.

प्रश्न : आपले राजकीय नेते सोडले तर त्यांच्याखालोखाल आपले साहित्यिक भाषणे झोडत असतात, हे कितपत आवश्यक आहे? परदेशात हा प्रकार नाही?

उत्तर : हे आवश्यक नाही. हरिभाऊंच्या पिढीला भाषणं माहीत नव्हती. खाडिलकरांनी साहित्य संमेलनातले भाषण सोडले तर साहित्यावर भाषण केले नाही. परंतु, आमच्या पिढीला अधिक वाचकवर्ग मिळाला, वाङ्मय मंडळे स्थापन झाली. वाङ्मयीन कार्यक्रम आखले जाऊ लागले. त्यांतून भाषणाची सवय जडली. वामनराव जोशींसारखे साहित्याशिवाय इतर सामाजिक प्रश्नांवरही बोलत असत. परंतु, आता मात्र अनेकजण बोलायचे म्हणून काहीतरी जुजबी बोलतात आणि तेही पैसे घेऊन तसे बोलतात, अशा तक्रारी मी ऐकतो. आता कुणाला बोलायचेच असले तर अभिरुची संस्कारित करण्यासाठी बोलावे. उदाहरणार्थ, जैनेंद्रकुमारांच्या कादंबरीला साहित्य अकादमीचे पारितोषिक मिळाल्यानंतर त्या कादंबरीचा रसास्वाद घेणारी भाषणे व्हावीत. नोबेल पारितोषिक मिळालेल्या लेखकावर अभ्यासपूर्ण भाषणे व्हावीत!

प्रश्न : 'महाराष्ट्र टाइम्स'च्या दि. २६ डिसेंबरच्या अंकात श्री. ज्ञानेश्वर नाडकर्णी यांचं एक पत्र प्रसिद्ध झालं आहे. ते असं : 'अमृतवेल कादंबरीचे मूळ : अमृतवेल हे नाटक नुकतेच पाहिले आणि कुतूहलाने वि. स. खांडेकरांच्या ज्या कादंबरीवर ते आधारलेले आहे तीही वाचली. अमृतवेलवर शारलॉत ब्राँतच्या 'जेन एयर' या श्रेष्ठ कादंबरीची निःसंदिग्ध छाया पसरून राहिलेली आहे. देवदत्त-नंदा यांचे संबंध कादंबरी-नाटकांत मिस्टर रॉचेस्टर आणि जेन एयर यांच्या संबंधांची आठवण करून देतात. श्री. खांडेकर या बाबतीत काही खुलासा करतील काय?' असं त्यांचं पत्र आहे.

उत्तर : हे पत्र मी वाचून घेतले होते. एमिली ब्राँतची मी एखादीच कादंबरी वाचली असेन. शारलॉत ब्राँत ही एमिलीची बहीण एवढेच मला माहीत आहे. परंतु, शारलॉत ब्राँतची कुठलीच कादंबरी मी कधीच वाचलेली नाही. आता मात्र नाडकर्णी म्हणतात म्हणून तिची ही कादंबरी मला मुद्दाम वाचून घ्यायला पाहिजे. त्यानंतरच किती साम्य आहे, किती छाया पसरली आहे वगैरे कळेल. पन्नास वर्षांपूर्वी या कादंबरीचे मराठीत कोणी रूपांतर केले असेल आणि ते लहानपणी माझ्या वाचनात आले असले तर गोष्ट वेगळी. परंतु, तसे रूपांतर प्रसिद्ध झाले होते का आणि त्याचे नाव काय, ते पाहिले पाहिजे. मला मात्र काहीच आठवत नाही. पण मी पूर्वी जिब्रान आणि अर्न्स्ट टोलर यांची स्वच्छ नावे घेऊनच भाषांतरे केली आहेत. तेव्हा या लेखिकेच्या बाबतीत -

प्रश्न : अर्थात आपण उसनवारी केली आहे असे ज्ञानेश्वर नाडकर्णी यांनी कुठेच म्हटलेले नाही!

उत्तर : शीर्षक काय आहे बघ - 'अमृतवेल' कादंबरीचे मूळ!

प्रश्न : मला वाटतं, या पत्रांना शीर्षके देण्याचे काम संपादक वर्गापैकी कुणीतरी करतात. ज्ञानेश्वर नाडकर्णी यांना तुमच्याबद्दल असा संशय येणार नाही?

उत्तर : कसेही असो. ती कादंबरी मला मिळवली पाहिजे आणि वाचून घेतली पाहिजे. मग किती साम्य आहे हे बघता येईल. पण तुला एक गंमत सांगतो. 'अमृतवेल' कादंबरीतला देवदत्त हा श्री. .... आहे, असे कोल्हापुरातले बहुतेक जण म्हणत असतात. त्यावर नाडकर्णी यांचा हा उतारा वाईट नाही!

— महाराष्ट्र टाइम्स

१४ जानेवारी, १९७३

अक्षरधनाची फेरमांडणी हवी

सुविख्यात मराठी साहित्यिक रवींद्र पिंगे यांनी वि. स. खांडेकरांशी अमृतमहोत्सवाच्या निमित्ताने मारलेल्या मनमोकळ्या गप्पांतून काही गंभीर हाती येतंच. हेच या मुलाखतीचं वैशिष्ट्य.

भाऊसाहेब खांडेकरांचा जन्म सांगलीला १८९८च्या जानेवारीत झाला. १९७३ साली त्यांना पंचाहत्तर वर्षे पूर्ण झाली. एका पिढीवर आपल्या लेखणीने गारूड करण्याचा पराक्रम भाऊसाहेबांनी केलेला असल्यामुळे, त्यांचा अमृतमहोत्सव सर्व महाराष्ट्रभर साजरा झाला. त्या अगोदर काही दिवस तेव्हाच्या महाराष्ट्र शासनाने त्यांना दरमहा चारशे रुपयांचे तहहयात बोलीचं निवृत्तिवेतन सुरू केलेलं होतं. अमृतमहोत्सवी वर्षात भाऊसाहेब पूर्णपणे दृष्टिहीन झाले होते. पूर्ण आंधळे झालेले होते. त्यांची प्रकृती कधीच धड नव्हती. आता ह्या वयात अंधत्वाबरोबरच रक्तदाबानेही ते हैराण झाले होते. ते कोल्हापुरात राजारामपुरीतल्या सहाव्या गल्लीतल्या 'नंदादीप' ह्या बंगल्यात कन्या मंदाकिनी हिच्यासोबत राहत होते. कु. मंदाकिनी शिक्षणशास्त्राच्या प्राध्यापिका होत्या. अविवाहित होत्या. त्याच भाऊंचं हवं-नको पाहत असत. भाऊंच्या पत्नी उषाताई खूप अगोदर निधन पावल्या होत्या. मुलगा अविनाश स्वतंत्र संसार कोल्हापुरातच 'प्रतिभानगर'मध्ये करीत होता. इतर मुली आपापल्या संसारात मग्न होत्या.

भाऊंचं अभिनंदन करण्यासाठी मी त्यांची कोल्हापूर मुक्कामी भेट घेतली. दुपारी बाराच्या सुमाराला मी त्यांना 'नंदादीप'वर भेटलो. दीड तास गप्पा झाल्या. त्या संभाषणाची मी तिथल्या तिथं टिपणं घेतली. त्यावरून 'माणूस' साप्ताहिकात लगोलग एक प्रदीर्घ लेखही लिहिला. सुदैवाने ती टिपणवही आजही माझ्यापाशी सुरक्षित आहे. त्या मुलाखतीत आम्हा दोघांची जी प्रश्नोत्तरं झाली, त्यांतला वाङ्मयीन आशयाचा भाग पुढे देत आहे. आमचं संभाषण झालं, तेव्हा ते ऐकायला कुणीही हजर नव्हतं. फक्त मी आणि समोर वाळलेल्या अंगाचे अंध भाऊसाहेब होते.

प्रश्न : भाऊसाहेब, तुमचं अभिनंदन करण्यासाठी मी मुंबईहून मुद्दाम आलेलो आहे. मी तुम्हाला साहित्यविषयक काही प्रश्न विचारू इच्छितो. विचारू नं?

भाऊसाहेब : अवश्य विचारा. माझी प्रकृती कायम खराब असते. मात्र, स्मृती तरतरीत आहे.

प्रश्न : कसला आजार आहे तुम्हाला?

भाऊसाहेब : ह्या प्रश्नाचं उत्तर प्रदीर्घ असेल, कारण उभ्या जन्मात मला प्रकृतीच्या आरोग्याची साथ कधी लाभली नाही. मुळात मी सांगलीचा. वय वाढल्यानंतर मी माझ्या चुलत्यांना दत्तक गेलो. दत्तक वडिलांची सावंतवाडीला शेती होती. अन्य व्यवहार होते. ते सर्व सांभाळायला मी सावंतवाडीत ऐन विशीत आलो नि तिथे आक्रमक मलेरियाच्या तावडीत सापडलो. मॅलिग्नंट मलेरिया. त्यामुळे मी सतत तापाने फणफणत असे. सावंतवाडीहून शिरोडा हे समुद्रकिनाऱ्यावरचं गाव साधारण वीस मैलांवर होतं. तिथे बावडेकर मंडळींनी कशीबशी चालवलेली 'ट्युटोरियल स्कूल' नावाची शाळा होती. त्या शाळेच्या हेडमास्तर पदावर दरमहा पंचवीस रुपये पगारावर मी आलो. चालत-चालत आलो. पिशवीत फक्त माझं धोतर आणि केशवसुतांच्या कवितेचा संग्रह होता. मला त्या वेळी पोटदुखीचा प्रचंड आजार होता. काही केल्या उतार पडेना. नंतर पस्तिसाव्या वर्षी शिरोड्याला मला फुरसं नावाचा विषारी साप डसला. ते विष माझ्या अंगात दहा वर्षं भिनलं होतं. अंगावर पांढरे डाग उठले. पन्नासाव्या वर्षी मला उच्च रक्तदाबानं गाठलं. सतत ताप यायचा. साठाव्या वर्षी डोळे दुखायला लागले. पुढे मोतीबिंदू झाले. शस्त्रक्रिया केली. त्यात उजवा डोळा कायमचा जायबंदी झाला. सत्तरीत उरलेल्या डाव्या डोळ्यावर शस्त्रक्रिया केली. त्यात तोही डोळा गेला. आता मी पूर्णपणे आंधळा झालोय. रक्तदाबामुळे सतत घेरी येते. अशा जगण्यात काय मजा आहे? स्वेच्छामरणाचा अधिकार माणसाला मिळायला पाहिजे, असे मला वाटते.

प्रश्न : तुम्ही दिवस कसा घालवता?

भाऊसाहेब : सकाळी साडेपाच वाजता उठतो. ती जुनीच सवय आहे. एक गृहस्थ सकाळी येऊन मला वाचून दाखवतात. ते पगारी रीडर आहेत. वर्तमानपत्रं, टपाल, काही वाङ्मयीन लेख, असं सारं काही ते वाचून दाखवितात. दुपारी दीड वाजता भोजन. मला मधुमेह आहे; त्यामुळे आहार पथ्याचा घेतो. दुपारी विश्रांती. नंतर दुसरा रीडर येतो. तो मी तोंडी सांगितलेला मजकूर लिहून घेतो. पत्रव्यवहार पाहतो. रात्री दहा वाजता झोपी जातो. मी कधीही जागरण करीत नाही. केलेलंही नाही. नव्यांचं मी कटाक्षाने वाचतो.

प्रश्न : सध्या काय लेखन चालू आहे?

भाऊसाहेब : मला लेखनासाठी एक सूर सापडावा लागतो. सूर सापडला की

मी तडाखेबंद लिहू शकतो. सध्या सूर सापडत नाहीये. 'अद्वैत' नावाची एक नवी कादंबरी लिहायला घेतली आहे. पाच-दहा पानं तोंडी सांगून सध्या तशीच ठेवली आहे. कुंतीच्या आयुष्यावर प्रतिकात्मक लिहायची फार इच्छा आहे; पण अजून सूर सापडत नाही. काय करणार?

प्रश्न : तुम्हाला उमेदवारी किती करावी लागली?

भाऊसाहेब : प्रदीर्घ काळ! मुळात मी कविता रचित असे. गडकरी माझे आद्य गुरू. त्यांनी माझ्या कविता वाचल्या नि सरळ फाडून टाकल्या. म्हणाले, "फारच कच्चा आहेस. भरपूर वाच, अभ्यास कर नि नंतरच लिही." गडकरींनी माझ्याकडून भरमसाट वाचून घेतले. मी त्या वेळी पंधरा वर्षांचा विद्यार्थी होतो. गडकरींनी माझ्याकडून 'विविध ज्ञानविस्तारा'चे जुने अंकसुद्धा वाचून घेतले. पुढे गडकरी वारले. मी त्यांच्यावर तेव्हाच्या 'नवयुग' मासिकात मृत्युलेख लिहिला. तो श्रीपाद कृष्ण कोल्हटकरांनी वाचला. ते माझे दुसरे गुरू. त्यांनीही माझ्याकडून सपाटून वाचून घेतलं. माझ्या दोन्ही गुरूंनी माझी उत्तम मशागत केली. पुढे मी शिरोड्यात शिक्षक म्हणून आलो. त्या कोकणी खेड्यात मला भरपूर वेळ मिळे. तिथे पहिली दहा वर्षं मी सपाटून लिहिलं. ते सर्व लेखन त्या वेळच्या नवयुग, उद्यान, स्वयंसेवक, वैनतेय वगैरे नियतकालिकांमध्ये प्रसिद्ध झालं होतं. त्या दहा वर्षांच्या ढोरमेहनतीचं मला एक रुपयासुद्धा मानधन मिळालं नाही. लेखनावर पैसे मिळतात ही कल्पनाच नव्हती. लेखन म्हणजे हौसेखातर मोफत करायचा छंद अशी सर्वांची कल्पना होती. त्या पहिल्या दहा वर्षांत मी जे लिहिलं त्यांतला एक शब्दही मी संग्रहरूपाने प्रसिद्ध केला नाही. फायदा इतकाच झाला की, माझं लेखन पार दूरवर पोहोचलं. माझा वाचकवर्ग वाढला.

प्रश्न : शिरोड्यासारख्या मागासलेल्या खेड्यात तुम्हाला वाचायला पुस्तके कशी मिळाली?

भाऊसाहेब : माझे मित्र मला उत्तमोत्तम पुस्तकं टपालाने पाठवायचे. प्रा. वि. ह. कुलकर्णी, ॲडव्होकेट दौंडकर, संपादक-लेखक ग. त्र्यं. माडखोलकर, सांगलीचे प्रा. रामभाऊ जोशी, मुंबईचे प्रा. दाभोळकर हे माझे साहित्यप्रेमी मित्र मला ग्रंथ भेट द्यायचे. सतत वाचनामुळे माझ्यातला लेखक जिवंत राहिला.

प्रश्न : तुम्हाला पहिलं मानधन कुणी, किती दिलं?

भाऊसाहेब : मासिक 'मनोरंजन'ने त्या जुन्या जमान्यात सतरा रुपये पाठवून मला थक्क केलं. 'किर्लोस्कर' मासिक गोष्टीला प्रारंभी पाच रुपये, नंतर साडेसात, त्यानंतर दहा पाठवीत असे. हे प्रमाण वाढत जाऊन पुढे पंचवीस रुपयांवर थांबलं. त्या काळी माझा पगार पंचवीस रुपये होता. तेव्हा पाच रुपये मिळाले तरी संसाराला मदत व्हायची. स्वस्ताईही होती. नारळ दोन पैशांना एक मिळायचा. पंचवीस रुपयांत एका कुटुंबाची व्यवस्थित गुजराण व्हायची. मी फक्त रविवारी दिवसभर

लिहायचो. इतर दिवशी शाळा आणि वाचन करायचो. रोज सायंकाळी लांबवर फिरायला जायचो.

प्रश्न : तुमच्या लेखनाला खरी सुरुवात केव्हापासून झाली?

भाऊसाहेब : 'उल्का'पासून माझा जबाबदार साहित्यिक म्हणून लेखनप्रवास सुरू झाला. त्या अगोदरचं लेखन म्हणजे उमेदवारी. ती हिशेबात घेऊ नये. उमेदवारीमुळे माझा हात मात्र तयार झाला.

प्रश्न : तुम्ही चित्रपटसृष्टीकडे कसे आणि केव्हा वळलात?

भाऊसाहेब : मास्टर विनायक माझ्या साहित्याचे भक्त होते. त्यांनी त्यांच्या 'हंस' चित्रपट कंपनीसाठी मला आग्रहाने १९३८ साली कोल्हापूरला नेलं. मला चित्रपटांची अजिबात आवड नव्हती. मी जेमतेम तीन इंग्रजी चित्रपट पाहिले होते; पण चित्रपट हे लोकांपर्यंत पोहोचणारं प्रभावी माध्यम आहे यात शंकाच नाही. त्या माध्यमात आपण असावं असं मला वाटलं. माझा ध्येयवाद तळागाळातल्या रयतेपर्यंत चित्रपटांच्या माध्यमातून पोचवायचं मी ठरवलं.

प्रश्न : तुमच्या काळात एकूण वाङ्मयीन जीवन कसं होतं?

भाऊसाहेब : निर्मळ होतं. लेखक मंडळींचे दृढ पूर्वग्रह अजिबात नव्हते. आम्ही एकमेकांचं लेखन आस्थेनं वाचायचो. 'गुरू' ह्या पदाविषयी आम्हाला अंतरीचा उमाळा आणि धाकही होता. आजच्या तुलनेत वाचकवर्ग खूप कमी होता; पण तो एकसंध होता. वाचकांचं लेखकांवर निरतिशय प्रेम होतं. मी विशेष भाग्यवान होतो; कारण गुरुजनांची आणि साहित्यातल्या अधिकारी वडीलमंडळींची शाबासकीची थाप माझ्या पाठीवर अगदी सुरुवातीपासून पडली, हे एक. शिवाय, मी काहीही लिहिलं तरी वाचक माझ्या लेखनशैलीवर खूश असत. त्यामुळे माझ्या मनाला उभारी असे. त्या काळी आमच्या पुस्तकांवर ताबडतोब अभिप्राय प्रसिद्ध व्हायचे. मी स्वत:सुद्धा इतरांच्या पुस्तकांवर समीक्षा लिहीत असे. त्यामुळे लेखनाला अनुकूल वातावरण निर्माण होत असे.

प्रश्न : तुमच्या आठवणीतला अतिशय सुखाचा दिवस कोणता?

भाऊसाहेब : १९१५ साली कोल्हापूरला 'पॅलेस' नाट्यगृहाचं उद्घाटन झालं. त्या वेळी स्वागतगीत रचण्याची कामगिरी गुरुवर्य गडकरींकडे आली होती; पण ते आजारी होते, म्हणून त्यांनी मला ते स्वागतगीत लिहिण्याची आज्ञा केली. मी ते लिहिलं. गडकरींनी त्यात किरकोळ फेरबदल केले नि ते गीत त्या प्रसंगी गायलं गेलं. गुरूने माझ्यावर विश्वास टाकला नि मी त्या विश्वासाला त्यांच्या दृष्टीने पात्र ठरलो, ही माझ्या मते अत्यंत आनंदाची बाब.

प्रश्न : तुमच्या आयुष्यातला दु:खाचा दिवस कोणता?

भाऊसाहेब : मी कोल्हापुरात असताना प्रा. फडके आणि माधवराव पटवर्धनही तिथेच होते. आमचे संबंध खेळीमेळीचे नि घरोब्याचे होते. आम्ही एकमेकांकडे जेवायला जायचो, गप्पा व्हायच्या. अशा वातावरणात माधवराव पटवर्धन आजारी पडले. दुखणं हटेना. त्यांची वैद्यकीय तपासणी करण्याकरिता त्यांना घेऊन मी मिरजेला डॉ. भडकमकरांकडे गेलो. डॉ. भडकमकरांनी माधवरावांची प्रकृती तपासली आणि मला एकीकडे बोलावून म्हणाले, 'भाऊसाहेब, माधव ज्यूलियनांच्या यकृताला कर्करोगाची बाधा झालेली आहे. रोग हाताबाहेर गेलेला आहे. आता कसलीही उपाययोजना करणं अशक्य आहे. आता हे काही दिवसांचे सोबती आहेत. तेव्हा त्यांना त्यांच्या बायकोमुलांकडे जाऊ दे. जे काही व्हायचे ते तिकडे होऊ दे.' ते ऐकून माझा जीव गुदमरून गेला. आम्ही माधवरावांना त्यांच्या कुटुंबीयांकडे पुण्याला पाठवलं. तिथे थोड्या दिवसांनंतर माधव ज्यूलियन स्वर्गवासी झाले. त्यांचं कर्करोगाचं निदान ऐकलं तो माझ्या आयुष्यातला दु:खाचा दिवस.

प्रश्न : मराठी साहित्याला चांगले दिवस येण्यासाठी काय करायला पाहिजे?

भाऊसाहेब : लेखकापाशी भविष्यकाळाबद्दल श्रद्धा हवी. उत्तम लेखक हा त्याच्या काळाचाही पाहिजे आणि पुढच्या काळाचाही हवा. हरिभाऊ तसे होते. केशवसुत तसे होते. आजच्या काळात मर्ढेकरांपाशी ती दृष्टी दिसते. त्यांना माणसाचं माणूसपण टिकावं अशी ओढ होती, कणव होती. मर्ढेकरांची 'पाणी' कादंबरी मला फार आवडते. शिवाय, आता वाचकांपाशी वेळ कमी आहे; म्हणून मराठीतले जे अस्सल अक्षरधन आहे, ते नीट संपादन करून कमीतकमी शब्दांत त्याची फेरमांडणी व्हायला हवी. सौभद्र, शारदा, सुदाम्याचे पोहे, वज्राघात, झेंडूची फुले ही पुस्तकं साफसूफ करून त्यांच्या संक्षिप्त आवृत्त्या तयार केल्या पाहिजेत. ह्यापुढे सर्वांनीच आपल्याला जे काही सांगायचं आहे, ते छापील शंभर पानांच्या आत सांगितलं पाहिजे.

प्रश्न : आपण सध्या समाधानी आहात?

भाऊसाहेब : म्हटल्यास आहे. शासनाने मला मासिक चारशे रुपयांचं निवृत्तिवेतन सुरू केलं आहे. त्यामुळे निश्चिंत वाटतं. आता पोटापाण्याचा ससेमिरा माझ्यामागे नाही. तसंच मला वाचकांचं प्रेम प्रचंड प्रमाणावर लाभलं. तमिळ, गुजराती, हिंदी वगैरे भाषांमध्ये माझे अनुवाद झाले; त्यामुळे कृतार्थ वाटतं. प्रकृतीचं सुख नाही; पण ते कधीच नव्हतं आणि ह्या वयात ते मिळणंही कठीण. तेव्हा आहे ते ठीक आहे. आता नव्या पिढीचे वाङ्मयीन पराक्रम मला पाहायचे आहेत. ते पाहायला मिळाले तर सद्भाग्य म्हणायचे.

—'माळावरली फुलं' मधून

आत्मचरित्राच्या मनःस्थितीतील चिंतन

ज्येष्ठ पत्रकार प्रभाकर कुलकर्णी यांनी अमृतमहोत्सवाच्या निमित्ताने आत्मचरित्रासंदर्भात वि. स. खांडेकरांशी केलेली चर्चा म्हणजे खांडेकरांचं एक मुक्त चिंतनच.

खांडेकर-फडके-अत्रे-माडखोलकर हे मराठी ललित वाङ्मयात आघाडीवर असलेले समकालीन लेखक. यांपैकी खांडेकर आणि फडके यांची कर्मभूमी खऱ्या अर्थाने कोल्हापूर आहे. त्यांपैकी प्रा. ना. सी. फडके यांनी काही वर्षांपूर्वी कोल्हापूरचा त्याग केला आणि पुण्याला स्वतःची वास्तू बांधून उत्तरायुष्याची कर्मभूमी म्हणून पुणे पसंत केले; पण वि. स. खांडेकर आयुष्यभर स्वतःच्या कर्मभूमीशी एकनिष्ठ राहिले. त्यांनी कोल्हापुरात 'नंदादीप' नावाचा स्वतःचा बंगला बांधला आणि आत्मचरित्र लिहिण्याच्या मनःस्थितीत सत्तरी उलटल्यानंतरचं जीवन ते तेथे व्यतीत करीत आहेत. खांडेकरांना ११ जानेवारीस ७५ वर्षे पूर्ण होत आहेत.

मराठी साहित्याला खांडेकरांनी काही नवं दिलं आहे. आता आत्मचरित्रासारख्या साहित्यप्रकारात स्वतःची काही वेगळी भर टाकून मराठी लेखकांसमोर एक नवा आदर्श ठेवण्याची त्यांची तयारी चालू आहे. हा नवा आदर्श कोणता? आत्मचरित्र लिहायचे असेल तर ते खरे लिहावे, हाच आदर्श आज मराठी वाङ्मयात निर्माण करण्याची गरज निर्माण झाली आहे. थोडे खरे लिहायचे, चुका आणि दोष मांडत असताना त्यांचे खोटे समर्थन करण्यासाठी पानेच्या पाने खर्ची घालायची, ही लकब मराठी आत्मचरित्राच्या क्षेत्रात रूढ होऊ लागली आहे. ही प्रवृत्ती खांडेकरांना नापसंत आहे आणि म्हणूनच ते तीन विभागांत आत्मचरित्र लिहीत आहेत. केवळ मराठी वाचकांसाठी चार-पाचशे पानांचे आत्मचरित्र प्रथम प्रकाशित होईल. या आत्मचरित्रात स्वतःचे जीवन, जीवनाचा आणि स्वतःच्या लेखनाचा संबंध, समकालीन लेखक, एकंदर मराठी साहित्यातील इष्टानिष्ट प्रवृत्ती, गुणदोष, मतं-मतभेद अशा विविध

रंगांनी नटलेले हे आत्मचरित्र प्रसिद्ध करायचे या जिद्दीने ते काम करीत आहेत.

खांडेकरांचा वाचकवर्ग केवळ मराठी नाही. हिंदी, गुजराती, तमिळ यांसारख्या अन्य प्रादेशिक भाषांतून त्यांच्या लेखनाची भाषांतरे झाली असून, त्या भाषांतूनही ते दुसरे स्वतंत्र आत्मचरित्र लिहिणार आहेत. तिसरा विभाग अधिक महत्त्वाचा आणि कदाचित मराठी साहित्यक्षेत्रात खळबळ उडविणारा ठरेल! स्वत:चे जीवन, आपल्या समकालीन लेखक-मित्रांचे जीवन व मान्यवर गुणवंत आणि कलावंत यांचे जीवन गुणांनी बहरलेले होते, तसेच दोषांनी आणि विकृतींनी पछाडलेले होते. त्या जीवनामधील रहस्ये स्पष्ट करून त्यांचे विवरण करण्याचा या विभागात खांडेकर प्रयत्न करीत आहेत; पण हे आत्मचरित्र मात्र आपल्या मृत्यूनंतरच प्रसिद्ध करावे, अशी अट घालून ते लिहिले जाणार आहे.

मी खांडेकरांना विचारले की, *'हा भ्याडपणा ठरणार नाही का?'* ते म्हणाले, 'आपल्या समाजात अजून सत्य पचविण्याची, सहन करण्याची शक्ती आलेली नाही. आपले भारतीय मन अजून विभूतिपूजेच्या आहारी जात असतं. त्यामुळं एखाद्या अतिलोकप्रिय लेखकासंबंधी अगर विभूतीसंबंधी काही सत्य घटना बाहेर आल्या तर त्या लोकांना अगर संबंधितांना रुचणार नाहीत. मीही स्वत: याच समाजातला व माझं मन याच वातावरणात घडलेलं असल्यामुळं भ्याडपणाचा आरोप मला मान्य आहे; पण त्याशिवाय इलाज नाही. मृत्यूनंतर प्रसिद्ध करावयाच्या माझ्या चरित्र-विभागात मी स्वत:चे दोषही मांडणार आहे. माझ्या हातून काही पाप घडलं असेल, नैतिकदृष्ट्या अध:पतन झालं असेल तर तेही मी लिहिणार आहे. पाश्चात्त्य साहित्यात सत्यकथनाची जी मर्यादा गाठली आहे, ती मराठी साहित्याला आणि आपल्या समाजाला पेलणारी नाही.'

ही जीवनरहस्ये स्पष्ट करताना खांडेकरांची भूमिका काय राहणार आहे? त्याचे स्वरूप केवळ सनसनाटी चित्रणाचे असणार की विश्लेषणात्मक असणार? चिंतनशीलता आणि जीवनाच्या कोणत्याही प्रमेयासंबंधी मूलगामी दृष्टिकोनातून विचार करणे हा खांडेकरांच्या प्रतिभेचा प्रकृतिधर्म असल्यामुळे, या लेखनातही सहिष्णुता व या रहस्यांचा शोधबोध यांचा मागोवा घेणारे विवेचन आढळल्याशिवाय राहणार नाही. एखाद्या कलावंताचं असं अध:पतन का होतं? तीव्र बुद्धिमत्ता अगर प्रतिभा आणि विकृती यांचा अन्योन्यसंबंध काय? प्रतिभावान पुरुषाच्या जाणिवेच्या कक्षा सदैव तीव्र राहतील, अशी अंगभूत क्षमता असेल तर पावित्र्याची भावनाही जीवनभर का असू नये? असे मूलभूत प्रश्न समोर ठेवून जीवनरहस्यांचा वेध घेण्याचा यात प्रयत्न असेल व याच विशिष्ट दृष्टिकोनातून खांडेकरांनी आत्मचरित्र-लेखनाचा हा संकल्प केला आहे.

आपल्या देशात तरुण पिढीसमोर आदर्शभूत ठरावीत अशी माणसे आज

नाहीत, हे खांडेकरांच्या मते एक विव्हल करणारे सत्य आहे. जयप्रकाश नारायण आणि विनोबाजी भावे ही दोन माणसं त्यांतल्या त्यात नावे घेण्यासारखी; पण तीही प्रसंगी एकांगी वाटतात. विनोबाजी हे एक उत्कृष्ट गद्यकवी आहेत, उत्तम निबंधकार आहेत. सृष्टीतील नाना रूपे पाहून त्यांच्या आध्यात्मिक दृष्टीला एक आगळे सौंदर्य, पवित्र सौंदर्य दिसतं आणि ते अतिशय साध्या-सोप्या भाषेत त्याचे वर्णनही करीत असतात. पण समाजमनावर त्याचा पगडा पडत नाही. देशातील राजकीय स्थिती अस्थिर, सामाजिक विषमता अधिकाधिक भेसूर आणि तरुण पिढीसमोर आदर्श कोणता असेल तर चित्रपटांतील नायक-नायिकांचा! *या आदर्शांचा उपयोग नाहीच का,* या प्रश्नासंबंधी खांडेकर म्हणतात, 'चित्रपटातील नायक-नायिकांचं जीवन असं असतं की, तरुणांना अवैध मार्गाचेच आकर्षण वाटावे. चित्रपट-नायकांनी कर कसे चुकविले, याचे आकडे प्रसिद्ध होतात आणि सरकारी विभाग या करचुकव्या नट-नट्यांच्या बाबतीत उदासीन असतो. मग तरुण पिढीला कोणत्या जीवनपद्धतीचे आकर्षण वाटणार? स्वातंत्र्यापूर्वीच्या काळात गांधी-टिळक-आगरकर-फुले यांच्या जीवनाचे आकर्षण होते. त्यांच्या त्यागी जीवनाचा अर्थ त्या काळच्या तरुणांना उमगला होता आणि त्या आदर्शातून आगळी स्फूर्ती मिळत असे. आता तसे काय राहिले आहे?'

गेल्या पाऊणशे वर्षांच्या आपल्या आयुष्याचे सिंहावलोकन केले तर सुखी व संपन्न जीवन लाभल्याचे समाधान आपल्याला मिळालं असं म्हणता येईल काय? या प्रश्नावर बोलताना खांडेकर म्हणाले, 'जीवनात अपेक्षेपेक्षा मला जास्त समाधान मिळाले आहे. वाचकांनी खूप प्रेम केले व त्यामुळे पुस्तकांवर पुरेसा पैसाही मिळाला. उत्पन्नकर (न चुकविता) भरणारा एक मराठी लेखक होणे, ही मराठी साहित्याच्या क्षेत्रातील आर्थिक बाजूचा विचार केल्यास खचितच समाधान देणारी घटना आहे. मनाला यातना देणाऱ्या घटनाही घडल्या आणि दु:खंही पचविली. मूळ शिक्षकाचा पेशा व त्या काळात महात्मा गांधी, सानेगुरुजी यांच्यासारख्या विचारवंतांच्या विधायक प्रवृत्तीच्या विचारांचे महत्त्व पटल्यामुळे भोगापेक्षा त्यागाचे मोल समजले आणि त्यामुळेच दु:खे पचविता आली. आज अंधपणाचे दु:खही मी धीराने पचवीत आहे.'

'जीवनात दैवाचा भाग किती?' या प्रश्नाला खांडेकरांचं उत्तर असं की, 'दैवाचा भाग अल्प प्रमाणात का होईना, पण निश्चित आहे. ऐन तरुण वयात फुरसे चावले आणि त्यापासून अनारोग्याने आयुष्यभर शरीराला ग्रासले व आता दृष्टीही गेली. ही केवळ दैवाचीच अवकृपा! 'ययाति'सारख्या मराठीतील श्रेष्ठ कादंबरीला मानाचं पारितोषिक मिळालं आणि 'पद्मभूषण' पदवी मिळाल्यावर या आनंदात सहभागी होणारी पत्नी यापूर्वीच मृत्यूने नाहीशी केली. एका शिक्षकाला पती म्हणून निवडणाऱ्या स्त्रीच्या आयुष्यातील समाधानाचा हा मोठा क्षण होता; पण दैवानं हे घडू दिलं नाही.'

ही दैवयोजना खांडेकरांनी मानली आहे आणि अशी दैव-रचित दु:खं भोगलेली आहेत. ऐहिक सुखाच्या मागं लागून भोगवादाच्या आहारी जाणे हा खांडेकरांचा पिंडच नाही. त्यामुळे सुखलालसेने येणारी दु:खं भोगण्याची त्यांच्यावर वेळ आलेली नाही. सामान्य माणसाला भेडसावणारी दु:खं आणि समस्या त्यांच्यापुढे आहेतच; पण असामान्य सहनशक्तीच्या जोरावर त्यावर त्यांनी विजय मिळविला आहे. या साऱ्या सुख-दु:खांची खरीखुरी कहाणी त्यांना आत्मचरित्राच्या रूपानं वाचकांना सांगायची आहे. या पुढच्या लेखनाच्या योजनेत या 'आत्मलेखना'ला त्यांनी अग्रक्रम दिला आहे. 'दैवाने आयुष्य द्यावे म्हणजे खूप लिहीन' असे ते आत्मविश्वासाने सांगतात आणि म्हणूनच त्यांच्यासारख्या समर्थ लेखकाला दीर्घायुरोग्य लाभावं, हीच त्यांच्यावर प्रेम करणाऱ्या असंख्य वाचकांची सदिच्छा आहे.

— दै. मराठा

३१ डिसेंबर, १९७२

मराठी साहित्यात वैश्विकतेचा अभाव

भारतीय ज्ञानपीठाचे पारितोषिक मिळाले म्हणून श्री. ज. जोशी, जयवंत दळवी आणि विद्याधर पुंडलिक यांनी भाऊसाहेब खांडेकरांची भेट घेतली आणि 'ललित'च्या वतीने त्यांचे अभिनंदन केले. या वेळी जवळजवळ एक तास त्यांनी भाऊसाहेबांना अनेक प्रश्न विचारले. भाऊसाहेबांनी अत्यंत मोकळेपणाने प्रश्नांची उत्तरे दिली. त्याचे हे संकलन.

प्रश्न : भाऊसाहेब, तुमच्या बोलण्यातून आणि लिखाणातून कोल्हटकरांचा, गडकरींचा वारंवार उल्लेख येतो. साहित्यात तुम्ही स्वतःला कोल्हटकरांचे शिष्य मानता. साहित्यात अशा प्रकारची शिष्यपरंपरा ही शास्त्रशुद्ध कल्पना आहे का? साहित्यात अशी गुरुशिष्यपरंपरा आपण कोणत्या अर्थाने मानता?

उत्तर : मी माझ्यापुरतं सांगू शकतो. १९२० साली मी शिरोड्याला गेलो. लिहायची हौस होती. लिहीत होतो. नक्की काय लिहीत होतो, याची कल्पना नव्हती. अशा वेळी कोल्हटकरांना माझा एक लेख आवडला.

प्रश्न : हा लेख कोणता?

उत्तर : 'हा हन्त हन्त' हे त्या लेखाचं नाव होतं. गडकरींच्या मृत्यूनंतर 'नवयुग' मासिकाचा खास अंक निघाला होता. माधवराव काटदरे आणि माडखोलकर यांनी मला गडकरींशी अधिक परिचित म्हणून लिहायला सांगितलं होतं - त्या खास अंकासाठी. तो लेख साहजिकच कोल्हटकरांच्या वाचनात आला आणि त्यांनी मला एक पत्र लिहून उत्तेजन दिलं.

प्रश्न : एवढ्यानेच गुरुशिष्य?

उत्तर : त्यानंतर जवळजवळ पाच-सहा वर्षे माझं प्रसिद्ध होणारं सगळं लिखाण पाहून, त्यातील व्याकरणाच्या चुकांपासून तो कल्पनेच्या गोंधळापर्यंत

त्यांनी मला मार्गदर्शन केलं. माझ्यापुरतं बोलायचं तर, त्यांचं लेखनगुरुत्व सगळं व्यवहाराला धरून होतं.

प्रश्न : कोल्हटकरांनी मार्गदर्शन केलं एवढ्यापुरतंच हे गुरुत्व होतं का?

उत्तर : नाही! त्यांचं गुरुत्व मी का मानलं ते सांगतो. लहानपणी माझ्या वाचनात 'मूकनायक' नाटक आलं, तेव्हा त्यात मी इतका रंगून गेलो की, आपण असं काहीतरी लिहावं असं मला वाटायला लागलं. त्यामुळं या लेखकासारखं आपण लिहायचं ही माझी मुख्य कल्पना.

प्रश्न : मला नेहमी असं वाटतं की, शिष्याचं आणि गुरूचं साहित्यात व्यक्तिमत्त्व असतं?

उत्तर : प्रारंभीच्या दिवसांत - म्हणजे उमेदवारीच्या दिवसांत ते तसं नसतं. माझ्या पहिल्या दहा वर्षांच्या लेखनात तरी गडकरी आणि कोल्हटकर यांच्या शैलीची आणि कल्पनेची अतिशय छाया आहे. नंतर मी त्यातून मुक्त झालो. तरीसुद्धा नाही म्हटलं तरी मी त्या सावटामध्ये वाढत होतो. माझा पहिला विनोदी लेख प्रसिद्ध झाला 'महात्मा बाबा' नावाचा - 'उद्यान' मासिकात. त्या वेळी गणेश विठ्ठल कुलकर्णी हे या मासिकाचे संपादक होते. ते मला म्हणाले, 'तुमच्या कोट्या कोल्हटकर-गडकरींना शोभण्यासारख्या आहेत.' त्याचा त्या वेळी मला केवढा तरी आनंद झाला होता.

प्रश्न : तुम्ही मघाशी 'मूकनायक' नाटकाचा उल्लेख केलात. पुढल्या काळात तुम्हाला 'मूकनायक' नाटक चांगलं वाटलं होतं का?

उत्तर : नाही! लहानपणी मी 'मूकनायक' अनेकदा वाचलं होतं ना, त्या वेळी त्यातल्या कोट्या-कल्पना यांवर मी अतिशय खूष होतो. माझ्या लेखनात जे दोष आले ते मी त्यांचं अनुकरण केलं त्यामुळे! पुढे कुसुमावतींनी मला लिहिलं. त्यांना पेच पडला होता की, हा मनुष्य असं का म्हणतो की, मी कोल्हटकर, गडकरी यांच्या परंपरेतला आहे म्हणून? मग मलाच त्यांनी प्रश्न विचारला. मी लिहिलेलं उत्तर त्यांनी अर्धवट प्रसिद्धही केलं. माझी, आगरकर आणि हरिभाऊ यांची जशी परंपरा आहे, तशीच कोल्हटकर आणि गडकरी यांचीही आहे. म्हणजे कल्पनेपुरता आणि बाह्य शैलीपुरता मी कोल्हटकर-गडकरी यांच्यासारखा होतो. परंतु माझं अंतरंग मात्र त्यांच्याशी मिळतंजुळतं नव्हतं. ते आगरकर आणि हरिभाऊ यांच्याशी जुळणारं होतं.

प्रश्न : मग तुम्ही कोल्हटकरांनाच गुरू मानता, ते का?

उत्तर : मी वर्गातला विद्यार्थी आणि कोल्हटकर या साहित्यवर्गाचे शिक्षक,

अशा थाटात सगळं काम चाले. हे मला आवडलं नाही... हे चांगलं आहे, हे वाईट आहे... वगैरे. माझ्यापाशी कोल्हटकरांची ११२ पत्रं शिल्लक आहेत, ती मी गं. दे. खानोलकर यांच्याकडे दिली आहेत. ते कोल्हटकरांचा पत्रसंग्रह प्रसिद्ध करणार आहेत ना, त्यासाठी! त्यांनी त्या संग्रहासाठी सात-आठशे पत्रं गोळा केली आहेत. त्यांत माझ्याकडलीही पत्रं प्रसिद्ध होतील. त्या पत्रांवरून मी त्यांना गुरू का मानत होतो, हे तुमच्या लक्षात येईल.

प्रश्न : कोल्हटकरांचे शिष्य म्हणून तुम्ही त्यांना अधिक जवळचे होता की माडखोलकर?

उत्तर : माडखोलकर नागपूरला असल्यामुळे ते कोल्हटकरांच्या अधिक निकट होते. खानोलकरांनी आपल्या पुस्तकात असं म्हटलं आहे की, कोल्हटकरांना शिष्य अनेक असले तरी त्यांचं खरं प्रेम गडकरी, खांडेकर आणि आनंदीबाई शिर्के यांच्यावरच अधिक होतं. ते आता खानोलकरांनी कोणत्या आधारावर लिहिलं आहे, ते त्यांचं त्यांना ठाऊक! पण माडखोलकर हे नागपूरला आणि कोल्हटकर खामगावला; त्यामुळे दोघांच्या गाठीभेटी अधिक होत असत. कोल्हटकर माडखोलकरांपाशी अनेक गोष्टी बोलले असतील तसे ते माझ्यापाशी बोलू शकले नाहीत; कारण माझी आणि त्यांची गाठ अगदी क्वचित व्हायची. १९२६ साली मी त्यांना भेटलो आणि १९३४ मध्ये त्यांचं निधन झालं. म्हणजे फक्त आठ वर्षे मिळाली. त्यातही शेवटची ३-४ वर्षे मिळाली नाहीत. कारण १९३० साली शिरोड्याचा सत्याग्रह, १९३१-३२ साली मी दोन कादंबऱ्या लिहिण्यात मग्न होतो. १९३१ मध्ये कोल्हटकरांना फेशियल पॅरॅलेसिस झाला. त्यामुळे तेही परावलंबी झाले. त्यामुळे शेवटची दोन वर्षे गाठ पडू शकली नाही.

प्रश्न : जसे तुम्ही गुरुशिष्य परंपरेत वाढलात तशी तुम्ही गुरुशिष्य परंपरा निर्माण केलीत का? तुमची शिष्यशाखा?

उत्तर : नाही! अशी शाखा होत नाही.

प्रश्न : म्हणजे तुमच्याकडे कुणी शिष्य म्हणून आला? तुम्ही गुरू?

उत्तर : तसं नाही! रणजित देसाई मला गुरू मानतात, असं मी ऐकलं आहे -

प्रश्न : पण ते तुमच्या परंपरेतले वाटत नाहीत?

उत्तर : हो! ते माझ्या परंपरेतले नाहीत. मी त्यांना थोडंफार उत्तेजन दिलं एवढ्यासाठीच ते मला गुरू मानतात असं मला वाटतं.

प्रश्न : साहित्यातल्या ध्येयवादाच्या दृष्टीने तुम्ही जी प्रेरणा दिली, ती प्रेरणा स्वीकारणारे फक्त तुम्हाला गुरू मानू शकतील?

उत्तर : तुम्ही म्हणताय ते बरोबर आहे. त्या दृष्टीने कुणी शिष्य नाही आणि मी कुणाचा गुरू नाही.

प्रश्न : सध्याची लेखकांची पिढी आणि तुमची पिढी यांचा जेव्हा तुम्ही तुलनात्मक विचार करता, तेव्हा तुमच्या प्रतिक्रिया काय असतात? आम्ही मंडळी जे काही नवीन करतो आहोत, त्यातून आम्ही पुढं गेलो असं तुम्हाला वाटतं का? तुमच्यात आणि आमच्यात खूप अंतर आहे असं वाटतं का?

उत्तर : आमची पिढी आणि आमच्या मागची गडकरींची पिढी यांत जेवढं अंतर होतं त्यापेक्षा अधिक अंतर आज पडलेलं आहे आणि याचं कारण साहित्यिक कारणापेक्षा सामाजिक कारण अधिक आहे. सबंध समाजच गेल्या पन्नास वर्षांत इतका बदललेला आहे की, मी जर आज लिहू लागलो असतो तर कदाचित तुमच्यासारखंच लिहिलं असतं. हे अटळ आहे. मनुष्य शेवटी आपल्या कालखंडाशी बांधलेला असतो.

प्रश्न : तुम्ही ध्येयवादी लेखक आहात, तेव्हा तुमच्या लिखाणाचा वाचकांवर गेल्या पन्नास वर्षांत परिणाम झाला असं तुम्हाला वाटतं का? त्यामुळे जग सुधारलं असं वाटतं का?

उत्तर : खरं तर जग कधीच सुधारत नाही. जग सुधारण्याचं स्वप्न आपल्यापुढं असतं आणि त्याकरिता आपण धडपडत असतो. बुद्ध, ख्रिस्त यांनी तरी जग सुधारलं का?

प्रश्न : तसं नव्हे! विचारण्याचा रोख असा होता की, तुमच्या लिखाणाचा परिणाम गेल्या पन्नास वर्षांच्या कालखंडावर झाला का? एखाद्या पिढीवर तरी?

उत्तर : परवा ज्ञानपीठाचं पारितोषिक मिळाल्यावर मला जी वाचकांकडून पत्रं आली, त्यांतल्या शे-दोनशे पत्रांमध्ये तरी तुम्ही आमच्यावर चांगले संस्कार केले, त्यामुळे आमच्या जीवनाला वळण लागलं वगैरे उल्लेख होते. ते आता खरं होतं का खोटं ते मी कसं सांगू? आमची मनोरचना तयार होण्याच्या अवस्थेत असताना आम्ही तुमचं साहित्य वाचलं. त्यामुळे आमच्या मनावर चांगला परिणाम झाला. त्यामुळे आयुष्यातले काही मोह आम्हाला टाळता आले. आम्ही काही चांगलं करू शकलो असं म्हणणारे अनेक लोक मला नेहमी भेटत असतात. आता ते मला खूश करण्यासाठी तसं म्हणतात की ते तसं मनापासून म्हणत असतात, हे कसं कळणार? शिवाय ते खरं मानलं तर त्यांच्या आयुष्यात काही सुधारणा झाली म्हणजे खरोखर काय झालं हे कसं कळणार?

प्रश्न : पण म्हणजे तुम्ही त्यांच्यावर - म्हणजे तुमच्या वाचकांवर - संस्कार

व्हावेत या उद्देशानं लेखन केलंत?

उत्तर : हो! कारण संस्कार साहित्याचा हा एक भाग आहे असं मी मानत आलो आहे.

प्रश्न : परवा 'साधने'मध्ये एक छान म्हणजे लेखकाला अभिमान वाटेल असं पत्र आलं होतं. त्या पत्रलेखकानं म्हटलं होतं की, मी एकदा आत्महत्येच्या टोकापर्यंत गेलो होतो, पण त्या वेळी खांडेकरांचं साहित्य वाचल्यावर मी आत्महत्येच्या विचारापासून परावृत्त झालो, मला जीवनाबद्दल उमेद वाटली. याच संदर्भात मला असा एक प्रश्न विचारायचा आहे की, तुम्हाला अशीही काही पत्रे येतात का? की तुमच्या साहित्यातल्या ध्येयवादाने मी भारावून गेलो होतो आणि आता मात्र मी disillusioned झालो आहे असं म्हणणारी?

उत्तर : अशी पत्रं येण्याची गरजच नाही! कारण मी स्वतःच आता disillu- sioned झालोय. त्या दिवशी कराडला भाषण करताना मी माझं मन विस्कटलंय म्हणून सांगितलं त्याचा अर्थ तोच होता. मीच disillusioned झाल्यावर माझ्यावर अवलंबून राहणारे लोक नाही का तसेच disillusioned होणार?

प्रश्न : तुम्ही हुषार असूनही समाजकार्याच्या उद्देशाने, शाळामास्तर होण्यासाठी कोकणात गेलात?

उत्तर : नाही, मीहून उठून कोकणात गेलो नाही. मला दत्तक घेतल्यामुळे मी कोकणात पाठविला गेलो.

प्रश्न : ठीक आहे; पण तुम्ही कोकणात आल्यावर शाळामास्तर होणं पसंत केलंत. आज तुम्ही तुमच्या मुलाला किंवा नातवाला 'शाळामास्तर हो' असं सांगाल का?

उत्तर : मुळीच नाही. आणि 'आजचा शाळामास्तर हो' असं तर बिलकूल सांगणार नाही. किमान माझ्या वेळचा शाळामास्तर असता, तर थोडीफार परवानगी दिली असती. कारण माझ्या वेळचा आणि आताचा शाळामास्तर यांत मोठा फरक आहे. आज शाळा-कॉलेजबद्दल लोक disillusioned होतात. आमच्या वेळेला निदान illusion तरी खरं होतं.

प्रश्न : फार पूर्वी तुम्ही 'वकील की शिक्षक?' अशी एक गोष्ट लिहिली होती. त्यामध्ये वकील होऊ नको; पण शिक्षक हो असं तुम्ही म्हटलं होतं.

उत्तर : हो! ती माझी प्रारंभीच्या काळातली गोष्ट होती. त्या वेळी मला तसं वाटत होतं. कारण मी वकिलांचे अनेक धंदे पाहिले होते. शिक्षक बिचारा असले धंदे करू शकत नाही, त्यामुळे तो गरीब बिचारा, पवित्र प्राणी आहे, असं मी मानत

होतो. माझी त्या वेळची आणि आजची मतं सारखी नाहीत. सारखी असणंही शक्य नाही. नाही तर मग पन्नास वर्षांत अनुभव काय घेतला असं होईल...

प्रश्न : मघाशी तुम्ही म्हणाला की, मला एक प्रकारची disillusionment आली. एका समीक्षकानं असं म्हटलेलं आहे की, खांडेकर हे अतिशय प्रामाणिक असे जीवनवादी आहेत; पण जीवनसंशोधक नाहीत. म्हणजे as it is आणि as it should be यामधे as it should be चा तुमच्यावर पगडा आहे आणि त्यामुळे आपला मांगल्यवाद तुम्ही जीवनावर लादलेला आहे?

उत्तर : याचं कारण असं की, life as it is असं मला कितीसं बघायला मिळालं? अठरा वर्षे मी शिरोड्याला बांधला गेलो होतो. तोपर्यंत माझी चाळिशी आली. तोवर मी फक्त खेडेगावच पाहिलं होतं. खरं सांगायचं म्हणजे मी माझ्या प्रकृतीमुळे कुठं जाऊ शकलो नाही. प्रवास करू शकलो नाही. लोकांत मिसळू शकलो नाही. त्यामुळे मी जीवनसंशोधक नाहीच नाही! जीवनसंशोधक शरच्चंद्र!

प्रश्न : तुम्ही आयुष्याची अठरा वर्षं शिरोड्याला काढलीत. मग तुम्ही प्रामुख्याने ग्रामीण लेखक कसे झाला नाही?

उत्तर : मी शिरोड्याला येण्याआधीच माझा पिंड बनून गेला होता. कोल्हटकर, गडकरी यांनी माझा पिंड आधीच घडवला होता. आजचे ग्रामीण लेखक हे खेड्यात उगवलेले आहेत. मी खेड्यात उगवलेला माणूस नाही. खेडेगावाला दत्तक गेलेला मी माणूस आहे.

प्रश्न : १९३८ साली तुम्ही खेडं सोडल्यावर तुमच्या लेखनावर कोणता परिणाम झाला?

उत्तर : शिरोड्याला असताना जे विषय माझ्या मनात थैमान घालीत होते ते कमी झाले. त्याऐवजी दुसरे विषय आले आणि ते इतके मोठे होते की, मूळचे विषय बाजूला पडले.

प्रश्न : तुमचं महत्त्वाचं असं significant लेखन १९३८ च्या आधी झालं की नंतर?

उत्तर : आधी आणि नंतरही! त्यात वाङ्मयीन गुण किती हा मुद्दा वेगळा. मी मधल्या काही वर्षांत काहीही लेखन केलं नाही, साहित्यसंन्यास घेतला. त्याची कारणमीमांसा मी 'अश्रू'च्या वेळी केली आहे.

प्रश्न : तुम्ही शिरोड्याला गेलात तेव्हा पहिल्या एक-दोन वर्षांत तिथल्या लोकांना तुमच्या प्रतिभासंपन्नतेची जाणीव होती का? तुम्ही सामान्य माणसांमध्ये मिळून-मिसळून वागत होता की तुमच्या प्रतिभेमुळे तुम्ही अलग राहिलात?

उत्तर : गावातल्या लोकांना तशी जाणीव असणं शक्य नव्हतं; कारण पन्नास वर्षांपूर्वी तिथं किती लोक साक्षर असतील याची कल्पना करा. अर्थात मी तिथं रमून मात्र गेलो होतो. मी अलग पडलो आहे किंवा राहिलो आहे असं कधी मला वाटलं नाही. पहिली दहा वर्षं तर साहित्य हे माझं मुख्य काम नसून शिक्षण हे मुख्य काम आहे असं मानून वागत होतो.

प्रश्न : आणि शिरोड्याला साहित्याची, तुमच्या लेखनाची, विषयांची चर्चा करायला ग्रुपही नव्हताच ना?

उत्तर : नव्हता! पण मला अशा प्रकारच्या ग्रुपची कधीच गरज वाटली नाही. अजूनही वाटत नाही. कोल्हापूरलाही मला असा ग्रुप नाही. आणि असा ग्रुप नाही ते बरं वाटतं.

प्रश्न : मनात काही विचार आला, कल्पना सुचली की कुणाला तरी ती सांगावी किंवा लिहून झाल्यावर कुणाला तरी ते वाचून दाखवावं असं वाटत नाही?

उत्तर : नाही! मी असं कधीच करीत नाही. चर्चा मी माझ्याशीच करतो. लेखन झालं आणि मला असं वाटलं की, हे ठीक आहे, तर ते मी प्रसिद्ध करतो. त्यानंतर येईल ती स्तुती-निंदा आपण घेतली पाहिजे असं मी मानतो. परंतु, प्रकाशनापूर्वी मी चर्चा वगैरे कुणाशी करीत नाही. शिरोड्याला असतानासुद्धा माझ्या सहशिक्षकांपैकी कुणी चर्चा करीत नसे. चर्चा होत त्या फक्त शाळेविषयी, गावातील शैक्षणिक प्रश्नांविषयी होत.

प्रश्न : तुमच्या घरात तरी? तुमच्या पत्नीबरोबर चर्चा, तिला कथा-कादंबरी वाचायला देणं, तिच्याशी चर्चा करणं वगैरे?

उत्तर : माझी पत्नी विशेष शिकलेली नव्हती. म्हणजे नवऱ्याची गोष्ट म्हणून तिनं वाचली असेल कधी एखादी. ती उत्तम गृहिणी होती. तिनं एकदा मला सांगितलं होतं की, तुम्हाला जशी तुमची पुस्तकं तशी मला माझी भांडीकुंडी! ती आपल्या संसारात रमलेली होती. मीही वाचनाची, चर्चेची वगैरे कधी सक्ती केली नाही; कारण तशी अपेक्षाच नव्हती. मला खेड्यात राहायचं होतं आणि खेड्यात राहील अशी पत्नी हवी, एवढीच माझी लग्नाच्या वेळी अट होती. तीही खेडेगावातच राहणारी होती. Isolation हा मला कधी प्रश्न वाटलाच नाही. त्या वेळी आणि आताही चोवीस-चोवीस तास मी एकटा राहू शकतो.

प्रश्न : तुम्ही तुमच्या घरात धर्म, कर्म, कर्मठपणा कधीच अंगिकारला नाही का?

उत्तर : माझ्या पिढीला नाही. मी दत्तक गेलो तिथं होतं; पण दत्तक घर सोडल्यावर मी सगळं सोडलं.

प्रश्न : मुलाची मुंज केली होती का?

उत्तर : नाही! माझ्यावर जुन्या प्रकारचे कोणतेही धार्मिक संस्कार नाहीत. श्राद्धपक्ष नाही. सत्यनारायण नाही. माझी दत्तक बहीण माझ्याबरोबर राहत होती तेव्हा माझ्या घरी तिचे देव होते. कोल्हापूरला माझ्या मुलीचे देव आहेत. ती फुलं वाहते. मी काही करीत नाही.

प्रश्न : म्हणजे आंधळेपणात, एकाकीपणात तुम्ही कोणताही ईश्वर मानत नाही?

उत्तर : मी असा ईश्वर मानीत नाही की जो माझ्यात लुडबूड करील. विश्वाच्या केंद्रस्थानी जी काय चैतन्यशक्ती असेल ती मी मानतो. पण ही जी देवाची कल्पना आहे, त्यामुळं मनं दुबळी आणि दैववादी बनतात. चांगलं काही होत नाही.

प्रश्न : तुम्हाला संपूर्ण आंधळेपणा आल्यानंतर तुमचे दिवस फार भयानक गेले असतील?

उत्तर : नाही! हॉस्पिटलमध्ये असताना माझ्या ऑपरेशन झालेल्या डोळ्यात बिघाड झाला. आत पू झाला. डोळा काढण्याचा प्रसंग आला. ज्यानं थोडंफार दिसेल अशी आशा होती असा डोळा तोच. म्हणून डॉक्टर मला सांगायला कचरू लागले. मला कळलं तेव्हा मीच डॉक्टरांना सांगितलं, डोळा काढून टाका. जसं समोर येतं तसं भोगायचं.

प्रश्न : तुमच्याबरोबर लिहायला लागलेला एखादा चांगला लेखक पुढं एकदम लिहायचा थांबला असं झालं का?

उत्तर : तसं सांगणं कठीण आहे; पण दौंडकरांचं नाव आठवतं. ते माझ्याबरोबर लेखन करीत. त्यांची एक विशिष्ट शैली होती. त्यांना उपरोधात्मक, उपहासात्मक गोष्टी चांगल्या लिहायला येत होत्या. वास्तविक ते त्यात पुष्कळ पुढं जातील असं वाटत होतं; पण पुढे त्यांचं लेखन एकदम थांबलं. कारण वकिली वगैरेंत त्यांचा वेळ गेला.

प्रश्न : दिवाकर कृष्णही?

उत्तर : हो! माझ्या आधी त्यांची एक गोष्ट प्रसिद्ध झाली होती. वयाने ते दोन वर्षांनी लहान; परंतु दिवाकर कृष्णांची लेखनाची एक विशिष्ट अशी पद्धत होती. त्यामुळे ते लिहू शकले नाहीत असं वाटतं!

प्रश्न : मॅट्रिकपर्यंत तुम्ही सांगलीला शिकलात. त्या वेळी कमतनूरकर तुमच्याबरोबरीचे?

उत्तर : नाही, कमतनूरकर पुण्याला राहत होते. न्यू स्कूलच्या बोर्डिंगमध्ये राहत असत; पण पुण्याला प्लेग झाला तेव्हा ते सांगलीला आले. मी इंग्रजी

पाचवीत म्हणजे आताच्या नववीत असताना. त्यांच्यामुळे माझं कितीतरी वाचन झालं.

प्रश्न : पुढे त्यांची अशी कधी भावना झाली का की तुम्ही खूप वर गेला आणि ते खालीच राहिले?

उत्तर : नाही, तसं नाही मला वाटत! उलट शेवटच्या दिवसांत आम्ही पुन्हा खूप प्रेमाने एकमेकांना भेटलो.

प्रश्न : तुम्ही त्यांच्यावर 'सत्यकथे'त जो शेवटला लेख लिहिला होता त्यात असं काही ध्वनित झालं असं मला वाटलं!

उत्तर : तसं काही नाही. ३०-३२ पर्यंत मात्र ते माझ्यापुढे खूप होते. त्या वेळी मी कुणीच नव्हतो.

प्रश्न : फडकेंचा कलावाद जसा रोमँटिक तसा खांडेकरांचा जीवनवादही रोमँटिक असं म्हटलं जातं. सानेगुरुजींनी जशी एका प्रवृत्तीची - कुमार अवस्थेतील मुलांची गरज भागवली तशी तुम्ही आणि फडके यांनी तुमच्या काळाचीच फक्त गरज भागवली असं म्हटलं तर –? की Universal Significance तुम्ही तुमच्या साहित्यात आणू शकलात असं तुम्हाला वाटतं?

उत्तर : मी स्वत: असं सतत मानत आलो आहे की, माझ्यासारखा लेखक हा आपल्या काळापुरता एक लेखक आहे. हा भविष्यावर अधिकार चालवणारा लेखक नाही. त्यामुळे वर्तमानकाळाशी जेवढा मला सांधा जोडता आला तेवढा मी जोडला. त्याचा काही उपयोग झाला असं मला वाटतं. लोकांनी मला उचलून धरलं. त्यामुळे साहजिकच माझी अशी समजूत झाली की, मी लोकांना हवं ते देतोय - आणि ते जे हवं ते देतोय याच्यामध्ये माझ्या दृष्टीने अमंगल असं काही नव्हतं. परंतु ते करताना मी universal असं काही करतोय, असं मला वाटलं नाही. अजूनही नाही! तेवढा मोठा लेखक मी आहे असं मला वाटत नाही.

प्रश्न : ज्याला असं universal appeal किंवा significanceआहे असा मराठी लेखक तुम्हाला कोण वाटतो?

उत्तर : तसा कुणी नाही! इंग्रजी वाङ्मयातसुद्धा शॉ वगैरे लेखक त्यांच्या काळी फार मोठे होते; पण ते आता कुठं उभे आहेत? म्हणून काही मी शॉला कमी लेखणार नाही. मी असं मानतो की, त्यानं आपल्या काळाचं काम केलं. आता काही वाङ्मयीन गुणांकरिता शॉ वाचलाही जाईल. ज्यांना कोट्या-कल्पना आवडतात, उत्तर-प्रत्युत्तरांचे संवाद आवडतात, त्याच्या सखोल प्रस्तावना ज्यांना आवडतात ते शॉ चे भक्त राहतील. बाकीचे सगळे गेले. पण एक काळ असा होता की, शॉनं त्रिखंड गाजवलं होतं!

प्रश्न : आजचं युग हे यंत्रप्रधान आहे. त्यातून mass society निर्माण झाली आहे. त्यामुळे एका अमेरिकन टीकाकाराने म्हटले आहे की, This is the darkest night for an artist. म्हणजे या समाजातून कलेचं महत्त्व कमी होतंय.

उत्तर : १९४१ मध्ये मी जमखिंडीला साहित्य संमेलनाचा अध्यक्ष होतो. तिथं मी त्या वेळी स्वच्छच सांगितलं होतं की, रेडिओ, चित्रपट ही साधनं म्हणजे अभिजात साहित्यावरील आक्रमणं आहेत. म्हणजे उच्च अभिजात साहित्य लोकांच्या वाचनात येण्याची शक्यता हळूहळू कमी होतेय. यंत्रयुग mass mind तयार करीत आहे; पण त्यामुळे व्यक्ती नाहीशी होते आहे.

प्रश्न : अशा वेळी लेखकानं काय करावं?

उत्तर : मला वाटतं commercial साहित्य हे अभिजात साहित्यावर मात केल्याशिवाय राहणार नाही. तो पराभव पत्करून चांगल्या लेखकांनी कलागुणांची जोपासना केली पाहिजे.

प्रश्न : पूर्वी तुमची राहणी बहुधा गरिबीची होती. आता तुमची राहणी उच्चवर्गीय पांढरपेशाची असावी; तर तुम्हाला आजचं जीवन हवंहवंसं वाटतं का?

उत्तर : माझ्या राहणीत तसा काही फरक पडलेला नाही. ती जवळपास आहे तशीच आहे. मी तसा अजून वृत्तीने खेडूतच आहे. अजूनही कुठल्या खेड्यात जायचं म्हणजे हौस वाटते. शहरात मला कोंडल्यासारखं होतं. मला अजूनही शिरोड्याला राहायला मिळालं, समुद्रावर फिरायला मिळालं तर ते मी परमसुख मानीन.

प्रश्न : जर तुमची तब्येत चांगली असती, तुम्हाला खूप प्रवास करायला मिळाला असता, तर त्याचा तुमच्या साहित्यावर इष्ट परिणाम झाला असता काय? स्वप्नाळूपणा कमी झाला असता काय?

उत्तर : निश्चितच! माझे विषय बदलले असते. माणसांची जीवनं किती संमिश्र असतात हे अधिक उत्तम दाखवता आलं असतं. स्वप्नाळूपणा कमी झाला असता. माझा स्वप्नाळूपणा हा बैठकीतून निर्माण झाला आहे. मी घरी बसून वाचतो. वाचनाने विचार बदलतो; पण त्यापेक्षा अनुभवाने तो अधिक बदलतो. तो अनुभव अर्थातच मानवी पाहिजे. प्रत्यक्ष व्यवहारातून यायला पाहिजे.

प्रश्न : आताच्या तुमच्या संपूर्ण अंधत्वामुळे आणखी काय परिणाम होईल?

उत्तर : आणखी काय होणार? कारण पूर्वी मी अंध नसलो तरी पांगळाच होतो. आता दुसऱ्याला सांगून लिहिणं हे अधिक त्रासाचं. स्वत: रमून, रमता रमता लिहिणं हे वेगळं आरि दुसऱ्याला सांगून लिहिणं हे वेगळं!

प्रश्न : पूर्वी टीका करताना तुम्ही ती फार कठोरपणाने केलेली आहे?

उत्तर : कबूल आहे! ते गुरुघराणं आहे! तुम्ही कोल्हटकरांची टीका वाचा.

प्रश्न : तुम्ही स्वत: टीकेच्या बाबतीत हळवे आहात का? कुसुमावती देशपांडे यांनी तुमच्या कादंबऱ्यांना 'होल्डॉल' म्हटलं म्हणून तुम्ही चिडला होता का?

उत्तर : त्यांनी तसं म्हटलं होतं; पण मी चिडलो नव्हतो. मी फक्त त्यासंबंधीची माझी मीमांसा तेवढी सांगितली होती. एक जुनी गोष्ट सांगतो. 'हृदयाची हाक' ही माझी पहिली कादंबरी प्रसिद्ध झाल्यानंतर 'ज्ञानप्रकाशा'त एक लहानलहान लेखांची लेखमाला सुरू झाली. हे लेख 'चव्हाण' या नावाने कोल्हापूरहून येत व प्रसिद्ध होत. त्या लेखांचं रहस्य मला कधीच उलगडलं नाही. त्या लेखांतून असं मांडलं जाई की, 'हृदयाची हाक' ही फडकेंच्या 'जादूगार'ची नक्कल आहे; पण त्या लेखांनीसुद्धा त्या काळात मी चिडलो नाही. त्याच वेळी 'प्रगति' साप्ताहिकात जोगळेकर नावाचा कुणी एक नवा कादंबरीकार म्हणून उदयाला येत असलेला असेच काहीतरी लिहीत होता. कोल्हटकर म्हणायचे, लेखक हा वाघ आणि सुसर यांच्या मधोमध असतो. त्याला वाचायचं असेल तर त्यानं खाली बसून त्यांची लढत बघावी. तेव्हा माझ्यावरील सर्व लिखाणांचे अंशछेद घालवून मी एवढंच मनाशी ठरवतो की, चार लोक माझ्याबद्दल बरं बोलत आहेत आणि चार लोक वाईट बोलत आहेत, एवढंच!

प्रश्न : दुसरं महायुद्ध, १९४१-४२ची आपली स्वातंत्र्याची चळवळ, देशाची फाळणी, निर्वासित इत्यादी आघात जे तुमच्यावर झाले ते पचवून, त्यांवर चिंतन करून ते तुम्हाला नीट व्यक्त करता आले नाहीत का?

उत्तर : नाही. या चिंतनात गोंधळ अधिक झाला. खरं सांगायचं तर शिरोड्याला जो सत्याग्रह झाला तोच काय तो मी पाहिलेला.

प्रश्न : म्हणजे लेखकानं पाहिलंच पाहिजे, अनुभवलंच पाहिजे असं तुमचं मत आहे?

उत्तर : हो! म्हणजे जेव्हा अघटित घडतं तेव्हा लेखकानं निदान अशा प्रसंगाच्या जवळ तरी असायला हवं.

प्रश्न : म्हणजे हल्ली असं एक फॅड असतं की निरीक्षण करण्याची टिंगलच होते.

उत्तर : आपण निरीक्षण करण्याची जाहिरात करू नये.

प्रश्न : 'बुद्ध आणि हिटलर' या कादंबरीची बरेच दिवस जाहिरात चालत असे. ती तुम्ही शेवटी कधी लिहिलीच नाही; पण त्यात तुम्हाला काय लिहायचं होतं?

उत्तर : ती एक फँटसी माझ्या डोक्यात होती. हिटलरसारखा एक राजा दाखवायचा होता आणि तो शेवटी बुद्धाकडे वळतो असं दाखवायचं होतं.

प्रश्न : तुम्हाला जे विषय सुचत जातात त्याची तुम्ही टिपणं ठेवता का?

उत्तर : नाही. एक सांगतो - मला जे विषय सुचतात त्यांच्या एकदशांशही मी लिहू शकलेलो नाही! मला एक विषय फार काळ फॉलो-अप करता येत नाही. जे सुचतं ते मनात दीर्घकाळ फुलत गेलं तरच लिहावंसं वाटतं.

प्रश्न : तुम्ही कादंबरीची तरी टिपणं, आराखडा वगैरे करता का?

उत्तर : नाही. कादंबरीचे दोन-तीन आधारस्तंभ लक्षात आले आणि कादंबरीचं सूत्र एकदा मनात पक्कं झालं की मी लिखाण सुरू करतो. ओघामध्ये कादंबरी सुरू झाली की ती पूर्ण होते. आजारपणामुळे किंवा अन्य कारणांमुळे खंड पडला की ती पूर्ण होणं कठीण!

प्रश्न : तुम्हाला उपमा, उत्प्रेक्षा वगैरे अलंकारांचा सोस फार होता; पण 'अश्रू'पासून 'ययाति'पर्यंत तुम्ही तुमच्या अलंकारिक शैलीला एकदम फाटा दिला. हे तुम्हाला कसं काय जमलं?

उत्तर : मी त्यावर थोडा विचार केला हे खरं! पण मला वाटतं, वयाबरोबरच हे झालं असावं. 'क्रौंचवध' आणि 'अश्रू' यांमध्ये दहा-बारा वर्षांचं अंतर आहे. त्याचाही परिणाम झाला असावा.

प्रश्न : तुम्ही तुमच्या पूर्वीच्या कादंबऱ्या वाचता तेव्हा त्या कृत्रिम वाटतात?

उत्तर : माझी कुठलीही कादंबरी मी वाचलेली नाही. मी 'ययाति'सुद्धा छापील वाचलेली नाही.

प्रश्न : गांधीवाद आणि मार्क्सवाद या दोघांचं मिश्रण तुमच्या मनावर आहे. हे शास्त्रीय आहे का?

उत्तर : स्थूलमानानं सांगायचं झालं तर बाहेरचा समाज बदलायला मार्क्सची जरुरी आहे; पण माणसाचं मन, अंतरंग बदलण्याची जी प्रक्रिया आहे तिच्याशी गांधीवाद सुसंगत आहे. लास्कीनंसुद्धा असं म्हटलं आहे की, There must be a revolution in the mind of man आपली privileges सोडण्याची ताकद माणसात आली पाहिजे. लास्कीने गांधीजींचा आधार घेतलेला नाही; पण आम्ही गांधीजींच्या कालखंडात वाढलेले आहोत. गेल्या २५ वर्षांत जे वाईट अनुभव आले, ते मनाचेच खेळ नाहीत काय?

प्रश्न : लोकांच्या मनावर चांगले संस्कार करावेत असं तुम्ही साहित्यात मानत आला आहात. मग कादंबरीऐवजी, सामुदायिक संस्कारांचं अधिक प्रभावी साधन म्हणून तुम्ही नाटकाकडे का नाही वळलात?

उत्तर : मी पहिल्याने नाटककारच होणार होतो. 'रंकाचं राज्य' हे नाटक मी

लिहिलं होतं. आणखीही ५-७ नाटकं मी लिहिली होती; पण रंगभूमीचा तो पडता काळ होता. त्यामुळे माझी नाटकं या ना त्या कारणानं रंगभूमीवर येऊ शकली नाहीत. बालमोहनने 'अमृत' चित्रपटाचं नाटक करून मागितलं होतं; पण 'अमृत'मधील बाबूराव पेंढारकर आणि ललिता पवार यांच्या तोडीचे रंगभूमीचे कलाकार बालमोहनपाशी नव्हते. त्यामुळे मी त्या भानगडीतच पडलो नाही.

प्रश्न : त्या काळी जर आजच्यासारखी रंगभूमी तेजीत असती, तर तुम्ही अट्टाहासानं नाटकाकडे वळला असता काय?

उत्तर : अट्टाहासानं नाही; पण वळून पाहायचा प्रयत्न केला असता आणि यशस्वी झालो असतो, तर नाटकाकडे गेलोही असतो. मास्तरला तो चांगलाच जोडधंदा होता. कादंबरीपेक्षा नाटकाने पैसे अधिक दिले असते.

प्रश्न : तुमच्या प्रारंभीच्या काळात कादंबऱ्यांना काय मिळत असे?

उत्तर : माझ्या पहिल्या दोन कादंबऱ्यांचे सर्व हक्क कर्नाटक प्रेसने म्हणजे भारत गौरव ग्रंथमालेने घेतले, ते पानाला दीड रुपया देऊन. १९३० साली मला एका कादंबरीचे ३५० रुपये मिळाले. विठ्ठल सीताराम गुर्जर यांनाही हाच दर मिळत होता. त्यामुळे माझी बोलायची छातीच नव्हती. कारण आम्ही काही झालं तरी त्या वेळी नवीन!

प्रश्न : सगळ्यांत जास्त पैसा कुठल्या कादंबरीने दिला?

उत्तर : 'ययाति'नेच!

प्रश्न : पण खपाच्या दृष्टीने?

उत्तर : 'दोन ध्रुव' आणि 'क्रौंचवध' यांनी.

प्रश्न : तुमच्या बाकीच्या चित्रपटांच्या दृष्टीने 'लग्न पाहावं करून' आणि 'सरकारी पाहुणे' या चित्रपटांचं संवादलेखन फार चांगलं झालं. ते कसं काय?

उत्तर : माझ्या स्वत:च्या चित्रपटांच्या वेळी माझ्या मनावर गंभीरपणाचा एक दाब होता. एक नवा विषय मी समजावून सांगतो आहे, तो लोकांच्या मनापर्यंत भिडवला पाहिजे असं मनावर प्रेशर होतं. चिं. वि. जोशींची कथानकं घेतली तेव्हा ते प्रेशर नव्हतं.

प्रश्न : तुम्हाला आजच्या घडीला कथालेखक म्हणून कोण आवडतो?

उत्तर : जी. ए. कुलकर्णी. त्यांच्या कथेचा विकास खूपच झाला आहे; परंतु हल्ली त्यांनी जो एक सूर - नियतीचा - लावला आहे तो मला आवडत नाही; पण तरीही त्यांची कथा श्रेष्ठ आहे.

प्रश्न : आणि काव्याच्या बाबतीत?

उत्तर : गेल्या १०-१२ वर्षांत मी कविता फारशी वाचलेली नाही.

प्रश्न : भारतीय ज्ञानपीठाचं पारितोषिक जाहीर झाल्यावर तुमची पहिली प्रतिक्रिया काय झाली?

उत्तर : आनंद वाटला. मराठीला हे बक्षीस मिळण्यास मी कारणीभूत झालो, याचा तर विशेषच आनंद वाटला.

प्रश्न : तुमच्याऐवजी हे पारितोषिक दुसऱ्या कुठल्या मराठी साहित्यिकाला मिळालं असतं तर तुम्हाला आनंद झाला असता?

उत्तर : कुसुमाग्रजांना!

प्रश्न : तुम्हाला आणखी जगण्याची इच्छा आहे ना?

उत्तर : लिहिता आलं तरच जगण्याची इच्छा आहे.

प्रश्न : तुम्हाला पुनर्जन्मात साहित्यिक होता आलं तर?

उत्तर : तर आनंदच वाटेल. अगदी दारिद्र्य असलं तरी चालेल. मला त्यात आनंद वाटेल. साहित्यनिर्मिती आणि वाचन यांनी मला पराकोटीचा आनंद दिला आहे.

प्रश्न : तुम्ही आजवर एवढ्या उपमा दिल्या. आता या वेळी तुम्ही तुमच्या आयुष्याला काय उपमा द्याल?

उत्तर : पावसाळा!

प्रश्न : थोडा मास्तरी पद्धतीने खुलासा?

उत्तर : आभाळ दाटून आलं आहे. हवा कुंद आहे. गडगडाट चालू आहे. विजा लखलखताहेत आणि तरीही पाऊस बरसतो आहे. मनात आशा, निराशा आहेत —

— **ललित**
फेब्रुवारी, १९७६

माणूस स्वतःची नियती घडवू शकतो

६ डिसेंबर, १९७५ रोजी कऱ्हाडला एक्कावन्नावे अखिल भारतीय मराठी साहित्य संमेलन साहित्यविदुषी दुर्गाबाई भागवत यांच्या अध्यक्षतेखाली आणीबाणीच्या सावटात संपन्न झाले. यात वि. स. खांडेकरांची प्रमुख उपस्थिती अनेक कारणांनी गाजली. त्या निमित्ताने साहित्यिक व संपादिका सौ. यमुनाबाई अनंत शेवडे यांनी पुण्यात प्रकाशक रा. ज. देशमुखांच्या निवासस्थानी घेतलेली ही मुलाखत एका प्रगल्भ साहित्यकाराच्या व्यासंगाचा परिचय देते.

प्रस्तावना : आपण संमेलनाला येऊ शकाल असं वाटलं नव्हतं. आपण आलात, त्यामुळं संमेलन कृतार्थ झालं.

खांडेकर : यशवंतरावांचा फार लोभ. त्यांची निमंत्रणावर निमंत्रणं. 'विमान पाठवू का,' इथपर्यंत तयारी. त्यांचा लोभ मोडवेना. शेवटी सुलूताईंनी जबाबदारी घेतली. गेल्या वर्षी विश्व हिंदी संमेलनातसुद्धा येण्याची माझी अवस्था नव्हती; पण त्या वेळीसुद्धा सुलूताईंनीच जबाबदारी घेतली म्हणून येऊ शकलो.

प्रश्न : आपलं आत्मचरित्र कुठंवर आलंय?

खांडेकर : निम्मंशिम्मं लिहून झालंय. शेवटची शंभर पानं वैचारिक लेखनासाठी राखून ठेवली आहेत.

प्रश्न : मागे कोल्हापूरच्या भेटीत आपण कुंतीच्या जीवनावरील कादंबरी लिहीत होतात?

खांडेकर : हो. तीही पुरी व्हायची आहे. पूर्व आणि पश्चिम यांच्या विचारसरणीवर लिहायचं आहे. इतरही काही लेखन-संकल्प आहेत; पण 'मधुघटचि रिकामे पडति घरी, मधु पिळण्या परि रे बळ न करी' अशी आता अवस्था आहे. असं जरी असलं

तरी साहित्याने मला जगवलं, जागवलं. मी साहित्यिक कसा झालो हा माझाच मला प्रश्न पडतो कधीकधी.

लहानपणापासून शब्दांची विलक्षण गोडी कळायला लागली. 'मूकनायका'तलं 'सुरासुरांचा चुरा करी' या गाण्यानं मनाचा पगडा घेतला. शब्दांचं सामर्थ्य जाणवलं व आपणही असं करून पाहावं असं वाटू लागलं. आपटे, कोल्हटकर, गडकरी, इत्यादींचं लेखन वाचत होतो; पण सतराव्या वर्षी आगरकर हाती लागले. ते जर हाती लागले नसते तर मी सामान्य माणूस झालो असतो. त्यापूर्वी साहित्य वाचलेलं असलं तरी त्यामागे सामाजिक दुःख लपलेलं असतं, हे पाहण्याची दृष्टी आगरकरांनी दिली. मानवी जीवनात अर्थ आहे का, तो कसा लावायचा, इकडं दृष्टी वळली. नदी वळणं घेत घेत भिन्न ठिकाणी जाते ना, तसाच प्रकार. लेखक ज्या काळात जगतो त्या काळातील स्वप्नं, प्रश्न साऱ्यांचाच तो भागीदार असतो. आगरकर, कर्वे, हरिभाऊ, कोल्हटकर... साऱ्यांच्याकडे मी गुरू म्हणून पाहिलं. या साऱ्यांचाच वाटा माझ्या जडणघडणीत आहे. मी गुरूंचं घेऊ शकलो नाही. माझी मर्यादा मला मान्य आहे. मला त्याची जाणीव आहे.

माझ्या लेखनाला प्रथम हेतू होता तो भिन्न. लेखकांसमोर काही कलात्मक स्वप्न असतं; पण ते जिवंत होण्यासाठी पोटतिडिकेचा अनुभव लागतो. भोवतालची सामाजिक चौकट जाऊन मूलगामी क्रांती व्हावी, या स्वप्नानं मला पछाडलं होतं. त्याचा लेखनावर परिणाम झाला. मी लेखक होतो म्हणून लेखक झालो का, हा प्रश्नच आहे; पण माझ्या 'साहित्यिक स्वप्ना'त भोवतालचं जग सुंदर व्हावं, Betterment of the world हे स्वप्न होतंच. 'उल्का', 'दोन ध्रुव' या कादंबऱ्या उदाहरणादाखल सांगता येतील. त्या वेळी ज्या पिढीचा मी उद्गाता होतो, त्या पिढीचं कार्य केलं.

अर्थात काही झालं तरी साहित्यिक हा केवळ तात्या पंतोजी नव्हे. फूल आणि त्याचा सुगंध वेगळा करता येत नाही. फुलाला येणाऱ्या सुगंधाप्रमाणे लेखक जे सांगायचं ते सांगून जातो. 'शारदा' नाटक त्याचं उत्कृष्ट उदाहरण आहे. त्यात विचारांचा रस करुणरसात बेमालूम मिसळला आहे. विचार कुठे व करुणरस कुठे, वेगळं ओळखता येत नाही. पहिले तीन अंक अतिशय कलात्मक रीतीने गुंफले आहेत.

जेव्हा ललित साहित्यिकाला बोचतं तेव्हाच ललित साहित्य निर्माण होतं. उदाहरणार्थ, हरिभाऊंना बोचलेलं केशवपन, तसंच वामनराव जोशींच्या 'सुशीलेच्या देवा'बद्दल म्हणता येईल. ललित साहित्यिक स्वप्नाळू असतो. हे जग पूर्ण असावं असं त्याला वाटतं. फॉउस्ट म्हणतो, 'I have lover's quarrel with world.'

सामाजिक जाणीव आणि तिची यथार्थ कल्पना करून घेतली तरच तो साहित्यिक चांगला होतो, सामाजिक जाणिवेकडे पाठ फिरवून नव्हे. माणसाचं

स्वत:शी नातं असतं, कुटुंबाशी असतं, राष्ट्राशी असतं, हे सर्व संबंध, नाती गुंतागुंतीची असतात. त्यांवर प्रकाश टाकणारा लेखक आणि त्याचं लेखन पाहिजे. कादंबरी म्हणजे केवळ आत्माविष्कार नव्हे. कविता केवळ आत्माविष्कारासाठी होऊ शकते; पण कादंबरीत त्या त्या काळाची सामाजिक जाणीव आलीच पाहिजे.

यंत्रयुगापूर्वीची जीवनपद्धती बदलून यंत्रयुग माणसाला जर यंत्र बनवीत असेल तर भावनांचा कोंडमारा होईल. सामाजिक, साहित्यिक आणि वैचारिक बैठकीशिवाय ललित साहित्य पोकळ होईल. अर्थात लेखकाचं हे सामाजिक चिंतन दूधात विरघळलेल्या साखरेप्रमाणं ललित कृतीत उतरलं पाहिजे. कलावाद्यालासुद्धा जीवनवाद्यांच्या भूमिकेवर उतरावं लागतं. ज्ञानदीप आणि प्रेमदीप या दोन दिव्यांच्या प्रकाशात लेखकाला जे दिसतं ते तो लिहितो. कलात्मक साहित्यातसुद्धा सामाजिक रस हवाच. देशापुढे, जगापुढे आज मोठमोठे प्रश्न आहेत. त्यांचे लागेबांधे ललित लेखकाला टाळता येणार नाहीत.

प्रश्न : आपलं साहित्य सतत तीन पिढ्या टिकून राहिलं, याचं मर्म कशात आहे?

खांडेकर : माझं साहित्य कलात्मक नाही असा आक्षेप आहे; पण साहित्यात समाजाला प्रेरक असं काहीतरी असलं तरच ते टिकतं. मानवी जीवन यथार्थ रंगवल्यानंतरही मानवी जीवनात उदात्त हेतू असतो ते दाखवणारं साहित्य टिकतं. 'ययाति' आणि 'अमृतवेल' याच कारणांमुळे आजच्या पिढीलाही आवडतं.

प्रश्न : आजच्या अस्तित्ववादी विचारप्रणालीत या कल्पना कशा काय बसतील?

खांडेकर : आपल्याकडे अस्तित्ववाद बाहेरून आलेला. चिकटवावा तसा! आतून स्फुरलेला नाही. अस्तित्ववादी भूतकाल मानीत नाही, भविष्यही मानीत नाही. पण आपल्या देशाचं परंपरागत विचारांचं संचित आपल्याबरोबर आहे. प्रत्येक भारतीय माणसाच्या मनात ते असतं. ते नाकारून चालणार नाही. नियतीचा हात माणसाला घडवण्यात असतो हे मान्य आहे; पण माणूसही स्वत:ची नियती घडवू शकतो हे नाकारून चालणार नाही. सार्त्र व कामू हे अस्तित्ववाद्यांचे भाष्यकार. कामूचे Outsider च गाजले; पण प्लेगची दखल घ्यावी तशी घेतली गेली नाही. माझ्या दृष्टीने 'प्लेग' ही कादंबरी उत्कृष्ट आहे. ती एक रूपककथा आहे. 'प्लेग'ने कोसळलेल्या परिस्थितीत डॉक्टरपासून प्रत्येक जण जो तो आपापल्या स्थानी राहून आपापले काम चोख बजावीत आहे हे लक्ष्यवेधी आहे. आनंद नुसता घेण्यात नाही, देण्यात आहे. भिकाऱ्याला आपण भाकरी टाकल्यावर तो त्यातला एक तुकडा दुसऱ्याला देतो. यंत्र संस्कृतीने Grabing Man निर्माण केला. यंत्राने निरनिराळ्या चैनीच्या वस्तू निर्माण करून त्यांचा हव्यास वाढवला व त्यातून भोगवादी संस्कृती निर्माण झाली.

प्रश्न : आपण महात्मा गांधींच्या विचारसरणीपासून लांब गेलो, त्याचा हा परिणाम नाही का?

खांडेकर : बरोबर आहे. गांधीजींनी हे ओळखलं होतं. यंत्र आले की येथील हातांना काम मिळणार नाही. लोभ वाढेल. हे जाणूनच त्यांनी असंग्रह वृत्ती आणि साधी राहणी यांवर भर दिला; पण नेहरू यंत्रसंस्कृतीने भारलेले. पाश्चिमात्त्य विचारसरणीचे. या यंत्रसंस्कृतीवर भर दिल्यामुळे खेड्यांकडे दुर्लक्ष होऊन शहराची वाढ झाली. शहराच्या वाढीमुळे प्रदूषणाचे प्रश्न निर्माण झाले. शेतीकडे दुर्लक्ष झाले. माणूस यंत्रावर विसंबून राहू लागला. माणसांचे जीवन यांत्रिक झाले.

प्रश्न : आपल्यापेक्षा माओ दूरदृष्टीचा म्हणावा का?

खांडेकर : खरं आहे. त्याने स्वत:चा देश, लोकसंख्या, तिची गरज, इत्यादींचा विचार केला. स्वातंत्र्य मिळालं तेव्हाच आपण लोकसंख्येचा विचार करायला हवा होता; पण अमृत कुंवर, मोरारजी, इत्यादी कुटुंब नियोजनाच्या विरुद्ध होते. त्यांची ब्रह्मचर्याची कल्पना सामान्य माणसाच्या पलीकडची होती. त्याच वेळी कुटुंब नियोजनाचा हिरीरीने पुरस्कार केला असता तर आजची ही भीषण वाढ झाली नसती. त्यामुळेच आपल्या देशाचे आजचे प्रश्न बिकट बनले आहेत. आज सामाजिक क्रांती किंवा समाजसुधारणा यासाठी अगोदर माणूस सुधारायला पाहिजे. म्हणून गांधीजी अगोदर सामान्य माणसाकडे वळले. आजही सामान्य माणसाजवळ काही मूल्यं आहेत. तो ती प्राणपणानं जतन करतो. उपाशी पोट असूनही चोरी न करणारा सर्वसामान्य माणूस आजही आहे.

भारतातील सर्वसामान्य माणसाची नीतिमत्ता आजही शाबूत आहे. मागील युद्धात अमेरिकन सेनापतीला त्याची जाणीव होती. तो म्हणाला, We are nuclear 'Giant' but morally 'Infant.' उलट सर्व काही अनुकूल असून 'जास्ती हवं'च्या हव्यासाने भ्रष्टाचार करणारे पदाधिकारी येथे आहेत. पांढरपेशा वर्गाचं तोंड आज पश्चिमेकडं आहे. पश्चिमेकडेही अभिजात साहित्याहून सवंग कमर्शिअल साहित्य वेगळं असतंच. सवंग साहित्यात गुन्हेगारी, खून, व्यभिचाराचं तपशिलासह वर्णन असतं. नेमकं तेच आपल्याकडं वाचलं जातं. त्याचं अनुकरण होतं. सर्वसामान्य थरातून दलित लेखक पुढे येत आहे हे चांगलं चिन्ह आहे; पण त्यांच्याही लेखनात आज तरी झालेल्या अन्यायाबद्दल फक्त चीड आणि संताप आहे.

आजच्या प्रत्येक लेखकाला वाटतं, मी काहीतरी अमर लिहितोय. पण अमर लेखकांच्या सर्व कृती लक्षात घेतल्या तरी एखाद्‌दुसरीच स्मरणात राहते. शेक्सपिअरचे चटकन 'हॅम्लेट'च आठवतं तसं. लोकप्रियतेविरुद्ध जाऊन स्वत:ची लेखनविषयक भूमिका कायम ठेवणाराच टिकून राहतो. ललित कलेतलं सौंदर्य मृगजळासारखं नाही. ते पाण्यासारखं खणून काढावं लागतं. आभाळ कोसळलं तरी आभाळाशी

झुंज देण्याची माणसात शक्ती असते. ती संकटकाळी वर उसळते. माझंच पाहा ना. डोळ्यांचं दुखणं दुर्धर झालं. डॉक्टर म्हणाले, 'डोळा काढावा लागेल. केव्हा काढायचा?' मी शांतपणे म्हणालो, 'केव्हाही काढा. मी आत्ताच तयार आहे.'

प्रश्न : आजच्या पिढीला आपण काय सांगाल?

खांडेकर : शरीराला विसरून चालणार नाही. शरीराच्याही मूलभूत गरजा आहेत; पण त्या गरजा भागल्यावर आत्म्याचा विचार हवाच. दोन्हींचा सुवर्णमध्य साधता आला पाहिजे.

व्यास-वाल्मिकींपासून साहित्याने माणसाला आधार दिला, सोबत दिली. मानवी जीवन काय आहे, कसं असावं हे या अभिजात वाङ्मयानं शिकवलं. साहित्य भविष्यात डोकावणारं पाहिजे. साहित्याला पडलेल्या पांढरपेशांच्या मर्यादा जायला हव्यात. मानवी जीवनाची काही दुःखं नियतीनं निर्माण केलेली असावी. तरी बरीचशी मानवानं निर्माण केलेली आहेत. ती नाहीशी केली पाहिजेत. समाजावर सतत संस्कार करण्याची साहित्याची शक्ती आहे, ती ओळखली पाहिजे. लेखकाने त्यासाठी मिळालेल्या दैवी देणगीचा उपयोग करावा. मागच्या पिढीच्या खांद्यावर उभं राहून नव्या पिढीनं मोकळ्या मनाने नव्या आकांक्षांची नक्षत्रं तोडावीत.'

भाऊसाहेबांची प्रकृती लक्षात घेता त्यांचा जास्त वेळ घ्यायचा नाही असं आम्ही ठरवलं होतं; पण बोलण्याच्या रंगात तेच आपली प्रकृती विसरले. शेवटी म्हणाले, 'ऐन तारुण्यात मला मलेरियासारख्या व्याधी सुरू झाल्या. प्रकृतीचा विसर पडण्यासाठी मी लिहू लागलो. लेखनात ब्रह्मानंदी टाळी लागते. लेखनानेच मला जगवलं. आजही लोक माझ्या अंधत्वाबद्दल कीव करतात. मी त्यांना म्हणतो, 'कीव करू नका. माझे सारे व्यवहार मी करू शकतो. कुठलंही पंगुत्व नाही.'

आजही त्यांची खणखणीत वाणी आणि तीव्र स्मरणशक्ती आश्चर्यकारक आहे. आज साहित्यातील परमोच्च मान मिळवूनही भाऊसाहेबांची विनम्रता आणि निरहंकारी वृत्ती पाहून आपणास त्यांच्यासमोर नतमस्तक व्हावंसं वाटतं.

– दै. तरुण भारत (नागपूर)

१८ एप्रिल, १९७६

माझे लेखन गुरू : कोल्हटकर

मराठीतील ज्येष्ठ नाटककार श्रीपाद कृष्ण कोल्हटकरांची जन्मशताब्दी सन १९७१ मध्ये मोठ्या उत्साहाने साजरी झाली. त्या वेळी 'महाराष्ट्र टाइम्स'चे प्रतिनिधी सुधाकर अनवलीकर यांनी वि. स. खांडेकरांकडून समजून घेतलेले कोल्हटकरांचे कार्य व कर्तृत्व म्हणजे एका शिष्याने गुरूस वाहिलेली आदरांजलीच!

राजारामपुरीतील पाचव्या गल्लीतून नवीन वसाहतीकडे जाणारा एक रस्ता... एक भव्य बंगला बाजूला सोडला की दोन-तीन छोटेखानी बंगले दिसतात... पुढच्याच बंगल्यावर 'नंदादीप' अशी अक्षरे! बाहेर नामफलक वि. स. खांडेकर. भेटण्याची वेळ : सायंकाळी सहा ते आठ.

बंगल्याच्या पायऱ्या वर चढून गेल्यावर दिसतात बाहेरच्याच बैठकीच्या खोलीत भाऊसाहेब एक भला मोठा ग्रंथराज अगदी डोळ्यांजवळ धरून वाचत बसलेले; कारण त्यांचे डोळे खूप अधू झालेले आहेत; पण वाचनाचा नि लेखनाचा अजूनही हव्यास, नव्हे - तोच एक छंद! दिवसभर त्यांचे वाचन (व लेखनही) चालूच असते. कधी-कधी ते दुसऱ्याकडून वाचून घेतात.

ठीक सहा वाजताच मी आत जातो.

'कोल्हटकर जन्मशताब्दी महोत्सवानिमित्त आपली मुलाखत हवीय... विशेषत: कोल्हटकरांच्या व्यक्तिगत व तुमच्या संबंधातील आठवणी...' मी म्हणालो.

भाऊसाहेब म्हणाले, 'कोल्हटकरांसारखी मागील पिढीतील व्यक्ती आज हयात नाही; म्हणून व्यक्तिगत आठवणींपेक्षा त्यांच्या वाङ्मयासंबंधीच आवड निर्माण होईल. किमानपक्षी उत्सुकता निर्माण होईल, असे प्रश्न तुम्ही लिहून आणा. मी जरूर मुलाखत देईन.'

त्यांनी आणखी दोन दिवसांनी येण्यास सांगितले. पुन्हा गेलो. वेळ तीच. प्रश्न

बरोबर होतेच. कोल्हटकर, त्यांचं वाङ्मय, विनोदी साहित्य - पूर्वीचं नि आत्ताचं, त्यांची व्यवच्छेदकता... या प्रश्नांत फक्त दोन-तीनच प्रश्न अगदी वैयक्तिक स्वरूपाचे होते. तुमचा नि श्रीपाद कृष्णांचा संबंध कसा आला? परस्पर परिचय दृढ कसा झाला? साहित्यिक गुरू म्हणून तुम्ही त्यांना का मानता?

कोल्हटकरांसंबंधी व्यक्तिगत आठवणी नको म्हणणारे भाऊसाहेब या तीनच प्रश्नांत रंगून गेले. जवळजवळ दोन तासांच्या मुलाखतीत त्यांनी अनेक व्यक्तिगत आठवणी सांगितल्या. त्यांच्याच प्रेरणेने आपण साहित्य कसे लिहायला लागलो, यशस्वी कथाकार कसे झालो, त्यांच्या संगतीत साहित्यिक मेळाव्यात कसे वावरलो - याचेच त्यांनी रसभरीत वर्णन केलं.

'श्रीपाद कृष्ण कोल्हटकरांचा माझ्या जीवनावर अगदी लहानपणापासून परिणाम झाला. सन १९०० ते १९१० या दशकात मी अगदी बाल्यावस्थेत होतो. महाराष्ट्रातील एक अग्रगण्य लेखक म्हणून कोल्हटकरांचा बोलबाला झाला होता. त्यावेळी मी शाळेत जाणारा एक शाळकरी मुलगा होतो. सांगलीला असताना मी कोल्हटकरांच्या 'मूकनायका'तली पदे प्रथम ऐकली. देवलांच्या 'शारदा' नाटकातील पदांनी त्या वेळी सर्वांनाच वेड लावले होते. साधी, सरळ व सोपी रचना हे देवलांच्या पदांचे वैशिष्ट्य होते; परंतु कोल्हटकरांची पदे चमत्कृतिपूर्ण, कल्पनारम्य व कर्णमधुर होती. त्या पदांना लावलेल्या चालीसुद्धा गेयपूर्ण असल्यामुळे ती माझ्या मुखोद्गत झाली. अगदी लहान वयात कोल्हटकरांच्या पदांचा हा असा ओझरता परिचय झाला. पुढे इंग्रजी शाळेत गेल्यावर वाचनाचे मला अतिशय वेड लागले. तो माझा एक नादच होता. नाना प्रकारची पुस्तके मी गोळा करीत असे. 'मासिक मनोरंजन' त्या काळी विशेष लोकप्रिय होते. मी ते अथपासून इतिपर्यंत वाचून काढत असे. याच काळात श्रीपाद कृष्ण कोल्हटकरांचे 'सुदाम्याचे पोहे' माझ्या वाचनात आले. त्यातील विलक्षण विनोदाने मी अगदी भारावून गेलो. अशा प्रकारचे साहित्य आतापर्यंत कुणीच लिहिलेले नव्हते. चमत्कृतिपूर्ण, उपहासगर्भ अशा लिखाणाने माझ्या मनावर फार मोठा 'इंपॅक्ट' निर्माण झाला.

'दुसरं मला जाणवलं ते असं की, सामाजिक सुधारणेच्या पुरस्काराचा त्यात फार मोठा भाग होता. इंग्रजी सत्ता या देशात स्थिर झाल्यानंतर समाजसुधारणेची एक फार मोठी लाट देशात निर्माण झाली. आगरकरांनी १८८८ ते ९५ या काळात या विषयावर अनेक निबंधही लिहिले; परंतु गमतीची गोष्ट अशी की, १९१७-१८ सालपर्यंत त्यांचे एकही पुस्तक प्रकाशित झाले नव्हते. याला अपवाद फक्त 'हॅम्लेट'च्या रूपांतराचा ! १९०० ते १९१० या काळात महाराष्ट्रात कमी-अधिक प्रमाणात सुधारणेला चालना मिळू लागली होती. समाजात जे काही चुकीचे आहे ते सारेच बदलले पाहिजे, ही भावना हळूहळू निर्माण होत होती. अस्पृश्याला

शिवायचे नाही; त्याला शिवले म्हणजे पाप लागतं असं सारेजण सांगायचे; पण अस्पृश्याला शिवल्यावर पाप लागतं तरी कसं हे मात्र मला कळत नव्हतं. माझ्या मनावर या गोष्टीचा फार मोठा परिणाम घडत होता.

'आणखी एक अशीच घटना घडली. माझ्याच वयाची एक लग्न झालेली मुलगी विधवा होऊन परत माहेरी आलेली होती. तिचं केशवपन करण्यात आलं. लाल 'अलवण' तिला नेसायला दिलं. माझ्या मनात सारखं यायचं, या मुलीच्या जागी मी असतो तर माझ्यावरसुद्धा हीच परिस्थिती आली असती. भोवतालच्या समाजात दुःख आहे व ते कोणत्याही वाटेने येत असतं, म्हणून विधवा, केशवपन इत्यादी गोष्टींबाबत भीती वाटत होती. हे काहीतरी भयंकर आहे, हेही जाणवलं आणि माझं मन आपोआपच सामाजिक सुधारणांकडे वळलं. मी विचार करायला लागलो, हे बदललं पाहिजे. या मी करायला लागलेल्या विचारांना श्रीपाद कृष्णांच्या वाचनानं खाद्य मिळालं. वाङ्मयीन आणि सामाजिक अशा दुहेरी भूमिकेतून तत्कालीन पिढीला श्रीपाद कृष्णांचे साहित्य अतिशय प्रिय होतं. मराठी वाङ्मय जन्माला आल्यापासून असं कोणीच लिहिलेलं नव्हतं. सतत समाजाचं, त्यातील अनिष्ट रूढी, परंपरा यांचं निरीक्षण करून आपल्या वेगळ्याच शैलीनं आकर्षकपणे लिहिणारे कोल्हटकर म्हणूनच आम्हाला एकदम प्रिय वाटले. 'श्रावणी', 'गणेशचतुर्थी', 'शिमगा' या गोष्टींची त्यांनी अतिशय थट्टा उडवली. समाजातील त्या काळच्या सनातनी माणसाला हे खपलंही नसेल. समाजातील अत्यंत लहान, साध्या गोष्टींची त्यांनी लेखातून टिंगल उडवली. हा त्या वेळचा त्यांचा विजयच म्हणावा लागेल. देवल, आपटे असे लेखक त्या वेळी होते; पण त्याचे प्रांत वेगळे होते. कोल्हटकरांसारखा तुल्यबळ लेखक मिळणे अशक्य असं मला वाटतं; म्हणून प्रथम अजाणता व नंतर जाणतेपणी मी कोल्हटकरांकडे आकृष्ट झालो.

'अगदी लहानपणी मी जे कोल्हटकरांचे साहित्य वाचले, त्यात त्यांची नाटके होती, गोष्टी होत्या, विनोदी लेख होते. माझ्या वयाला मानवेल, पचेल व रुचेल असेच ते साहित्य होते. कोल्हटकर म्हणजे मराठी साहित्याला एक वरदानच होते. कोट्या, कल्पना, चमत्कृती, अर्थसौंदर्य, मानवी स्वभावाचे सूक्ष्मदर्शन, दंभस्फोट या साऱ्या गोष्टी त्यांच्या साहित्यात अगदी सहजपणे येत. या गोष्टी पूर्वी मुद्दाम, सहेतुकपणे आणल्या जात. शाब्दिक कोट्या तर ते सहज करीत. 'मूकनायका'तलंच एक उदाहरण देतो. राजकन्या सरोजनी झोपाळ्यावर बसून गाणं म्हणत आहे - 'सुरा सुरा जणू उरा उराशी.' या गाण्यानंतर तिची नणंद म्हणते, 'ट'ला 'ट' लावून का अशी गाणी होतात? त्यावर सरोजनी म्हणते, 'हो. या 'ट'पुढे तुझ्यासारखं 'ढ' येणार आहे याची कल्पना नव्हती.' ही कोटी शाब्दिक तर खरीच; पण ती आजही वाचली की हसू येतं.'

'आमच्या मागच्या पिढीपेक्षा आम्हाला थोडी जास्त मुक्तता होती. बारा वर्षांपर्यंत होईतो माझ्या डोकीवर शेंडी होती. एके दिवशी बन्याबापू कमतनूरकर यांनीच ती उडवून टाकली. सारांश, त्या वेळच्या कर्मठ, सनातनी व पारंपरिक समाजात धीटपणानं, निर्भयतेनं, विडंबनात्मक लिखाण निर्माण केलं कोल्हटकरांनी व ते आमच्या पिढीतल्या सर्वांनाच प्रिय होतं.

'संस्कृत, इंग्रजी साहित्याचं परिशीलन करताना माझ्या लक्षात आलं की, आपण जे वाचतो आहोत, त्यासारखं तुल्यबळ लिखाण आपल्याकडे श्रीपाद कृष्णांच्या रूपात आहे - या जाणिवेनंच त्यांच्यावरची माझी श्रद्धा डोळस झाली. पण प्रत्यक्ष कोल्हटकरांची व माझी भेट झाली नव्हती. महाविद्यालयीन शिक्षणासाठी मी पुण्याला १४, १५ व १६ साली होतो. कॉलेजात ते आले होते; पण गाठ पडू शकली नाही. कै. राम गणेश गडकरी यांच्याकडे ते दोनएक वेळा आले होते; पण एवढ्या मोठ्या माणसापुढे उभे राहण्याची माझी छाती झाली नाही. कोल्हटकरांना मला भेटावयाचे आहे, असा गडकरींकडेही वशिला लावायचा नव्हता. कोल्हटकरांच्या भक्तीमुळे पुण्याच्या वास्तव्यात माझी गडकरींशी ओळख झाली. मी व बन्याबापू अगदी लहानपणापासूनचे मित्र. बन्याबापू गडकरींचे अत्यंत अभिमानी तर मी कोल्हटकरांचा. वाङ्मयासंबंधी आमची नेहमीच बोलणी होत. असेच एकदा बोलण्याच्या ओघात मी बन्याबापूंना म्हणालो की, 'कोल्हटकरांच्या 'मतिविकार' नाटकावरूनच गडकरींनी 'प्रेमसंन्यास' चोरलेले आहे. सहज संभाषणातील हा भाग बन्याबापूंनी गडकरींना सांगितला. गडकरीसुद्धा चकित झाले. 'मला चोर ठरविणारा हा पंधरा वर्षांचा मुलगा आहे तरी कोण?' असे त्यांनी विचारले.

'कोल्हटकरांची कल्पना घेऊन गडकरींनी एक प्रभावी नाटक त्याच विषयावर लिहिले होते व मी वाङ्मयीन चोरी केल्याची बालिश टीका केली होती. गडकरी म्हणाले, 'वडिलांच्या खिशातील पैसे घेतले तर त्याला आपण चोर म्हणतो का?' (वडिलांना न सांगता पैसे घेणे याला काय म्हणतात? असा प्रश्न आला होता तोंडावर! पण मी बोललो नाही.) या सर्व प्रसंगातून गडकरींची व माझी चांगलीच ओळख झाली. बोलण्यात कोल्हटकरांचा विषय येई, तेव्हा गडकरी कोल्हटकरांच्या अनेक कोट्या सांगत. १९१५च्या डिसेंबर महिन्यात मुंबई कॉंग्रेसचे अधिवेशन चालू होते. कॉंग्रेसमध्ये त्या वेळी नेमस्त पक्षाचे वर्चस्व होते. कोल्हटकर हेही नेमस्त पक्षाचे. 'कॉंग्रेसची बैठक सोडून तुम्ही पुण्याला कशाला आलात?' असे गडकऱ्यांनी विचारले. त्यावर कोल्हटकर म्हणाले, 'अध्यक्षस्थानी लॉर्ड सिंह होता म्हणून मी मुकाट्याने पुण्यास आलो.' पुण्यातील वास्तव्यात गडकऱ्यांच्या सहवासात तीन वर्षे घालविली; पण कोल्हटकरांची गाठभेट होऊ शकली नाही. फक्त त्यांच्यासंबंधी, त्यांच्या कोट्यांसंबंधी मात्र खूपच ऐकत होतो. अनेक वक्ते, लेखक यांना ऐकण्याचा

योग आला; पण गडकरींखेरीज कुणाचाच परिचय होऊ शकला नाही.'

प्रश्न : कोल्हटकरांवर तुमची एवढी भक्ती होती, तुम्ही त्यांचे साहित्य वाचले, मग तुमचा नि त्यांचा संबंध आला केव्हा?

'शिक्षण झाल्यावर मी कोकणात गेलो. लिहिण्याचा छंद होता, म्हणून लिहीत होतो. दरम्यान, गडकरींचे निधन झाल्यावर एक वर्षानंतर त्या वेळच्या प्रख्यात 'नवयुग'ने गडकरींवर मला एक लेख लिहिण्याची विनंती केली. कवी माधव (काटदरे) व श्री. ग. त्र्यं. माडखोलकर 'नवयुग'चे संपादक होते. गडकरींचा व माझा जवळचा संबंध होता, हे दोघांनाही माहीत होते; म्हणूनच मी लेख लिहावा, अशी त्यांची इच्छा होती. 'हा! हन्त! हन्त!' शीर्षकाखाली लेख प्रकाशित झाला. तो श्रीपाद कृष्ण कोल्हटकरांच्या वाचनात आला. माझा तो पहिलाच लेख होता. लेख चांगला झाल्याचे माडखोलकरांनी कळविले. माडखोलकर व श्रीपाद कृष्णांचा फारच निकटचा संबंध होता. त्यांनी माडखोलकर यांना विचारले, 'या लेखाचा लेखक कोण आहे?'आदल्याच वर्षी 'नवयुगा'त केशवसुतांवर माडखोलकरांचा एक लेख प्रकाशित झाला होता. त्याच्यावर मी प्रतिटीका केल्याने आम्हा दोघांची टक्कर झाली होती व त्यातून आमचा पत्रव्यवहार झाला होता. माझा शिरोड्याचा पत्ता माडखोलकरांना माहीत होता. तो त्यांनी श्रीपाद कृष्णांना दिला. त्यांचे लेख आवडल्याचे पत्र आले. मला आलेले कोल्हटकरांचे हे पहिले पत्र. माझा आनंद गगनात मावेना. कोकणातल्या एका आडवळणी खेड्यात राहणाऱ्या माझ्यासारख्या नवोदित लेखकाला एका श्रेष्ठ लेखकाने पत्र पाठवून लेख आवडल्याचे कळवावे, या गोष्टीचा मला फार आनंद झाला. कोल्हटकरांना मी मानत होतो. तात्यासाहेब केळकर, खाडिलकरही त्यांना मान देत - अशा साहित्यिकाने आपल्याला पत्र पाठवले! या आनंदाच्या भरात मी त्यांच्या पत्राला उत्तर पाठवले आणि मग आमचा पत्रव्यवहार सतत सुरू झाला. हा पत्रव्यवहार जवळजवळ १९२६ सालापर्यंत सुरूच होता. पत्राने आमची भेट होत होती; पण प्रत्यक्ष भेट मात्र होत नव्हती. सुमारे ११८ पत्रे त्यांनी या काळात मला पाठवली.'

प्रश्न : या पत्रांचे स्वरूप कसे होते?

'तुम्हाला खरे वाटणार नाही; पण मी त्या काळात कविता करीत होतो. टीकात्मक लेख लिहीत होतो. विनोदी वाङ्मयही लिहीत होतो. 'उद्यान', 'करमणूक'मधून हे लिखाण चालायचे. श्रीपाद कृष्ण ते सर्व चाळीत असत. प्रत्येक लेख वाचून त्यातील गुणदोषांची मीमांसा करणारी पत्रे ते मला नियमित लिहीत. एखादी कविता वाचली की त्यातील दुरान्वय ते स्पष्ट करीत. क्लिष्टता जाणवली तर तीही निदर्शनास आणीत. आपले जे काही मत असेल तर ते स्पष्टपणे व्यक्त करीत.

माझ्यासारखा एक लहान लेखक; पण ते अगदी जवळकीच्या नात्याने हे सारे करीत. आपल्याकडे ओढला गेलेला हा माणूस, त्याला सुधारला, वाढवला पाहिजे ही त्यांची जाणीव. आम्ही जे गुरुत्व घेतले त्याची जी अनेक कारणे आहेत, त्यांत हे महत्त्वाचे. त्यांच्या मार्गदर्शनाप्रमाणे मी वाचले, लिहिले – तसा प्रयत्न केला. त्या सर्वांवर कोल्हटकरांचीच छाप आहे, छाया आहे. त्या छायेत आम्ही वाढलो, वावरलो.'

प्रश्न : तुमच्या नि कोल्हटकरांच्या भेटीचा योग का आला नाही? त्याची काही कारणे...

एकतर मी शाळेच्या कामात गुंतलो होतो. मे व ऑक्टोबर महिन्याच्या सुट्टीत इमारतीचं काम चालू करण्यासाठी पैसा गोळा करीत होतो. ही शाळा आठ वेळा चालली व बुडाली. मला तो 'चॅलेंज' होता. तशात माझी प्रकृती बिघडली. जिवावरच्या दुखण्यातून मी वाचलो. हे दुखणे त्या वेळपासून मागे लागले, ते आजतागायत. दुसरे असे की, मला पगार होता अवघा वीस रुपये. कोल्हटकर जळगावला असत. इच्छा असूनही जळगावला जाण्याइतपत भाड्याचे पैसे देण्याची माझ्यात ऐपत नव्हती. कोल्हटकर मे महिन्यात पुण्या-मुंबईला नियमितपणे येत असत. त्याच वेळी त्यांना भेटावे असा विचार होता; पण तेही जमले नाही. दरम्यान, त्यांनी माझा एक फोटोही मागवून घेतला होता. ते मला गुरूच्या ठिकाणी, त्यांचा-माझा सहा वर्षांचा पत्रव्यवहार, पण या सहा वर्षांत त्यांच्या भेटीचा योग कधीच आला नाही, याचेच राहून-राहून आजही आश्चर्य वाटते.'

प्रश्न : मग हा योग कधी आला?

'१९१६ साली मुंबईला साहित्य संमेलन भरले होते. माधवराव किबे अध्यक्षस्थानी होते. संमेलनाच्या निमित्ताने अनेक साहित्यिक आले होते. श्री. कोल्हटकरसुद्धा आले होते. ते एम्पायर हॉटेलमध्ये उतरले होते. श्री गं. दे. खानोलकर मला त्यांच्याकडे घेऊन गेले आणि आम्हा दोघांची गाठभेट झाली. अनेक वर्षांचे माझे स्वप्न साकार झाले. या संमेलनात कोल्हटकरांनी भाषणाच्या वेळी केलेली कोटी आजही मला स्मरते. 'माधवराव किबे यांच्यापेक्षा त्यांच्या पत्नी कमलाबाई कांकणभर अधिक सरस आहेत.' असे त्यांनी म्हणताच हास्याचा कल्लोळ निर्माण झाला. त्याच वर्षी कोल्हटकर पुण्यास केळकर यांच्याकडे तीन आठवडे मुक्कामास आले होते. माथेरान व नाशिक येथेही त्यानंतर त्यांच्याबरोबर राहण्याचा योग आला आणि आमचे संबंध पूर्वीपेक्षाही अधिक दृढ झाले. नाशिक येथे तर कोल्हटकरांनी गंमतच केली. मी त्यांच्याशी बोलत बसलो होतो. एवढ्यात तेथील वसंत व्याख्यानमालेचे कार्यकर्ते तेथे आले व 'मालेचे पुष्प तुम्हीच गुंफा,' म्हणून आग्रह करू लागले. मी

शेजारीच असल्याचे पाहून कोल्हटकर म्हणाले, 'हे वि. स. खांडेकर. फार छान बोलतात. त्यांनाच बोलवा.' गंगेच्या घाटावर बोलणे किती अवघड! पण मी बोललो. माझे पहिले व्याख्यान तेथे झाले. अध्यक्षस्थानी कोल्हटकर होते. या व्याख्यानात मी मराठी नाटकावर बोललो. वाङ्मय, संगीत, नाट्य अशा अनेक विषयांवर आमच्या चर्चा व्हायच्या.

'तात्यासाहेब केळकर व श्रीपाद कृष्णांची मैत्री अगदी जिव्हाळ्याची होती. अगदी त्यांच्या घरात बसून काव्यशास्त्र-विनोदाचा मला आस्वाद घेता आला. कोल्हटकरांचा स्वभाव स्नेहशील असल्याने ते मला जिथे जातील तेथे घेऊन जात. प्रत्येक वेळी मीच बरोबर असल्याने लोक त्यांना विचारीत, 'हे कोण?' त्यावर कोल्हटकर त्यांना उत्तर देत, 'हा माझा दत्तक मुलगा.' वास्तविक पाहता कोल्हटकरांना चार मुलगे होते. गडकरी, गुर्जर, वरेरकर याच स्नेहशील भावनेने त्यांच्याकडे ओढले गेले. मित्रातील दोष बाजूला ठेवून, त्यांच्याशी मैत्री करायची हा त्यांचा स्वभाव होता.

'१९२७ साली पुण्याला झालेल्या साहित्य संमेलनाचे श्रीपाद कृष्ण अध्यक्ष होते. त्यांचे डोळे खूप अधू झाले होते. आज जी माझी स्थिती आहे, अगदी तशीच कोल्हटकरांची होती. त्यांचे अध्यक्षीय भाषण तयार व्हावयाचे होते - त्यांनी मला बोलावून घेतले. मी ते भाषण उतरवून घेतले. त्यांच्याबरोबर १९२६-२७ च्या मे महिन्यात कोल्हापुरास गेलो. या दोन्ही सुट्ट्यांत त्यांच्या सहवासाने अनेक लहान-थोर साहित्यिकांशी माझा परिचय झाला. माझ्या एवढ्या ओळखी झाल्या की एकसुद्धा साहित्यिक बिनपरिचयाचा राहिला नाही. सूत्रधाराच्या भोवती परिपार्श्वक हिंडावा तसा मी कोल्हटकरांबरोबर ठिकठिकाणी जात होतो. पुणे-मुंबई येथे तर अनेक समकालीन लेखकांशी घनिष्ठ संबंध त्यांच्यामुळेच आला.

'मी टीकाकार, विनोदी लेखक म्हणून महाराष्ट्रात प्रसिद्धीस आलो; पण कथाकार म्हणून पुढे येण्यास कोल्हटकरच कारणीभूत झाले.'

प्रश्न : ते कसे काय?

'आयुष्यात मी कधी काळी कथाकार होईन, असे मला कधीच वाटले नाही; परंतु, कोल्हटकरांच्या गुरुत्वाचा फार मोठा उपयोग झाला व त्यांच्याच प्रेरणेने मी कथाकार व पुढे कादंबरीकार झालो. नाटक लिहिण्याची कल्पना मनात घोळत होती अन् ते मी कधीतरी लिहिणारच होतो. पण त्या अगोदर १९१९ साली एका विलक्षण प्रसंगाने मी अगदी अस्वस्थ होऊन गेलो होतो. या प्रसंगावर मी रात्रभर जागून एक कथा लिहिली. पण मी टीका, विनोदी लेखन करणारा, मनाला आत्मविश्वास वाटेना. म्हणूनच ही कथा कोणत्याही मासिकाकडे पाठविण्याचे मला धैर्य झाले नाही. पुढे १९२३ साली 'महाराष्ट्र साहित्य' या मासिकाने वर्षारंभाच्या

अंकासाठी माझ्याकडे एका लेखाची मागणी केली. माझ्याकडे शिल्लक असे काहीच साहित्य नव्हते. घरात पडलेली जुनी गोष्ट होती. तीच पाठवून दिली आणि ती छापूनही आली. कोल्हटकरांना मी काहीच कळवले नाही. कारण भीती वाटत होती; पण कोल्हटकरांच्या मात्र वाचनात ती आली व नेहमीप्रमाणे त्यांचे पत्र आले. ही कथा त्यांनी एकदा नव्हे अनेकदा वाचली होती. 'तुम्ही कथाकार होण्यासाठीच जन्मला आहात - बाकी सर्व सोडून द्या. कथेतच तुमचे सर्वस्व आहे,' असं त्यांनी आवर्जून लिहिलं होतं. माझ्यात जे आहे ते मलाच त्यांनी सांगितलं. हे त्यांचे मोठेपणाचे ऋण मी आयुष्यात विसरणार नाही. कोल्हटकरांचे प्रोत्साहनपर शब्द मिळताच मी एका वर्षात झपाटल्यासारख्या जवळजवळ वीस कथा लिहिल्या. या माझ्या पहिल्याच कथेचे नाव होते - 'घर कुणाचे?' - आणि आश्चर्याची गोष्ट तुम्हाला सांगतो, आजवर माझे एवढे कथासंग्रह प्रसिद्ध झाले; पण कुठल्याच संग्रहात ही कथा मी घातली नाही!'

'१९३० साली कोल्हटकरांना चेहऱ्याचा पक्षाघात झाला. माझी त्या वेळी बडोद्याला व्याख्यानमाला होती. तिकडे जात असतानाच मला तार आली, म्हणून बडोद्याची व्याख्याने मी रद्द केली व खामगावला कोल्हटकरांकडे तडक गेलो. मी माझ्या पत्नीलाही नंतर बोलावून घेतले. सुमारे महिना-दीड महिना आम्ही खामगावला त्यांच्या सेवाशुश्रूषेत काढली. त्यानंतर नागपूरला त्यांच्या बंधूंकडे त्यांना अधिक उपचारांसाठी नेण्यात आले. 'तुम्ही असलात की तात्या प्रसन्न राहतो - हसतो - म्हणून तुम्ही या,' असं त्यांच्या बंधूंनी मला कळविले; पण मला काही जाता आले नाही. अखेरची दोन-तीन वर्षे आमची गाठ पडू शकली नाही. तीस साली मिठाचा सत्याग्रह सुरू झाला. ३३ साली मला फुरसे चावले. एका जिवावरच्या दुखण्यातून मी पुन्हा वाचलो. पुढे भेट झालीच नाही. ३४ साली तर ते निधन पावले!'

'नागपूरला श्रीपाद कृष्णांना हलविताना त्यांच्या पत्नीने मला देवघरात बोलावून सांगितले, 'तुम्ही बरोबर असल्यानंतर मला कशाचीही चिंता नाही.' - अखेरपर्यंत माझ्या कानांत हेच वाक्य घुमत होते. खामगावनंतर मी मात्र त्यांना पुन्हा भेटू शकलो नाही!'

- कोल्हटकरांच्या स्मृतीत भाऊसाहेब जवळजवळ दोन तास रमले होते. दिवस पावसाळ्याचे. प्रकृती अस्वास्थ्यामुळे ते खूप दमल्यासारखे वाटत होते. मध्येच पावसाची हलकीशी सर येऊन गेली होती. वातावरणात गारवा निर्माण झाला होता. कोल्हटकरांच्या स्मृतीने भाऊंच्या मनात अनंत तरंग निर्माण केले होते आणि मी त्यांचा निरोप घेतला!

– महाराष्ट्र टाइम्स

२७ जून, १९७१

कुसुमाग्रजांच्या प्रतिभेचे स्वरूप

वि. स. खांडेकरांच्या साहित्यकारात एक प्रोत्साहक दडलेला होता. नवलेखकांना लिहितं करणं, त्यांना प्रोत्साहन देणं, प्रसंगी पदरमोड करून त्यांचं साहित्य प्रकाशित करणं यातून खांडेकरांची साहित्य नि साहित्यिकांविषयीची जाण स्पष्ट होते. शिष्यवत् असलेल्या कुसुमाग्रजांचं वैशिष्ट्य सांगताना खांडेकर थकले नाहीत हेच त्यांचं खरं मोठेपण. ते स्पष्ट करणारी ही आगळी मुलाखत.

प्रश्न : मडगावच्या पंचेचाळिसाव्या मराठी साहित्य संमेलनाच्या अध्यक्षपदी कुसुमाग्रजांची बिनविरोध निवड झाल्यानंतर सर्व थरांतून व्यक्त झालेली आदराची, समाधानाची आणि गौरवाची इतकी उत्कट भावना यापूर्वी क्वचितच प्रगट झाली असेल?

उत्तर : होय, तुमचे निदान अगदी बरोबर आहे. कुसुमाग्रज व्यक्ती, कादंबरीकार, नाटककार, कवी आणि त्यांच्या काव्यातील लक्षवेधी विशेष या सर्वांचे रसायन बनून निर्माण झालेली ती भावना आहे.

प्रश्न : तुम्ही आता 'कुसुमाग्रजांच्या काव्यातील लक्षवेधी विशेष' असा शब्दप्रयोग वापरलात त्यावरून आठवले. १९४२ साली कुसुमाग्रजांच्या कवितांचे संपादन पहिल्यांदा तुम्ही केलेत. 'विशाखा'च्या द्वारे या काव्याचे प्रकाशन करण्याचे आपण का ठरविलेत? त्यांच्या काव्यातील कोणते विशेष आपल्याला लक्षवेधी वाटले होते?

उत्तर : त्याचे असे आहे : कुसुमाग्रजांची कविता मराठी वाचकांना सुपरिचित झाली ती 'ज्योत्स्ना' मासिकातून. १९३५ साली हे मासिक निघाले, मुख्यत: वाङ्मयीन स्वरूपाचे. मी धरून आम्ही त्याचे सात संपादक होतो. कुसुमाग्रजांच्या 'स्वप्नाची समाप्ती', 'पृथ्वीचे प्रेमगीत' इत्यादी कविता या मासिकातून प्रथमच प्रसिद्ध झाल्या. त्या अतिशय गाजल्या. लोकप्रिय झाल्या. पण या दरम्यान, १९४०च्या आसपास, मराठी काव्याला ओहोटी लागली आहे, अशा प्रकारची समजूत सामान्य वाचकांप्रमाणेच प्रा.

माट्यांसारख्या जाणत्या रसिकांतही दृढमूल होऊ लागली होती. रविकिरण मंडळाचा भर ओसरू लागला होता, हे त्याचे एक प्रमुख कारण होय. पण त्या वेळी कुसुमाग्रज व बोरकर हे दोन तारे काव्याच्या क्षितिजावर उदय पावले होते; पण त्यांची कविता 'ज्योत्स्ने'सारख्या मासिकातून विखुरली असल्याने रसिकांच्या डोळ्यांत तितकीशी भरत नव्हती. १९३८-३९ साली बोरकर यांचा 'जीवनसंगीत' हा संग्रह प्रसिद्ध झाला. त्याला मी प्रस्तावना लिहिली होती. त्या संग्रहाच्या प्रसिद्धीनंतर बोरकरांच्या प्रतिभेची मोहकता काव्यप्रेमी वाचकांना अधिक जाणवू लागली. कुसुमाग्रजांचा संग्रह प्रसिद्ध झाल्यास त्यांच्या प्रतिभेच्या तेजस्वितेची अशीच रसिकांना प्रचीती येईल व काव्याला ओहोटी लागली आहे, हा भ्रम दूर होईल अशी माझी कल्पना होती. त्यासाठी कुसुमाग्रजांच्या संग्रहाचा मी प्रयत्न केला. आपल्या स्वभावाप्रमाणे त्याच्या प्रसिद्धीच्या बाबतीत कुसुमाग्रज थोडेफार उदासीनच होते. प्रकाशकांना त्या काळात नव्या कवीचा काव्यसंग्रह लाभदायक होईल असे वाटेना. या मंडळींची अनिच्छा लक्षात घेऊन आणि त्या काळाच्या वातावरणाला अत्यंत पोषक अशा कवितेचे प्रकाशन लांबणीवर टाकणे अरसिकपणाचे ठरेल, असे वाटून कुसुमाग्रजांच्या कवितांच्या संग्रहाचा प्रकाशक व्हायचे मी ठरविले. आयुष्यात प्रकाशक म्हणून माझे एकाच पुस्तकावर नाव आले आहे ते 'विशाखा'च्या पहिल्या आवृत्तीवर. पुढे त्या पुस्तकाची सर्व जबाबदारी माझे स्नेही, स्कूल अँड कॉलेज बुक स्टॉलचे श्री. दा. ना. मोघे यांनी स्वीकारली. 'विशाखा'चा इतका बोलबाला झाल्यानंतरसुद्धा कुसुमाग्रजांनी ते पुस्तक पुढे त्यांच्याकडेच राहू दिले.

प्रश्न : प्रथम प्रकाशनाच्या या कूळकथेत कुसुमाग्रजांच्या काव्यातील लक्षवेधी विशेषांची कथा तशीच राहिली?

उत्तर : ते मी कसे विसरेन! श्रेष्ठ कवीला आवश्यक असलेल्या दुहेरी कल्पकतेचे रम्य व भव्य देणे कुसुमाग्रजांना उदंड प्रमाणात लाभले आहे. काव्याची कितीही चिकित्सा केली तरी त्याचे अंतिम आवाहन भावनेलाच असते. कुसुमाग्रजांच्या ठिकाणी ही भावनाशीलता उत्कट प्रमाणात आहे. कल्पकतेमुळे ती अधिक सुंदर बनली आले. त्यांच्या कवितेत जेवढा अस्सल आत्माविष्कार आहे, तेवढीच प्रखर सामाजिक जाणीवही आहे. नादमधुर-अर्थगर्भ आणि चित्रमय अशा शैलीत लिहूनही त्यांच्या कवितेत सहजत्व व प्रवाहित्व प्रतीत होते. एवढे विविध गुण अंगी असलेल्या कवीचे आकर्षण कुणालाही वाटणे स्वाभाविक होते. 'विशाखा' प्रसिद्ध होताच कुसुमाग्रज एकदम लोकप्रियतेच्या शिखरावर जाऊन बसले त्याचे कारण हेच होय. काव्य प्रकाशन फायदेशीर होणार नाही असे जे प्रकाशक म्हणत होते, त्यातील एका गृहस्थांनी 'विशाखा' प्रसिद्ध होताच महिन्या-दोन महिन्यांतच सबंध आवृत्ती विकत घेण्याची तयारी दर्शविली होती. यावरून 'विशाखे'च्या लोकप्रियतेची कल्पना येईल.

प्रश्न : या लोकप्रियतेला कुसुमाग्रजांच्या अंगी असलेले विविध गुण कारणीभूत आहेत हे खरेच; पण त्यांनी 'इतरांकडून' कोणते 'संस्कार' घेतले? कुसुमाग्रज हे केशवसुतांना इतर कवींपेक्षा अधिक जवळचे आहेत असे वाटते काय?

उत्तर : हो, तसे त्यांच्यावर काही संस्कार आहेत. रविकिरण मंडळातील दोन कवी - माधव ज्यूलियन व यशवंत - आणि तांबे या तिघांचे संस्कार कुसुमाग्रजांच्या मनावर झाले आहेत. त्यांची मुलायम शैली अशा विविध कवींच्या संस्कारांतूनच विकसित झाली आहे. या संस्कारांपैकी यशवंत व तांबे यांचे संस्कार फार पुसट आहेत. माधव ज्यूलियन यांचे संस्कार त्यापेक्षा थोडे लक्षात येण्याजोगे आहेत; पण कुसुमाग्रजांच्या प्रतिभेचे स्वरूप असे आहे की, ती असले सर्व संस्कार पचवून आपल्या सौंदर्यात भर घालू शकली. काव्यविषयक दृष्टीने किंवा कविवृत्तीच्या दृष्टीने कुसुमाग्रज केशवसुतांचे सरळ सरळ वारस आहेत. किंबहुना, गोविंदाग्रजांनी स्वत:ला केशवसुतांचा सच्चा चेला म्हणवून घेतले असले तरी अधिक यथार्थतेने ते बिरूद कुसुमाग्रजांनाच लागू पडेल. केशवसुत आणि कुसुमाग्रज यांच्या काव्यातील साम्यविरोध हा एक स्वतंत्र प्रबंधाचा विषय होऊ शकेल.

प्रश्न : प्रबंधाचा हा विषय आपण थोडा बाजूला ठेवू. पुढे सवडीने त्यासंबंधी चर्चा करता येईल. तूर्त केशवसुतांच्या काव्यातील सामाजिकतेची व राष्ट्रीयतेची जाणीव आणि कुसुमाग्रजांची ती जाणीव यांतील फरक कोणता? मला वाटते, या प्रश्नाकडेच वळणे अधिक इष्ट होईल.

उत्तर : काही हरकत नाही. या दोघांच्या जाणिवांत फरक आहे. तो मुख्यत: काल व परिस्थिती बदलल्यामुळे झाला आहे. केशवसुत मावळणाऱ्या सूर्याकडे पाहून 'हा उद्या सकाळी पुन्हा उगवेल; पण माझ्या मायभूमीचा मावळलेला स्वातंत्र्यसूर्य पुन्हा केव्हा उगवणार आहे?' अशा प्रकारचे आर्त उद्गार काढण्यापलीकडे राजकीय पारतंत्र्याबाबत अधिक काही बोलू शकले नाहीत. त्या वेळची कॉंग्रेस किती मवाळ होती, सरकारकडून थोडेफार हक्क मिळविण्याच्या कल्पनेपलीकडे तिची गती कशी गेली नव्हती व एकंदर लोकमानसातील राजकीय पारतंत्र्याबद्दल चीड निर्माण झाली असली तरी त्या ठिणगीची ज्वाला व्हायला किती अवकाश होता, हे १८८५ ते १९०५ या वीस वर्षांच्या इतिहासावरून सहज दिसून येईल. उलट, कुसुमाग्रजांच्या जन्मापूर्वी चार वर्षे टिळक मंडालेला हद्दपारीची शिक्षा भोगू लागले होते. कुसुमाग्रज चार वर्षांचे असताना 'स्वराज्य हा माझा जन्मसिद्ध हक्क आहे' ही घोषणा महाराष्ट्राच्या कानाकोपऱ्यात घुमू लागली होती. कुसुमाग्रज आठ वर्षांचे असताना असहकार चळवळ सुरू झाली, ती साऱ्या देशभर पसरली. ८ ते १८ हा कुसुमाग्रजांच्या मनोविकासाचा काळ. (१९२० ते ३०). हाच गांधीजींच्या सर्व चळवळींच्या

उत्कर्षाचा काळ होता. या काळातील मनावर खोल उमटलेले संस्कार हा कुसुमाग्रजांच्या राष्ट्रीय कवितेचा पाया होय. पण त्यांची राष्ट्रीय कविता निव्वळ राजकीय स्वरूपाची नाही. तिला एक महत्त्वाची सामाजिक बाजू आहे. तीही गांधीजींच्या सामाजिक चळवळीतून संस्कारित झाली आहे असे मला वाटते. मातृभूमीच्या पायांतल्या पारतंत्र्याच्या बेड्या तुटाव्यात म्हणून 'गर्जा जयजयकार'सारखी कविता लिहिणारे कुसुमाग्रज 'बळी'सारखी दीनदलितांचे दु:ख उत्कटत्वाने चित्रित करणारी कविता लिहून जातात, याचे कारण त्यांची राष्ट्रीयता केवळ राजकीय स्वरूपाची नसून मानवतावादी आहे. केशवसुतांनी 'अंत्यजाच्या मुलाचा पहिला प्रश्न', 'मजुरावर उपासमारीची पाळी' अशांसारख्या कविता लिहिल्या. 'तुतारी', 'नवा शिपाई', 'स्फूर्ती', 'गोफण' इत्यादिकांचेही सामाजिक क्रांतीला आवाहन आहे. कुसुमाग्रजांच्या कवितेतील सामाजिकतेचे स्वरूप इतके स्पष्ट नाही; पण त्यांची सामाजिक सहानुभूती फार विशाल व सखोल आहे. त्यामुळेच त्यांच्या अनेक कविता केशवसुतांइतक्याच प्रभावी झाल्या आहेत.

प्रश्न : कुसुमाग्रजांच्या या सामाजिक-राष्ट्रीय कवितेच्या अनुषंगाने एक प्रश्न उपस्थित होतो. कुसुमाग्रजांची राष्ट्रीयता ही मुख्यत: स्वातंत्र्यपूर्व काळातील आकांक्षांचे ढोबळ प्रतीक आहे काय, हा तो प्रश्न.

उत्तर : प्रश्न ठीक आहे; पण त्याचे उत्तर होकारार्थी नाही. कुसुमाग्रजांची राष्ट्रीयता ही मुख्यत: स्वातंत्र्यपूर्व काळातील आकांक्षांचे प्रतीक आहे हे खरे; पण ढोबळ मात्र नाही. कुसुमाग्रजांची महत्त्वाची राष्ट्रीय कविता स्वातंत्र्यपूर्वकाळाशी संबद्ध आहे. परंतु स्वातंत्र्यप्राप्तीनंतरही ती कविता पूर्वीइतक्याच आवडीने वाचली जात आहे व जाईल असे मला वाटते. ह्याचे कारण ह्या कवितेला प्रचाराचा वास नाही. तात्कालिक असे तिच्यात फार थोडे आहे. पारतंत्र्यात असलेल्या माणसाच्या मनाला स्वातंत्र्याचे आवाहन करण्याची आणि स्वतंत्र मनुष्याला आपल्या स्वातंत्र्याकांक्षेची ज्योत तेवत ठेवायला लावण्याची शक्ती या कवितेत आहे.

प्रश्न : या सामर्थ्याच्या ग्वाहीबरोबरच कुसुमाग्रजांचे स्थान आपल्याला मग निश्चित करता आले पाहिजे.

उत्तर : हो, अवश्य; का नाही?

प्रश्न : स्वातंत्र्योत्तर काळात नवकवींच्या युगात कुसुमाग्रजांचे मग स्थान कोणते?

उत्तर : नवकवींच्या जमान्यात केशवसुतांचे जे स्थान तेच कुसुमाग्रजांचे स्थान होय.

प्रश्न : कुसुमाग्रजांचे स्थान निश्चित केल्यानंतर त्यांच्या कार्याच्या अनुषंगाने ते कितपत बळकट आहे हे तपासून पाहावे लागेल असे वाटते. मला वाटते, कुसुमाग्रजांसंबंधी वारंवार केल्या जाणाऱ्या दोन विधानांच्या संदर्भातच ते पाहिल्यास अधिक बरे होईल.

उत्तर : चालेल. परस्पर खंडनमंडन होईल नि कुसुमाग्रजांचे कार्यही स्पष्ट होईल.

प्रश्न : काव्याला ओहोटी लागल्याच्या काळात कुसुमाग्रजांनी कविता लिहिली आणि सांकेतिकतेची कोंडी फोडली. विचारवंतांकडून अशी विधाने केली जातात तेव्हा त्यांना नेमके काय म्हणायचे असते? कुसुमाग्रजांनी काय केले असे सुचवायचे असते?

उत्तर : त्याचे असे आहे. सांकेतिकतेची कोंडी फोडणे हा शब्दप्रयोगच एका अर्थाने सांकेतिक आहे. दर दहा-बारा वर्षांनी तो जन्माला येतो याचे कारण एकच. वाङ्मयात नेहमी सोराब-रुस्तुमी सुरू असते. नवे लेखक उदयाला येतात तेव्हा त्यांच्या नावीन्याने लोक मोहून जातात. काही काळ त्यांचे कौतुक होते; पण सर्वसामान्य लेखकाचे नावीन्य पहिल्या दहा वर्षांतच संपुष्टात येते. मग त्याचा तोचतोपणा वाचकाला खटकू लागतो. रविकिरण मंडळाच्या कवितेच्या बाबतीतही असेच झाले. १९२५-३५ हा रविकिरण मंडळाचा उत्कर्षाचा काळ. ३५नंतर माधवराव पटवर्धनांची कविता थोडीफार सुकू लागली होती. यशवंत तेवढे भरात होते; पण त्यांच्या लेखनाची चाकोरी ठरून गेली होती. त्यामुळे नव्या प्रतिभावान कवीच्या स्वागतासाठी रसिक मने आसुसलेली होती. 'जीवनसंगीत' व 'विशाखा' या दोन्ही संग्रहांचे, ते प्रसिद्ध होताच झालेले स्वागत त्याच्या मुळाशी ही वाङ्मयीन परिस्थिती होती. काव्याला लागलेली ओहोटी थांबविली नि सांकेतिकतेची कोंडी फोडली ती या अर्थाने! कुसुमाग्रजांचे कार्यही त्यात सामावलेले होते.

प्रश्न : कुसुमाग्रजांचे हे उफाळणे 'किनाऱ्या'पर्यंतच टिकले. 'किनारा'नंतर कुसुमाग्रज वाढले नाहीत मला असे वाटते आपल्याला काय वाटते? त्यांची ही वाढ का खुंटली याची काही कारणे सांगू शकाल काय?

उत्तर : तुमचा प्रश्न चांगला आहे. अचूक आहे. त्याचे असे आहे : प्रतिभेच्या दोन जाती असतात. पहिली हळूहळू विकसित होत जाणारी आणि दुसरी पूर्ण उमललेल्या स्वरूपातच एकदम प्रकट होणारी. कुसुमाग्रजांची कविप्रतिभा दुसऱ्या जातीची आहे. तिचे विकसित स्वरूप 'विशाखे'त प्रकट झाले आहे. पुढे पुढे कुसुमाग्रज केवळ काव्यप्रांतातच रमत राहिले असते तर नवनवीन विषयांच्या व प्रयोगांच्या दृष्टीने त्यांची कविता प्रफुल्लित झालेली दिसली असती; पण नाट्य, कथा, कादंबरी, लघुनिबंध या सर्व साहित्यप्रकारांत 'विशाखे'च्या प्रकाशनाच्या आगेमागे ते शिरले. प्रत्येक वाङ्मयप्रकाराचे माध्यम लेखकाला नवी मुलुखगिरी करायची संधी देते; पण त्यामुळे जुन्या जिंकलेल्या मुलखातील त्याचे स्वामित्व दुर्बल होण्याचा धोकाही उत्पन्न होतो. कुसुमाग्रजांनाही या मुलुखगिरीचे तोटे सोसावे लागले आहेत.

प्रश्न : एकंदरीने कुसुमाग्रजांचे काव्यातील हे स्थिरावणे आता पक्के झाले आहे. ते लक्षात घेता आणि 'जान्हवी-वैष्णव' यांचा व्यासंग ध्यानात आणता, कुसुमाग्रज कादंबरीकडे वळल्यास सरस कलाकृती निर्माण करू शकतील असे वाटते काय?

उत्तर : मला वाटत नाही. कादंबरीपेक्षा नाटकाकडे त्यांनी आपले लक्ष वळविल्यास काव्यमय नाटक (Poetic drama) किंवा उपहासगर्भ नाट्य ते लिहू शकतील; पण त्यांच्या हातून नाट्यलेखन घडायचे असेल तर त्यांचे वास्तव्य पुण्या-मुंबईस असले पाहिजे, नाशिकला नव्हे!

प्रश्न : शेवटचे आपले म्हणणे तंतोतंत खरे आहे. पण... जाऊ द्या. नाटकाचाच प्रश्न निघाला म्हणून विचारतो, काव्यात वेगळेपणा दाखविणारे कुसुमाग्रज नाटकात मुख्यत: अनुवादाच्या वाटेने जाताना आढळतात? असे का घडावे?

उत्तर : कुसुमाग्रजांच्या प्रतिभेची मूळ प्रकृती आहे कवीची. त्यांच्यातील कथानिर्माता कवीइतका प्रबळ नाही. स्फुट कवितेपेक्षा दीर्घ कादंबरी किंवा नाट्य यांच्या रचनेला निराळ्या स्वरूपाच्या प्रतिभेची आवश्यकता असते. तीत दीर्घकाल एका कथावस्तूशी क्रीडा करीत राहण्याइतके सामर्थ्य असावे लागते. आपल्या या सामर्थ्याचा कुसुमाग्रजांनी पद्धतशीरपणे विकास करून घेतला आहे असे मला वाटत नाही. त्यामुळे स्वतंत्र नाट्यकृतीपेक्षा अनुवादित कृतीकडे त्यांचे मन धाव घेत असावे. दुसरीही एक गोष्ट आहे. त्यांच्या विशाल व भव्य स्वरूपाच्या कल्पकतेला नाट्यवस्तू हवी ती, तशीच मोठी परिमाणे असलेली! अशी, नाट्यवस्तू आजच्या सामाजिक जीवनातून उचलणे अधिक कठीण आहे, यामुळेच त्यांना शेक्सपिअरचे आकर्षण अधिक वाटत असावे. 'दुसरा पेशवा' व 'कौन्तेय' या स्वतंत्र कृतींची कथावस्तू, 'वैजयंती' या रूपांतरित नाटकाची कथावस्तू यांवरूनही त्यांच्या नाट्यप्रतिभेला मर्यादा घालणारे त्यांचे वैशिष्ट्य दिसून येईल. त्यांची नाट्य कथाकाराची प्रतिभा कल्पनारम्यतेकडे (Romanticism) झुकलेली आहे.

प्रश्न : म्हणजे कुसुमाग्रज खंडकाव्य लिहिण्याची शक्यता कमीच.

उत्तर : हो, त्याचे उत्तर शक्यतेत देण्यापेक्षा एकदम नकारातच देणे अधिक युक्त आहे. कुसुमाग्रजांकडे कथाकाराची प्रतिभा आहे, पण तीत रमण्याची वृत्ती नाही, व्यासंगाची प्रवृत्ती नाही, बद्ध होण्याची आस नाही, विद्ध होणे तिला मानवते. कथाविषयाशी रंगणे, काव्यात्मक वृत्तीने रमणे आणि व्यासंग टिकविणे या खंडकाव्याला आवश्यक असणाऱ्या गोष्टी. कुसुमाग्रज खंडकाव्य लिहू शकणार नाहीत असे मी म्हणतो त्याच्या बुडाशी ही कारणे आहेत.

प्रश्न : ही कारणे नि एकूण कविता यांवरून कुसुमाग्रजांमध्ये अव्वल शाहिराच्या पातळीवरही एक तळपता कवी जागा आहे असेच म्हणा ना.

उत्तर : कुसुमाग्रज पूर्णत: शाहीर नाहीत; पण मूलत: शाहिरी प्रवृत्तीचे आहेत. त्यांच्यात एक Bard सतत जागा राहिलेला आहे. तसा हा Bard त्यांच्यात जागा

राहिलेला असला तरी त्यांची कविता मेळ्याच्या पातळीवर राहिली नाही, ती वरच्या पातळीवर गेली, हा कुसुमाग्रजांच्या कवितेचा विशेष होय. काळ आणि कविता बरोबरीनेच वाढली. त्यात या Bard चा वाटा आहे, असे मला वाटते. काही विशिष्ट प्रसंगी हा Bard अधिक प्रभावी झाला; पण तो एकमेकांच्या मानगुटीवर न बसताच जागा राहिला. दोघांनीही आपापल्या जागा सांभाळल्या, पथ्ये पाळली, व्रते राखली. ते स्थंडिल संप्रदायाचे एक मातब्बर मानकरी आहेत. प्रकाशपूजन, मूर्तिभंजन यांच्या खाणाखुणा त्यांच्या कवितेत पुष्कळ सापडतात. कुसुमाग्रजांची कविता 'यशासाठी, अर्थासाठी' या पलीकडे गेली त्याचे मर्म या ठिकाणी सापडू शकते.

प्रश्न : कुसुमाग्रज हा केशवसुत परंपरेचा शेवटचा दुवा असा ठसा या चर्चेतून मनावर ठसतो असे वाटते.

उत्तर : खरे आहे. कुसुमाग्रज हे केशवसुत परंपरेचे शेवटचे प्रतिनिधी होत.

प्रश्न : मग एक प्रश्न विचारायला हरकत नसावी.

उत्तर : एकच का? विचारा आणखी काही विचारायचे तर...

प्रश्न : नाही, चर्चा खूपच लांबली. एकच विचारतो.

उत्तर : हं...

प्रश्न : कुसुमाग्रज केशवसुतांचे सच्चे चेले आहेत. मग ते युगकवी आहेत, असे म्हणता येईल काय?

उत्तर : नाही. तसे काही म्हणता येणार नाही. प्रत्येक काळामध्ये सामाजिक नि इतर प्रगतीचे एक सूत्र अनुस्यूत आहे. ते आवेगाने धावते, जीर्णाचे ते दहन करते व त्या दहन झालेल्या युद्धभूमीवर नव्या समाजरचनेचे मंदिल उभे राहते. कुसुमाग्रजांच्या कवितेत याचे पडसाद उमटलेले आहेत; पण केशवसुतांना म्हणतो त्या अर्थाने कुसुमाग्रज युगकवी नव्हेत. प्रत्येक कवीचा एक कालखंड असतो ही त्यातील प्रमुख कल्पना. कुसुमाग्रजांचाही तसा तो होता हा त्यातील अर्थ.

प्रश्न : ठीक आहे. एकूण काय, कुसुमाग्रजांचे वास्तव्य पुण्या-मुंबईस झाले असते तर कदाचित या अर्थाला वेगळी सघनताही लाभू शकली असती. कदाचित अन्वयही वेगळा लावावा लागला असता. खरे ना?

उत्तर : हो, खरेच. पण... (थोडे थांबून) अहो, यांतले 'पण'च सत्य, बाकी सारेच मिथ्या... केशवसुतांचा हा वारस 'कोण मला वठणीला आणू शकतो ते मी पाहे' असे म्हणतो खरा.

– लोकमित्र (वासंतिक अंक)
मे, १९६४